HỒ SƠ MẬT 1963

TỪ CÁC NGUỒN TÀI LIỆU
CỦA CHÍNH PHỦ MỸ

HỒ SƠ MẬT 1963

TỪ CÁC NGUỒN TÀI LIỆU CỦA CHÍNH PHỦ MỸ

TÂM DIỆU - TRÍ TÁNH
NGUYÊN GIÁC - NGUYỄN MINH TIẾN
thực hiện

NXB THIỆN TRI THỨC (Thien Tri Thuc Publications)

In lần thứ nhất 2013

UNITED BUDDHIST PUBLISHER (UB Publisher - NXB Liên Phật Hội)

Tái bản 2022 - có bổ sung và sửa chữa

TÂM DIỆU - TRÍ TÁNH
NGUYÊN GIÁC - NGUYỄN MINH TIẾN
thực hiện

HỒ SƠ MẬT 1963

TỪ CÁC NGUỒN TÀI LIỆU CỦA CHÍNH PHỦ MỸ

TÁI BẢN 2022

CÓ BỔ SUNG VÀ SỬA CHỮA

NHÀ XUẤT BẢN LIÊN PHẬT HỘI
UNITED BUDDHIST PUBLISHER

Mục lục

PHẦN II: TÌNH HÌNH CHÍNH QUYỀN NGÔ ĐÌNH DIỆM TRONG NĂM 1963

LỜI GIỚI THIỆU

Tập sách *"Hồ Sơ Mật 1963 - Từ các nguồn Tài liệu của Chính phủ Mỹ"* này ra đời có hai mục đích:

Thứ nhất là để giới thiệu với quảng đại độc giả một nguồn tài liệu tham cứu của chính phủ Mỹ, ký tự là FRUS, vốn khá quen thuộc với giới nghiên cứu nhưng lại vẫn còn xa lạ với độc giả Việt Nam bình thường khi muốn tìm hiểu về những biến động lịch sử trong thập niên 1960 của nước ta.

Thứ nhì là thông qua nguồn tài liệu đó để trình bày một số phát hiện mới, vốn không được đa số giới nghiên cứu người Việt hải ngoại khai thác và phổ biến, thậm chí còn bị một số *"nhà bình luận"* xuyên tạc và ngộ nhận, về những gì đã thực sự xảy ra tại miền Nam Việt Nam trong năm 1963.

Do đó, từ *"mật"* trong tiêu đề tập sách chỉ là đối với quảng đại độc giả chưa biết đến, hoặc có biết đến nhưng không chịu sử dụng, nguồn tài liệu này mà thôi. Từ nay, hy vọng rằng mọi độc giả đều có thể tiếp cận trực tiếp nguồn FRUS để bổ túc cho những nhận định của mình được trung thực và chính xác hơn.

***

Tập sách này gồm nhiều bản văn được chuyển dịch và trình bày kèm theo nguyên tác Anh ngữ, là các tài liệu trước đây vốn thuộc loại hồ sơ mật hoặc tối mật, nghĩa là chỉ dành riêng cho những người có trách nhiệm mà hoàn toàn không được phổ biến đến công chúng. Phần lớn các tài liệu đó là của chính phủ Mỹ, như các Công điện, Bản Ghi nhớ, Điện tín, Phúc trình... Tài liệu có nguồn từ Bộ Ngoại Giao Mỹ được lấy từ **FRUS**; ngoài ra còn có các tài liệu từ Tòa Bạch Ốc (Cục An Ninh Quốc Gia NSA), Bộ Quốc Phòng (Pentagon Papers), CIA (tại Sài Gòn và tại Langley), và từ Thượng Viện (Select Committee to Study Governmental Operations).

Một vài tài liệu không trực tiếp lấy nguồn từ chính phủ Mỹ là: Một bài viết của tác giả Nguyễn Minh Tiến phân tích *Phúc trình A/5630* của Phái đoàn Điều tra Liên Hiệp Quốc; một số đoạn trong *Death of A Generation* của Howard Jones vốn là một tác phẩm cũng sử dụng rất nhiều nguồn tài liệu của chính phủ Mỹ, và một bài Dẫn nhập của tác giả Tâm Diệu, tổng hợp về Phật giáo và cuộc Chính biến 1-11-1963 thông qua các tài liệu của chính phủ Mỹ.

Xin được có vài lời về lý do tại sao chúng tôi lại chọn sử dụng rất nhiều tài liệu FRUS của Bộ Ngoại Giao Mỹ cho tập sách này.

FRUS, ký tự viết tắt của cụm từ **F**oreign **R**elations of the **U**nited **S**tates, là một tập hợp các tài liệu lịch sử chính thức liên hệ đến các quyết định quan trọng trong chính sách ngoại giao của Mỹ đã được giải mật và biên tập để công bố.[1] Những tài liệu này do Văn phòng Sử gia (Office of the Historian) thuộc Bộ Ngoại giao soạn thảo và chịu trách nhiệm xuất bản, và do Sở Ấn loát Chính phủ (Government Printing Office) in ấn phát hành. Tập hợp tài liệu đồ sộ này bắt đầu từ

[1] The Foreign Relations of the United States series is the official documentary historical record of major U. S. foreign policy decisions that have been declassified and edited for publication.

các biến cố ngoại giao từ thời chính quyền Tổng thống Abraham Lincoln (1861) cho đến ngày nay.

Riêng tài liệu liên hệ đến Việt Nam dưới nhiệm kỳ Tổng thống Kennedy thì gồm 4 tập, phủ dài thời gian 3 năm từ 1961 đến 1963. Hai tập cuối cùng, Tập III và Tập IV, được phát hành vào năm 1991 và được phổ biến online trên Internet vào đầu thiên niên 2000.

Độc giả người Việt ở hải ngoại, ngay cả ở Mỹ, cũng ít nghe nói đến kho tài liệu đồ sộ và quý giá đã được giải mật khá đầy đủ và dễ dàng truy cập online này. Chỉ một số nhà nghiên cứu nghiêm túc là biết từ rất sớm về FRUS và đã khai thác rất hiệu quả để tái khẳng định hoặc hiệu đính lại một số biến cố, luận điểm mà trong quá khứ đã không hoặc chưa được biểu đạt rõ ràng.

Xin đan cử trường hợp về hai bài viết có liên quan đến chế độ Ngô Đình Diệm chỉ vài năm sau khi FRUS được lên online: Cách đây hơn 10 năm, trong bài viết *"Toàn Trị và Ngoại Thuộc"* vào tháng 5 năm 2003, giáo sư Cao Huy Thuần ở Pháp đã sử dụng **50 nguồn trích dẫn từ FRUS** trong tổng số 53 cước chú của ông.[1] Còn trong tiểu luận công phu *"'Phiến Cộng' trong Dinh Gia Long"*, hoàn thành vào tháng 8 cũng năm 2003, Tiến sĩ Chính Đạo Vũ Ngự Chiêu ở Mỹ đã sử dụng **49 tham chiếu từ FRUS** trong tổng số 149 cước chú của ông. [2]

---

[1] Bài được đăng trên Diễn Đàn Forum số 129, xuất bản tại Paris vào tháng 5 năm 2003 và được Thư Viện Hoa Sen đăng lại: http://thuvienhoasen.org/a13482/toan-tri-va-ngoai-thuoc-cao-huy-thuan

[2] Bài được đăng trên Tạp chí Hợp Lưu tại California vào tháng 8 năm 2003 và được Việt-Studies đăng lại.

Sở dĩ FRUS đạt được độ tin cậy khá cao, do đó mức sử dụng khá nhiều, trong các công trình nghiên cứu là vì ba lý do:

(i) Nói chung, FRUS là những tài liệu mật hoặc tuyệt mật (TOP SECRET) được trao đổi giới hạn giữa một số ít giới chức hành pháp rất cao cấp của Mỹ. Nội dung của những tài liệu này thường được làm cơ sở hoặc công cụ để thiết lập chính sách hoặc kế hoạch hành động cấp quốc gia, nên độ trung thực và tính chính xác của tài liệu, dù có lợi hay có hại cho chính quyền Mỹ, đều luôn luôn được người soạn thảo tài liệu cố gắng giữ ở mức tối đa;

(ii) Cơ chế vận hành Check and Balance (Kiểm soát và Quân bình) của chính phủ Mỹ [và sau này với việc ban hành *Freedom of Information Act* năm 1966 (Đạo luật về Quyền tự do tiếp cận Thông tin)] cho phép hai ngành Lập pháp và Tư pháp cũng như bất kỳ người dân nào, sớm hay muộn, cũng truy cứu được thông tin của chính phủ. Thậm chí nếu cần, có thể xin tòa án can thiệp (subpoena) để được tiếp cận tài liệu. Vì biết rõ và vì làm việc trong khung nguyên tắc đó từ lâu nên trong quá trình hình thành các tài liệu, giới chức chọn lựa và soạn thảo FRUS đã phải cố gắng tránh những sai lầm, sơ hở, tối nghĩa, lạc dẫn, suy đoán, thậm chí dối trá... ở mức tối đa;

(iii) Tinh thần và đạo đức học thuật của giới nghiên cứu Mỹ là khá cao, lãnh vực nghiên cứu là khá đa dạng, và tranh chấp học thuật thì gay gắt trên trường quốc tế. Do đó, những học giả luôn đòi hỏi các nguồn cung cấp tài liệu, dù trong hay ngoài chính phủ, dù lãnh vực an ninh quốc gia hay bất kỳ lãnh vực nào, cũng phải duy trì một mức độ chuyên nghiệp trong các tài liệu để họ có thể tin tưởng sử dụng. Trong lãnh vực bang giao quốc tế có liên hệ đến Mỹ, FRUS là công cụ làm việc của giới nghiên cứu nên cũng phải chuyên nghiệp ở mức tối đa.

Đó là những lý do ít nhất giải thích vì sao FRUS có độ khả tín khá cao. Do đó, một cách cụ thể, công trình nghiên cứu nghiêm túc nào về quan hệ Việt-Mỹ trong thập niên 1960' mà không tham chiếu FRUS thì cũng là điều thiếu sót. Nhưng dĩ nhiên chúng ta cũng không ngây thơ đến độ tin tưởng hoàn toàn bất kỳ thông tin nào của FRUS mà không đối chiếu với các nguồn thông tin khác và/hoặc đặt chúng trước quy trình phân tích chặt chẽ và chọn lọc khắt khe. Dù sao thì FRUS cũng đáng tin cậy và cần tham cứu để sử dụng, nhất là khi so sánh với những "nguồn tài liệu" khác rất đáng nghi ngờ, nhưng lại thường dược đa số những "bình luận gia" người Việt cả trong lẫn ngoài nước, nhất là ở hải ngoại, sử dụng để "đầu độc chính trị" nhau nhiều hơn là để trình bày sự thật.

Một cách cụ thể, chúng tôi xin cung cấp hai đường link sau đây để độc giả có thể truy cập tất cả tài liệu FRUS liên quan đến quan hệ Việt-Mỹ trong năm 1963:

1. **FRUS 1961-1963, Volume III: Vietnam January - August 1963:** http://www.historymatters.com/archive/contents/vietnam/contents_vietnam_frus_61-63_3.htm

2. **FRUS 1961-1963, Volume IV: Vietnam August - December 1963**: http://www.historymatters.com/archive/contents/vietnam/contents_vietnam_frus_61-63_4.htm

****

ẤN BẢN CHÍNH THỨC CỦA FRUS

(Foreign Relations of the United States)

Năm 1963 là năm có đầy đủ triệu chứng của một chế độ toàn trị đang ở hồi cuối cùng của quy trình hủy diệt. Đại sứ Trần Văn Chương, thân phụ của bà Nhu, là người đầu tiên dùng cụm từ *"toàn trị"* để xác định đặc tính chính trị của chế độ Diệm.[1]

Để hiểu rõ hơn về biến cố 1963, ta cần nắm bắt được ba giai đoạn phân chia cuộc đời chính trị của ông Ngô Đình Diệm:

- Trước 1954, ông là một chính khách trôi nổi trong cuộc chiến Pháp-Việt, bị kẹt giữa chính sách của Hội Truyền giáo Hải ngoại (MEP) và truyền thống phục vụ nền đô hộ Pháp của gia đình nên ông đã không xả thân chống Pháp quyết liệt như các nhà cách mạng đương thời. Khi thì làm quan Nam Triều nên Việt Minh ghét ông, khi thì theo Nhật nên Tây muốn bắt ông, khi thì ẩn mình trong tu viện, khi thì *"bao năm từng lê gót nơi quê người"*, không uy tín, không lực lượng ngoại trừ một nhóm tín đồ Thiên Chúa giáo bản địa ủng hộ. Quốc tế không biết đến ông, vốn không có gốc rễ trong quần chúng nên không có một hoạt động nào có tác động đáng kể vào cuộc vận động giải thực gian khổ của toàn dân.

  Đây là giai đoạn ông Diệm *có thể có tâm nhưng chắc chắn không có tài*, ai theo ông cũng được, không theo ông cũng chẳng sao. Ông chỉ là một "chính khách sa-lông" như ta thường gọi.

- Giai đoạn thứ nhì là từ 1954 đến 1959: Đó là lúc

[1] FRUS 1961-1963, Tập III, Memo của Forrestal gửi Harriman ngày 8-3-1963.

Mỹ thay Pháp tham dự vào thế cờ Đông Dương để xây dựng một tiền đồn chống lại chiến lược bành trướng của Cộng sản Quốc tế tại châu Á. Ông may mắn có hai yếu tố mà các chính khách Việt Nam đương thời không có: Mỹ và Vatican. Ông cũng may mắn có ông anh Giám Mục quen biết với lãnh tụ số một của Công giáo Mỹ trong thời kỳ đó. Cho nên ông được cường quốc Mỹ hỗ trợ thay thế Bảo Đại của Pháp. Ba "bà mụ" chăm sóc để hóa thân ông thành "phép lạ" của Mỹ là Hồng y Francis Spellman, Thượng Nghị sĩ Mike Mansfield, và Ngoại trưởng John Foster Dulles.[1] Với hai thế lực quốc tế và bảo chứng của vị vua triều Nguyễn, ông về nước, "phất cờ" và được hầu như toàn dân miền Nam ủng hộ để xây dựng miền Nam mà chống Cộng. Quân viện và kinh viện, nhân sự và văn hóa của Mỹ ào ạt đổ vào miền Nam, giúp ông vượt qua mọi trở ngại để thành lập nền Cộng hòa. Lãnh đạo miền Bắc vừa phải chờ gần hai năm để Tổng tuyển cử, lại vừa bận lo chữa vết thương chiến tranh sau 9 năm đánh Pháp, nên miền Nam được tạm ổn, thanh bình và trù phú. Ông làm Tổng thống của một nền Cộng hòa non trẻ, là một lãnh tụ không giỏi nhưng gặp thời và được hai thế lực đỡ đầu hết lòng yểm trợ, nên thực hiện được nhiều thành tích tại miền Nam.

Trong giai đoạn 5 năm này, ông Diệm là người có thể *vừa có tâm vừa có tài*, nhưng quan trọng hơn cả là ông *được thời thế*, ai là người muốn

[1] Joseph Buttinger, Vietnam: A Political History. New York: Frederick A. Prae-ger, 1968.

xây dựng miền Nam để chống Cộng thì phải ủng hộ ông. Ông là một ông quan *phụ mẫu chi dân* tuyệt vời trong một chế độ dân chủ khập khiễng.

- Giai đoạn cuối là từ năm 1960 với những bước ngoặt oan trái, hệ quả của nền cai trị độc tài của ông mấy năm trước và của bản chất phong kiến gia đình trị, tổng hợp chất Thiên Chúa giáo Trung cổ và quan lại Tống Nho của văn hóa gia tộc ông. Năm 1960, chánh sách nội trị của ông phạm nhiều sai lầm nên bị chính quân dân miền Nam chống đối. Từ đầu năm, nhóm trí thức Bắc di cư trong báo *Tự Do* công khai tố cáo hành động đục khoét miền Nam của gia đình họ Ngô với bức tranh 5 con chuột trên bìa báo Xuân Canh Tý. Tiếp theo là thảm bại của Sư đoàn 13 tại Trảng Sập (Tây Ninh) vào ngày 26/1 dù lực lượng chính phủ đông và mạnh hơn. Đến tháng 4, nhóm 17 nhân sĩ trí thức và một linh mục (trong đó có 11 người đã từng là chiến hữu hoặc cộng tác viên cũ của ông Diệm) thuộc nhóm *Tự Do Tiến Bộ* ra Tuyên ngôn (tại khách sạn Caravelle) tố cáo tình trạng độc tài, tham nhũng, kém hữu hiệu và đòi ông thay đổi nhân sự cũng như chính sách. Tháng 11, các sĩ quan chỉ huy binh chủng Nhảy Dù cùng nhiều nhân vật đảng phái quốc gia tập hợp trong *Liên Minh Dân Chủ và Mặt trận Quốc gia Đoàn kết* đã phát động cuộc binh biến, đánh thẳng vào dinh Độc Lập, đòi ông Diệm cải tổ toàn diện cơ cấu lãnh đạo quốc gia để xây dựng lại chính nghĩa và nâng cao hiệu năng chiến đấu của quân dân miền Nam. Tháng 12, Hà Nội cho ra đời và công khai hóa *Mặt Trận Dân Tộc Giải Phóng Miền Nam*, làm điểm tụ lực để thu hút quần chúng bất mãn hầu tiến hành cuộc đấu tranh vũ trang, thách thức tính chính thống của Việt Nam Cộng hòa trên cả hai mặt quốc tế và quốc nội. Nhưng 5 biến cố đó cũng không tác hại sâu sắc bằng tình trạng kể từ năm 1960, hai ông bà Ngô Đình Nhu bắt đầu khuynh loát rồi cuối cùng khống chế trung tâm quyền lực quốc gia ở Dinh Gia Long, từ từ đẩy ông Diệm vào vai trò thứ yếu trong công việc quản trị miền Nam. Ông làm Tổng thống như một vua Lê bù nhìn bên (ông bà) chúa Trịnh lộng quyền.

Đây là giai đoạn chót, ông Diệm *mất đi cả cái tâm lẫn cái tài*, nhưng vẫn cùng gia đình cao ngạo bám vào ghế lãnh đạo quốc gia nên hại nước hại dân, vì vậy ai là người có trí và có lòng thì cũng phải chống ông. Từ người hùng của thời thế, ông Diệm trở thành tội nhân của lịch sử. Đó có phải là nhiệm ý Thiên Chúa chăng?

Vì cái năm bản lề 1960 nhiều biến động đó mà những năm sau, miền Nam bắt đầu suy thoái, chịu đựng hết cuộc khủng hoảng này đến cuộc khủng hoảng khác.

Thật vậy, năm 1961, trong lúc nền kinh tế quốc gia vẫn còn phụ thuộc nặng nề vào kinh viện Mỹ[1] thì tình hình an ninh hầu như bị suy sụp một cách đáng quan ngại, nhất là ở nông thôn, nơi Việt cộng kiểm

[1] Bernard C. Nalty, Rival Ideologies in Divided Nations (Vietnam War), tr. 62; và Frances Fitzgerald, Fire in the Lake, tr. 101-104.

soát 80%[1] đến nỗi ngày 10-10-1961, ông Diệm phải ban bố *"tình trạng khẩn cấp trên toàn lãnh thổ Việt Nam Cộng Hòa"*.[2] Và hai tháng sau, ngày 7-12-1961, ông Diệm đã gửi thư cho Tổng thống Kennedy xin tăng thêm viện trợ vì *"Việt Nam Cộng hòa đang phải đối đầu với một thảm họa lớn nhất trong lịch sử"*.[3]

Qua năm 1962, sáng ngày 27 tháng 2, hơn một năm sau "Đảo chánh Nhảy dù", hai sĩ quan của một binh chủng khác của quân đội lại hành động: Trung úy Phi công Phạm Phú Quốc và Nguyễn văn Cử đã bay 2 chiếc Skyrider A-1 ném bom Napalm và bắn rocket vào dinh Độc Lập với mục đích tiêu diệt toàn bộ lãnh đạo đầu não của Đệ Nhất Cộng hòa. Trong khi đó thì ngoài chiến trường, các đơn vị vũ trang của Việt cộng bắt đầu thách thức quân lực VNCH trên cả 4 Quân khu, đánh chiếm nhiều đồn bót, pháo kích vào các quận huyện ven thủ đô Sài Gòn. Đặc công của họ còn dám đặt chất nổ tại các thành thị và bắt cóc các viên chức của chế độ.[4] Tình trạng an ninh khẩn trương đến nỗi ngày 31-3-1962, ông Diệm đã phải gửi thông điệp cho 92 quốc gia trên thế giới yêu cầu ủng hộ VNCH chống cuộc xâm lăng của Cộng sản.[5]

---

[1] Robert Scigliano, Vietnam, A Country At War.

[2] Sắc lệnh số 209-TTP của Tổng Thống Phủ - Đoàn Thêm, "Những ngày Chưa quên" Đại Nam, 1967 - Nam Chi Tùng Thư tái bản.

[3] Marvin E, Gettlemen, Vietnam History, Documents and Opinionsm và Đoàn Thêm, "Những ngày Chưa quên" Đại Nam, 1967 - Nam Chi Tùng Thư tái bản.

[4] Stanley Karnow, Vietnam, A History, New York: King Presss, 1983.

[5] Đoàn Thêm, "Những ngày Chưa quên" Đại Nam, 1967 - Nam Chi Tùng Thư tái bản.

Như vậy, *"Sau sáu năm trời làm một thứ Quốc trưởng không ai lay chuyển nổi, Diệm vẫn bất an. Sự ủng hộ của nhân dân phai lạt, quân đội không thể chiến đấu theo lối chiến tranh cách mạng của Việt cộng, còn kinh tế quốc gia hầu hết hoàn toàn phụ thuộc vào viện trợ Mỹ."*[1]

Và, cuối cùng, năm 1963 định mệnh cũng đến! Trong năm đó, những biến cố dồn dập khuấy động một miền Nam hừng hực lửa. Những biến cố này là do hệ quả tích lũy từ các nguyên nhân các năm trước hoặc được khởi động đột biến ngay trong chính năm 1963: Từ thảm bại Ấp Bắc đến Phúc trình Mansfield (đặt câu hỏi căn bản rằng *"Chúng ta có thể thắng Cộng sản với Diệm không?"*); từ cuộc đấu tranh rồi bị đàn áp của Phật giáo đến hành động quyên sinh của văn hào Nhất Linh; từ rạn nứt quan hệ với Mỹ đến những tiếp xúc thỏa hiệp với Hà Nội; từ gần 10 âm mưu đảo chánh của các sĩ quan trung cấp ngay đầu năm 1963 đến chính ông Nhu cũng dự định đảo chánh ông Diệm trong kế hoạch Bravo I để thay ông Diệm... Tất cả như những ngọn sóng, trùng trùng điệp điệp đan bện vào nhau đổ ụp xuống chế độ ông Diệm vào ngày 1-11-1963. Và vào sinh mạng hai anh em ông ngày 2-11-1963.

Phật giáo hay không Phật giáo, Quân đội hay không Quân đội, Mỹ hay không Mỹ, cuối cùng thì nhân nào quả nấy. Và lịch sử sang trang. Phải sang trang...

---

[1] Bernard C. Nalty, Rival Ideologies in Divided Nations (Vietnam War), tr. 62.

***

Nhiều tài liệu đã đề cập đến những ngày sôi động của năm 1963. Trong tập sách này, thông qua các nguồn tài liệu Mỹ mà chủ yếu là từ FRUS, chúng tôi chỉ muốn cung cấp thêm một số dữ kiện do người Mỹ phát hiện nhưng không được đông đảo người Việt Nam biết đến. Sau đây là vài ví dụ:

- Trong vụ nổ súng tại Đài Phát thanh Huế ngày 8-5-1963, lúc đầu, binh sĩ chính quy được lệnh đàn áp đám đông Phật tử **nhưng họ từ chối**. Do đó, cuối cùng, chính Địa phương quân của Thiếu tá Đặng Sỹ đã nổ súng và ném lựu đạn.[1]
- Ngày 3-6-1963, sinh viên và đồng bào tại Huế biểu tình và đã bị quân đội phun hóa chất để giải tán.[2]
- Tướng **Lê Văn Kim là tướng lãnh đầu tiên** đề cập với người Mỹ, ông Rufus Phillips của USOM, về ý định của quân đội sẽ loại bỏ ông Nhu nếu Mỹ có cùng một thái độ cứng rắn như thế. Bộ trưởng Phủ Tổng Thống **Nguyễn Đình Thuần** và Chánh Văn phòng Phủ Tổng thống **Võ Văn Hải** cũng muốn Mỹ tỏ thái độ muốn loại bỏ ông Nhu. [3]
- Tướng Trần Văn Đôn cho người Mỹ biết giữa ông Diệm và bà Nhu không có quan hệ xác thịt nhưng ông Diệm xem bà Nhu như một **người vợ lý tưởng thuần khiết (platonic wife)** như Hitler đối với Eva Braun, và ông Diệm

[1] FRUS 1961-1963, Vol. III, Doc. 116

[2] FRUS 1961-1963, Vol. III, Doc. 146 và 147

[3] Pentagon Papers trích dẫn FRUS 1961-1963, Vol III, Doc. 274

đã từng thăng chức cho một người làm vườn tại Đà Lạt **từ Trung sĩ lên Trung tá chỉ vì người này trắng trẻo đẹp trai**.[1]

- Việc ông Nhu lừa dối các tướng lãnh khi cho Lực Lượng Đặc Biệt giả danh quân đội tấn công các chùa tại Sài Gòn đêm 20-8-1963 khiến cả Mỹ lẫn dân chúng Việt Nam **lên án quân đội, đã là một bước ngoặt mạnh mẽ** khiến Quân đội dứt khoát muốn loại bỏ ông Nhu hơn.[2]
- Từ năm 1962, sau cuộc đảo chánh của Nhảy Dù và vụ oanh kích của 2 phi công, và trước khi xảy ra vụ biến động Phật giáo, **Mỹ đã đánh giá là miền Nam sẽ bị nhuộm máu** vì gia đình họ Ngô đa nghi, kém hiệu quả và mất lòng dân.[3]
- Sau cuộc tự thiêu của Hòa thượng Thích Quảng Đức, ngày 25/6, ông Nhu đã nói thẳng với người Mỹ rằng ông **chống đối ông Diệm, và chính phủ hiện tại phải bị loại bỏ**. Ông Nhu trình bày điều này trong một **tình trạng xúc động cao độ**. [4]
- Một đội cảnh sát đặc biệt của bà Nhu được thành lập và do người em của bà là Trần Văn Khiêm chỉ huy. Ông Khiêm đã cho một ký giả người Úc xem một danh sách các viên chức Mỹ tại Sài Gòn mà ông đang lên kế hoạch ám sát.[5]

---

1 FRUS 1961-1963, Vol I I I, Doc. 275

2 FRUS 1961-1963, Vol III, Doc. 274

3 FRUS 1961-1963, Vol II, 1962, Doc. 268

4 FRUS 1961-1963, Vol III, Doc. 256

5 FRUS 1961-1963, Vol IV, Doc. 68

- Nhiều quan chức Việt Nam cho biết quyền lực thực sự nằm trong tay ông Nhu; ông Diệm chỉ là "búp bê" của ông Nhu. Cả hai ông Nguyễn Đình Thuần và Võ Văn Hải đều xác nhận ông Nhu hút thuốc phiện từ hai năm rồi. Trạng thái tâm thần hoảng loạn của ông Nhu hiện rõ khi ông tuyên bố chỉ có ông mới cứu được Việt Nam.[1]
- Bà Trần Văn Chương, thân mẫu của bà Nhu, gọi bà Nhu là "đồ quỷ" (monster), ông Nhu là "hung nô" (barbare), ông Diệm là "kẻ bất tài" (incompetent). Còn ông Trần Văn Chương, Đại sứ VNCH tại Mỹ, thì bàn thảo với các nhà hoạt động để thành lập một chính phủ lưu vong nhằm lật đổ nhà Ngô.[2]
- Khoản tiền 42.000 Mỹ kim đã do CIA trao trước đó để dùng mua thực phẩm cho chiến binh VNCH và dùng làm tiền tử tuất cho gia đình tử sĩ trong cuộc binh biến 1-11-1963. Tướng Dương Văn Minh hai lần điện thoại tới ông Diệm, **đề nghị hai anh em Diệm-Nhu đầu hàng sẽ được an toàn xuất ngoại**. Ông Diệm hai lần từ chối...[3]

Trên đây cũng chỉ là một số điểm nổi bật. Xuyên suốt tập sách, độc giả sẽ tiếp tục khám phá ra nhiều sự kiện khác nữa trong giai đoạn lịch sử đặc biệt này.

Về hình thức trình bày, để độc giả tiện tham khảo đối chiếu, chúng tôi cố gắng trình bày cả nguyên tác

---

[1] FRUS 1961-1963, Vol IV, Doc. 110

[2] FRUS 1961-1963, Vol IV, Doc. 118

[3] Phúc Trình Thượng Viện Hoa Kỳ Số 94-465

Anh ngữ và các dẫn chú tham chiếu ở bất cứ nơi nào có thể được. Hầu hết các chú thích là của nguyên tác và được chuyển dịch sang Việt ngữ. Tuy nhiên, ở một số nơi cần có sự giải thích rõ hơn của người dịch (ND), chúng tôi sẽ dùng các cước chú bằng chữ số La-mã (i, ii, iii...) để phân biệt. Các thuật ngữ dùng trong các hệ thống văn bản này chưa từng được chuyển dịch nhất quán, do đó chúng tôi sẽ tạm quy ước dùng "điện văn" (telegram, tel) để chỉ các bức điện được trao đổi, "hồ sơ" (document, doc) để chỉ các văn bản đã được hệ thống và đánh số trong kho dữ liệu FRUS. Đối với một số các thuật ngữ khác, chúng tôi cũng sẽ cố gắng chuyển dịch nhất quán trong chừng mực có thể được.

Nhân dịp kỷ niệm 50 năm Chính biến 1-11-1963, chúng tôi hy vọng tập sách này sẽ là một nhắc nhở đến những độc giả muốn tìm hiểu lịch sử Việt Nam thời cận đại một điều ai cũng đã biết, rằng trong tình trạng nhiễu loạn thông tin và nhiễu nhương thế sự hiện nay, hiểu và đánh giá đúng một sự kiện thật là khó khăn.

Trân trọng,

Nhà Xuất bản Thiện Tri Thức
(Thien Tri Thuc Publications)

PHẦN I

CUỘC VẬN ĐỘNG
BÌNH ĐẲNG TÔN GIÁO
NĂM 1963
CỦA PHẬT GIÁO VIỆT NAM

DẪN NHẬP

Tâm Diệu

Năm 1963 là năm mà chính quyền Ngô Đình Diệm đã gặp phải sức phản kháng mạnh mẽ nhất từ mọi thành phần dân chúng. Khởi đầu là cuộc tranh đấu của Phật giáo khởi đầu từ ngày 8-5-1963 và chấm dứt vào đêm 20 tháng 8 năm 1963, và tiếp sau đó là cuộc đấu tranh toàn diện của học sinh, sinh viên, và quân dân Miền Nam Việt Nam.

Từ đó đến nay đã hơn nửa thế kỷ, một thời gian đủ dài để con người có thể lắng dịu tâm tư và các kho lưu trữ tài liệu mật của các bộ Ngoại Giao, Quốc Phòng, và cục Tình báo Trung Ương Hoa Kỳ cũng đã giải mật cho công chúng tự do vào xem, kèm theo đó còn có một bản Phúc trình của Phái đoàn Liên Hiệp Quốc được thực hiện ngay trước khi Chính phủ Diệm sụp đổ cũng đã lưu hành rộng rãi. Nhờ đó, chúng ta có thể nhìn lại lịch sử ngày 1-11-1963 một cách rõ ràng hơn.

Toàn bộ các kho tài liệu trên đều bằng Anh ngữ. Nhưng may mắn thay, chúng ta đã có thể tiếp cận một cách dễ dàng qua những bản dịch Việt ngữ rất nghiêm túc của các dịch giả Nguyên Giác, Trí Tánh và Nguyễn Minh Tiến. Những bản dịch này được các dịch giả tuyển dịch từ tài liệu chính thức có độ khả tín cao và khách quan, vốn từng là những thông tin nội bộ chỉ dùng trong bộ máy điều hành, không có tính cách tuyên truyền, bao gồm các Phúc trình kín, mật và tối mật, biên bản chính thức của những thảo luận nội bộ, điện văn trao đổi giữa Bộ Ngoại Giao, Bộ Quốc Phòng, Tòa Bạch Ốc, Cục Tình báo Trung ương ở Washington và tòa Đại sứ Hoa Kỳ ở Sài Gòn cũng như Lãnh sự quán tại Huế. Những tài liệu này đã được Bộ Ngoại Giao Hoa Kỳ giải mật và xuất bản thành 5 tập với tựa đề: Foreign Relations of the United States (FRUS), 1961-1964 (Bang giao quốc tế của Hoa Kỳ, 1961-1964), thường được giới nghiên cứu biết và sử dụng dưới tên gọi tắt là FRUS. Thêm vào đó là hồ sơ tối mật về cuộc chiến Việt Nam "The Pentagon Papers" do Ủy ban Đặc nhiệm Nghiên cứu về Việt Nam của Bộ Quốc Phòng Mỹ nghiên cứu, soạn thảo và xuất bản thành 4 tập.

Qua nội dung các bản dịch, chúng ta có thể biết được những gì thực sự đã xảy ra trong những ngày trước và sau cuộc chính biến 1-11- 1963.

Trước khi trình bày toàn bộ các bản dịch, chúng tôi mạn phép tóm lược dưới đây vài điểm ghi nhận quan trọng của chính các dịch giả, theo diễn biến sự kiện.

BIẾN CỐ NGÀY 8-5-1963 TẠI HUẾ

Trước hết là các điện văn trao đổi giữa Lãnh Sự quán Mỹ ở Huế, Tòa Đại Sứ Hoa Kỳ ở Sài Gòn, và Bộ Ngoại Giao Mỹ ở thủ đô Washington trong đêm xảy ra biến cố 8-5-1963 tại đài phát thanh Huế. Và tiếp theo các điện văn trao đổi là bản Phúc trình của Trung Ương Tình Báo (CIA) ở Washington báo cáo lên Tổng Thống Mỹ Về Cuộc Thảm Sát Huế 1963, trong đó ghi rằng, khi giải tán đám đông 3.000 Phật tử, trách nhiệm thảm sát tại Đài Phát Thanh Huế là do 3 lực lượng: cảnh sát, Dân Vệ và quân đội. Hồ sơ CIA nơi đây cũng nói: Chính sách của chính phủ ông Diệm là thiên vị Thiên Chúa giáo, nhưng Phật Tử trước giờ vẫn lặng lẽ chịu đựng, cho tới khi xảy ra biến động Huế.

CUỘC TỔNG TẤN CÔNG CÁC CHÙA ĐÊM 20-8-1963

Sự kiện tại Huế ngày 8 tháng 5 năm 1963 - một sự kiện dẫn tới những gì được gọi là cuộc khủng hoảng Phật giáo và khởi sự cho một chuỗi sự kiện cuối cùng dẫn tới việc đảo chánh lật đổ chế độ Ngô Đình Diệm - đã xảy ra một cách tình cờ và bất ngờ, theo sự nhận định của 36 nhà phân tích của Mỹ về tình hình Phật giáo Việt Nam trong thời gian từ ngày 8-5-1963 tới ngày 21-8-1963, trong hồ sơ The Pentagon Papers.

Cũng theo tài liệu này thì nguyên nhân xảy đến chuỗi sự kiện này là do chính quyền Ngô Đình Diệm đã biệt đãi Thiên Chúa giáo và kỳ thị Phật giáo. Các nỗ lực hòa giải giữa Phật giáo và chính quyền đã không thành công, Thông Cáo Chung 16-6-1963 không được ông Diệm thực thi vì bị ông bà Nhu phá hoại. Cao điểm sự tráo trở của chính phủ Ngô Đình Diệm là cuộc tổng tấn công chùa chiền toàn quốc đêm 20 rạng ngày 21-8-1963, bắt giam hơn 1.400 tăng ni Phật tử, trong đó có hai vị lãnh đạo Phật giáo cao cấp là Hòa Thượng Thích Tịnh Khiết (Hội chủ của Tổng Hội Phật giáo Việt Nam) và Thượng Tọa Thích Tâm Châu (Chủ tịch Ủy ban Liên phái Bảo vệ Phật giáo).

Điều đáng chú ý là trong suốt năm 1963, chính ông Nhu đã đoạt quyền ông Diệm để đối phó với cuộc khủng hoảng Phật giáo càng lúc càng lan rộng, nhờ có sự ủng hộ từ các lực lượng quần chúng khác. Thậm chí ông Nhu còn cho ông Diệm là người nhu nhược và *"đã biểu lộ sự chống đối mãnh liệt ông Diệm và chính phủ của ông ta"* đến mức dự định đảo chánh ông Diệm.[1] Ông Nhu đã thăm dò những điều kiện đàm phán sơ khởi với lãnh đạo Cộng sản ở Hà Nội,[2] đã từng thiết lập danh sách viên chức Mỹ sẽ bị ông ám sát,[3] đã tuyên bố với nhật báo Ý L'Expresso ngày 3-10-1963 là sẽ "cắt đầu" cha vợ, Đại sứ Trần Văn Chương...[4] Lý giải cho những động thái điên cuồng đó của ông Nhu, Đại diện Ba Lan tại Ủy hội Quốc tế Kiểm soát Đình chiến (ICC) là Mieczylaw Maneli, Chánh Văn phòng Phủ Tổng thống Võ Văn Hải, Bộ trưởng Phụ tá Quốc phòng Nguyễn Đình Thuần đều cho là do ông Nhu bị bệnh tâm thần, ám ảnh bởi bệnh hoang tưởng... *"Vào giai đoạn đó, Nhu sa vào vòng nghiện ngập và điều đó đã đẩy ông ta đến những trạng thái cực đoan... Người ta bắt đầu thấy những dấu hiệu điên loạn trên mặt ông ta, nhìn bất động như kẻ mộng du, với một nụ cười lạnh lùng cố hữu..."*[5]

---

[1] FRUS 256 - Bản Ghi nhớ của Phó Giám đốc Kế hoạch CIA Helms, ngày 16-8-1963, gửi Phụ tá Ngoại trưởng Hilsman.

[2] Theo Death of a Generation, Howard Jones, Oxford University Press, 2003.

[3] FRUS 68 - Điện văn của Giám Đốc Phòng Tình Báo và Nghiên Cứu Thomas Hughes trình lên Ngoại Trưởng Hoa Kỳ ngày 6-9-1963.

[4] FRUS 186 - Điện văn số POL 15S VIET của Đại sứ Cabot Lodge gửi cho Bộ Ngoại Giao ngày 7-10-1963

[5] Theo Roger Hilsman, To Move A Nation, Doubleday Inc. and Co. , New York 1967, trang 480.

Không khí chính trị căng thẳng tại Sài Gòn từ ngày Hoà Thượng Thích Quảng Đức tự thiêu đến giữa tháng 8-1963 đã cho các nhà quan sát Hoa Kỳ thấy rằng cuộc tranh chấp giữa Phật giáo và chính quyền đang diễn tiến. Tuy nhiên, khi xảy ra cuộc tổng tấn công đêm 20 rạng ngày 21-8-1963 nhắm vào các chùa với lệnh thiết quân luật trên toàn miền Nam, các nhà ngoại giao Hoa Kỳ đã hoàn toàn bất ngờ. Họ cũng nhận định, Quân đội VNCH bất mãn vì bị dân chúng đổ tội tấn công các chùa, trong khi thực tế họ không biết gì về việc ông Ngô Đình Nhu ra lệnh cho Đại Tá Lê Quang Tung dẫn Lực Lượng Đặc Biệt bất ngờ tấn công các chùa và tin tức tình báo cho biết ông Nhu đã gài vũ khí, chất nổ vào các chùa để vu vạ. Chính người Mỹ cũng bất mãn vì ông Diệm không thực tâm tiến hành hòa giải với Phật giáo, và chính trận tổng tấn công các chùa đã xé bỏ bản Thông Cáo Chung 16-6-1963 mang chữ ký của hai nhà lãnh đạo, Hòa Thượng Thích Tịnh Khiết và Tổng Thống Ngô Đình Diệm.

CUỘC ĐIỀU TRA CỦA PHÁI ĐOÀN LIÊN HIỆP QUỐC

Có ba tài liệu chính thức của Liên Hiệp Quốc và một công trình nghiên cứu đại học liên quan đến cuộc điều tra về đàn áp Phật giáo tại Nam Việt Nam của Liên Hiệp Quốc:

- Đề mục Thảo luận số 77 (Agenda Item 77) - là căn cứ để Liên Hiệp Quốc chỉ định các thành viên thành lập Phái đoàn điều tra sự thật về vi phạm nhân quyền tại miền Nam Việt Nam.
- Phúc trình mang số hiệu A/5630 - là phúc trình về kết quả điều tra của Phái đoàn Liên Hiệp

Quốc tại Nam Việt Nam, hoàn tất ngày 7-12-1963.

- Biên bản Buổi họp Khoáng đại thứ 1280 của Đại Hội đồng LHQ, Phiên họp thứ 18, ngày 13-12-1963, là văn bản chính thức tuyên bố việc không cần thiết đưa ra kết luận của Đại Hội Đồng vì đối tượng điều tra là Chính phủ Diệm đã sụp đổ.
- Khảo luận in thành sách "Một Cao Ủy Liên Hiệp Quốc về Nhân Quyền" (A United Nations High Commissioner For Human Rights) của Giáo sư Roger Stenson Clark, do Martinus Nijhoff (Hòa Lan), xuất bản năm 1972.

Các văn bản trên đều sẽ được trích dịch và phân tích chi tiết trong tập sách này, để mang đến cho độc giả một cái nhìn sáng tỏ hơn về vấn đề đàn áp Phật giáo trước và trong năm 1963.

CUỘC CHÍNH BIẾN 1-11-1963

Điểm quan trọng trong các tài liệu nói về cuộc chính biến 1-11-1963 là: Ai đã khởi xướng và lập kế hoạch đảo chánh? Đại sứ Hoa Kỳ Henry Cabot Lodge, cơ quan tình báo CIA của Mỹ, hay chính các Tướng lãnh dưới quyền ông Diệm? Và liệu Phật giáo có vai trò gì trong cuộc chính biến này hay không?

Theo điện văn 243 của Thứ Trưởng Ngoại Giao George Ball gửi ông Lodge ngày 24-8-1963, Washington đã chỉ thị cho Đại sứ Lodge phải gây áp lực buộc ông Diệm gạt bỏ ông bà Nhu ra khỏi chính phủ, nghĩa là vẫn duy trì Chính phủ với ông Diệm làm Tổng Thống, và nếu điều này không được thực hiện thì cần hiểu là Mỹ đồng ý một "sự thay thế" lãnh đạo tại miền Nam.

Theo Bản Ghi Nhớ do William P. Bundy[1] soạn ngày 30-7-1966 theo yêu cầu của Bill Moyers[2] thì vào thời điểm trước đảo chánh, Mỹ nhận thấy không thể cản nổi cuộc đảo chánh vốn đã manh nha từ trước ngày ông Nhu hạ lệnh tổng tấn công các chùa đêm 20-8-1963. Trung Tá Đỗ Khắc Mai, Tham Mưu Trưởng Không Lực VNCH, đã bày tỏ ý định vận động một cuộc lật đổ nhà Ngô; ý định này được ghi lại trong điện văn 165, đề ngày 11-6-1963, do Tòa Đại Sứ Mỹ gửi về Bộ Ngoại Giao; và theo Bản Ghi Nhớ số 118 đề ngày 16-9-1963, viết bởi Paul M. Kattenburg, Phó Giám Đốc Đông Nam Á Sự Vụ tại Bộ Ngoại Giao Hoa Kỳ, thì đã có ít nhất là 10 âm mưu đảo chánh khác, vận động từ phía các sĩ quan cấp tá và nhiều lãnh tụ đảng phái, kể cả những cộng sự viên thân tín của ông Diệm. Trong những người tham dự âm mưu lật đổ nhà Ngô có cựu Đại sứ Trần Văn Chương, thân phụ của bà Ngô Đình Nhu. Ngoài ra Tướng Lê Văn Kim ngày 23-8-1963, đã gặp Rufus Phillips, Giám đốc USOM Rural Affairs, và nói rằng quân đội VNCH đã sẵn sàng đảo chánh để lật đổ chế độ nhà Ngô vì đó là cách duy nhất để giữ lòng dân - vì quân đội và dân chúng đều bất mãn tột độ.

Như thế, qua các tài liệu đã giải mật, người đọc có thể thấy rõ rằng cuộc đảo chánh 1-11-1963 nhằm

---

[1] William P. Bundy là sĩ quan CIA, Phụ Tá Ngoại Trưởng về Viễn Đông Á Vụ, cũng là cố vấn đối ngoại cho các Tổng Thống Kennedy và Johnson.

[2] Trưởng Phòng Thông Tin của Tổng Thống Johnson.

lật đổ chế độ Ngô Đình Diệm không khởi nguồn từ xúi giục của bất kỳ ngoại nhân nào, kể cả từ Hoa Kỳ. Có thể nói, cuộc đảo chánh ngày 1-11-1963 là một chuyển biến tất yếu của lịch sử, mà những nguyên nhân tiềm ẩn cũng như động lực thúc đẩy nó xét cho cùng đều được sản sinh từ chính sách cai trị do Chính phủ Diệm-Nhu áp đặt lên người dân, trong đó phần quan trọng nhất chính là sự đàn áp kéo dài đối với người Phật tử, chiếm hơn 80% dân số vào lúc đó. Và người dân Sài Gòn đã xác nhận điều này không phải bằng bất kỳ một văn bản hay phúc trình nào trên giấy trắng mực đen, mà bằng những nụ cười rạng rỡ khi họ chứng kiến sự sụp đổ của chế độ.

Trong sách này, chúng tôi kính mời quý độc giả theo dõi các diễn biến lịch sử qua những văn bản một thời từng được xem là tối mật và chỉ dành riêng cho các cấp lãnh đạo cao nhất của đất nước, Việt Nam cũng như Hoa Kỳ. Chúng tôi hy vọng đây sẽ là những thông tin khách quan và thuyết phục nhất để giúp quý độc giả tìm hiểu sâu hơn về một giai đoạn đầy biến động của dân tộc với rất nhiều đau thương mất mát, nhưng quan trọng hơn hết là hiện vẫn còn tồn tại quá nhiều những cách hiểu và nhận thức sai lầm về giai đoạn lịch sử này, không đúng thật như đã từng diễn ra. Mong rằng với nỗ lực lần này của những người thực hiện tập sách, những nhận thức và định kiến sai lầm sẽ được xua tan.

Trân trọng,

Tâm Diệu

Trưởng Ban Biên Tập Thư Viện Hoa Sen

CÁC ĐIỆN VĂN TRAO ĐỔI GIỮA TÒA TỔNG LÃNH SỰ HUẾ, TÒA ĐẠI SỨ MỸ TẠI SÀI GÒN VÀ BỘ NGOẠI GIAO HOA KỲ TẠI WASHINGTON VỀ BIẾN CỐ ĐÊM LỄ PHẬT ĐẢN 8-5-1963 TẠI ĐÀI PHÁT THANH HUẾ

Lời dẫn

Có ba biến cố cao điểm của phong trào tranh đấu Phật giáo năm 1963 - cái chết của 8 Phật tử đêm 8/5/1963 tại đài phát thanh Huế, cuộc tự thiêu của HT. Quảng Đức ngày 11/6/1963 tại Sài Gòn và chiến dịch "nước lũ" tổng tấn công chùa chiền toàn quốc đêm 20 rạng ngày 21/ 8/1963. Ba biến cố lịch sử quan trọng này dẫn đến cuộc khủng hoảng chính trị trầm trọng kéo dài nửa năm và kết thúc bằng cuộc đảo chánh lật đổ chính quyền của Tổng thống Ngô Đình Diệm. Dưới đây là các điện văn trao đổi giữa Tòa Lãnh Sự Mỹ ở Huế, Tòa Đại Sứ Hoa Kỳ ở Sài Gòn, và Bộ Ngoại Giao Mỹ ở thủ đô Washington trong đêm xảy ra biến cố 8/5/1963 tại đài phát thanh Huế. Điểm quan trọng trong biến cố này là ai đã bắn súng và ném lựu đạn vào đám đông trước đài phát thanh đêm 8/5/1963. Theo điện văn số 4 báo cáo về Washington, Dân vệ dưới quyền Thiếu tá Phó Tỉnh Trưởng Đặng Sỹ đã nổ súng và ném lựu đạn (Hồ sơ số 116). Tuy nhiên, trong một điện văn khác ông Đại sứ Nolting, sau khi hội kiến với TT Ngô Đình Diệm cho biết ông Diệm vẫn cho rằng Việt cộng hoặc thành phần bất đồng chính kiến đã ném lựu đạn vào đám đông. (Hồ sơ số 131)

112. ĐIỆN VĂN TỪ TÒA LÃNH SỰ TẠI HUẾ GỬI VỀ BỘ NGOẠI GIAO HOA KỲ[1]

Huế, ngày 9 tháng 5-1962 - lúc 3 giờ chiều

Điện văn số 4. Đại Lễ Phật Đản tại Huế ngày 8 tháng 5 đã trở thành một cuộc biểu tình lớn ở Đài Phát Thanh Huế từ 8 giờ tối đến 11 giờ 30 tối, giờ địa phương. Vào lúc 11 giờ 45, khoảng 3.000 người tụ tập và bị canh gác bởi 8 xe thiết giáp, một đại đội Dân vệ, một đại đội thiếu quân số của Quân đội VNCH, xe bọc sắt của cảnh sát, và một số súng carbine bắn chỉ thiên để giải tán đám đông, rõ ràng không hỗn loạn nhưng lại có vẻ đe dọa dưới mắt nhà cầm quyền. Lựu đạn nổ ở thềm đài phát thanh làm chết 4 trẻ em, một phụ nữ. Các chuyện khác xảy ra, có lẽ vì hốt hoảng, làm chết thêm 2 trẻ em và một người không rõ tuổi. Tổng cộng thương vong đêm này là 8 người chết và 4 bị thương. [2]

---

[1] Nguồn: Bộ Ngoại Giao Hoa Kỳ. Hồ sơ trung ương, POL 25 S VIET. Mật. Xem xét tức khắc. Nhận lúc 8:33 giờ sáng. (Foreign Relations of the United States, 1961-1963 Volume III, Vietnam, January-August 1963, Document 112... - ND)

[2] Lúc 7 giờ tối, Tòa Đại Sứ Mỹ tại Sài Gòn gửi bản Phúc trình thứ nhì vụ này về Washington, nói rằng có 7 người chết và 7 người bị thương. Tòa Đại Sứ ghi nhận rằng lính VNCH có thể đã bắn vào đám đông, nhưng hầu hết thương vong, theo Tòa Đại Sứ báo cáo, là từ một quả bom, một loại lựu đạn sát thương, "từ đám đông quần chúng. " Tòa Đại Sứ thấy rằng mặc dù không có dấu hiệu Việt cộng liên hệ tới vụ này, VC có thể dự kiến sẽ khai thác các cuộc biểu tình tương lai. (Điện tín 1005 từ Sài Gòn, ngày 9-5-1963; nguồn như trên, SOC 14-1 S VIET). Thiệt hại trong ngày 8-5-1063 tại Huế thường được ghi là 9 người chết và 14 người bị thương. (United States-Vietnam Relations, 1945-1967, Sách 3, trang 5; Hilsman, To Move a Nation, tr. 468; Mecklin, Mission in Torment, tr. 153). Trong một lượng định chi tiết về biểu tình của Phật tử tại Huế các ngày 8-10 tháng 5-1963, Lãnh Sự Helble báo cáo rằng 7 người chết trong đêm 8-5, và một

112. TELEGRAM FROM THE CONSULATE AT HUE TO THE DEPARTMENT OF STATE[1]

Hue, May 9, 1963, 3 p. m.

4. Buddha Birthday Celebration Hue May 8 erupted into large-scale demonstration at Hue Radio Station between 2000 hours local and 2330 hours. At 2245 hours estimated 3,000 crowd assembled and guarded by 8 armored cars, one Company CG, one Company minus ARVN, police armored cars and some carbines fired into air to disperse mob which apparently not unruly but perhaps deemed menacing by authorities. Grenade explosion on radio station porch killed four children, one woman. Other incidents, possibly some resulting from panic, claimed two more children plus one person age unknown killed. Total casualties for evening 8 killed, 4 wounded. [2]

---

[1] Source: Department of State, Central Files, POL 25 S VIET. Secret; Operational Immediate. Received at 8:33 a. m.

[2] At 7 p. m. the Embassy in Saigon sent a second report of the incident to Washington, listing seven dead and seven injured. The Embassy noted that Vietnamese Government troops may have fired into the crowd, but most of the casualties resulted, the Embassy reported, from a bomb, a concussion grenade, or "from general melee". The Embassy observed that although there had been no indication of Viet Cong activity in connection with the incident, the Viet Cong could be expected to exploit future demonstrations. (Telegram 1005 from Saigon, May 9; ibid. , SOC 14-1 S VIET) Subsequent accounts of the May 8 incident in Hue have generally listed the casualties as nine killed and fourteen wounded. (United States-Vietnam Relations, 1945-1967, Book 3, p. 5; Hilsman, To Move a Nation, p. 468; Mecklin, Mission in Torment, p. 153) In a detailed assessment of the Buddhist demonstrations in Hue May 8-10, Consul Helble reported

Nguyên nhân phía sau của vụ này bắt nguồn từ ngày 7 tháng 5, khi cảnh sát cố thi hành luật cấm treo cờ, trừ quốc kỳ.[1] Cảnh sát đã gặp phải sự đối kháng khắp nơi khi hàng ngàn lá cờ Phật giáo đã treo lên. Theo yêu cầu của cảnh sát, đêm 7 tháng 5, Tỉnh Trưởng [Nguyễn Văn] Đẳng[i] rút lại lệnh cấm. Sáng ngày 8 tháng 5, một cuộc biểu tình nổ ra tại chùa Từ Đàm vì thầy Hội trưởng [Hội Phật giáo Trung phần], với sự hiện diện của Phật tử Đẳng,[ii] đã đọc diễn văn chỉ trích việc chính phủ VNCH đàn áp tự do tôn giáo trong khi ưu đãi Thiên Chúa giáo. Các biểu ngữ tuần hành chống chính phủ VNCH được giương lên. Các bản dịch sẽ được chuyển tới [Washington] ngay khi chuẩn bị xong.

---

trong số bị thương sau đó đã chết. Ông ghi nhận rằng có thêm khoảng 15 người biểu tình bị thương, nhưng thêm rằng con số chính xác khó biết. Có 2 người trong số bị giết là trẻ em, chết vì bị xe thiết giáp cán chết. (Điện văn A-20 từ Huế, ngày 3 tháng 6-1963; Bộ Ngoại Giao, Central Files, SOC 14-1 S VIET)

[1] Luật hạn chế treo cờ tôn giáo đưa ra theo Nghị Định 189/BNV/NA/P5, hiệu lực từ ngày 12 tháng 5-1958. Theo luật, cờ tôn giáo có thể treo riêng ở lễ hội tôn giáo ở nơi thờ phượng hay nhà riêng với sự cho phép của chính quyền địa phương. Trong điện văn A-20, dẫn ở chú thích 2 nêu trên, Helbe ghi nhận rằng luật này "chưa bao giờ được tôn trọng" cho tới khi có nỗ lực thi hành tại Huế, hiển nhiên là do lệnh từ Tổng Thống Diệm, vào ngày lễ Phật giáo quan trọng nhất trong năm. (Bản văn quy định trong Nghị Định 189 nằm trong bản văn ban hành bởi Thị Trưởng Đà Nẵng ngày 8-4-1963, đã được chuyển về Washington trong phụ lục 6 của điện văn A-20.)

[i] Điện văn viết tắt là Dang, trong khi Tỉnh Trưởng lúc đó là Nguyễn Văn Đẳng, và Phó Tỉnh Trưởng Nội An là Thiếu Tá Đặng Sỹ - chữ Dang có thể dễ gây nhầm lẫn giữa tên ông Tỉnh trưởng và họ của ông Phó. - (Chú thích của người dịch - ND)

[ii] Có lẽ muốn nói Tỉnh Trưởng Nguyễn Văn Đẳng là Phật tử - (ND)

Background this incident started May 7 when police attempted enforce law that no flags other than Viet-Namese to be flown.[1] Police apparently encountered popular resistance to enforcement of law as thousands Buddhist flags publicly displayed. At police request evening May 7 Province Chief Dang reportedly rescinded order. Morning May 8 demonstration at large Tu Dam Pagoda resulted in speech by Chief Bonze in presence Buddhist Dang criticizing GVN suppression freedom religion, favoritism of Catholics. Parade banners during day anti-GVN orientated. Translations of same will be forwarded when available.

---

that seven people died on the evening of May 8, and one of those injured subsequently died. He noted that approximately 15 additional demonstrators were injured, but added that exact figures were difficult to determine. Two of those killed, both children, died from being crushed by armored vehicles. (Airgram A-20 from Hue, June 3; Department of State, Central Files, SOC 14-1 S VIET)

[1] The law limiting the use of religious flags was established by Decree 189/BNV/NA/P 5, which became effective on May 12, 1958. According to the law, religious sect flags could be flown only on religious holidays at places of worship or private homes with the permission of the local authorities. In airgram A-20, cited in footnote 2 above, Helble noted that the law was "never observed" until the attempt to enforce it, apparently on orders from President Diem, at Hue on the most important Buddhist holiday of the year. (The text of the regulations outlined in Decree 189 is contained in a communique issued by the Mayor of Danang on April 8, 1963, which was transmitted to Washington as enclosure 6 to airgram A-20)

Đêm 8 tháng 5, đám đông tập họp ở đài phát thanh, nơi Thượng tọa Hội trưởng [Hội Phật giáo Trung phần] theo dự tính sẽ có bài diễn văn được phát sóng. Giờ chót, chính quyền từ chối không cho phép. Các vị tăng sĩ ở đó kêu gọi dân chúng bình tĩnh. Vòi rồng và lệnh thúc giục giải tán của Tỉnh Trưởng không giải tán được đám đông. Quân đội kéo đến và ra lệnh giải tán.

Các tu sĩ Phật giáo kêu gọi đứng yên, đừng chống đối. Phía chính quyền nói là có một số người ném đá vào đài phát thanh, mặc dù có dấu hiệu cho thấy nói thế không đúng. Rồi có tiếng súng nổ.

Lúc 11 giờ trưa ngày 9 tháng 5, Tỉnh Trưởng nói chuyện trước khoảng 800 người biểu tình trẻ, giải thích rằng phản ứng của đám đông [lúc đó] bị thúc đẩy bởi những kẻ đối nghịch kích động nên quân đội buộc phải hành động để giữ trật tự. Vị Thượng tọa Hội Trưởng kêu gọi đám đông giải tán êm thắm và nộp các lá cờ. Có tiếng một số người trong đám đông hô khẩu hiệu "Đả đảo Thiên Chúa giáo".

Lúc đó, Huế yên tĩnh. Không thấy có việc động binh khác thường và kiểm soát quần chúng. Tuy nhiên, tình hình rất dao động và có tin cuộc biểu tình của Phật tử sẽ xảy ra vào chiều ngày 9 tháng 5. Phật tử rất phẫn nộ. Cộng đồng người Mỹ được cảnh báo Tình trạng Khẩn Cấp Bậc 2, nhưng không thấy đe dọa nào cho người Mỹ lúc này.

Ký tên: Helble[i]

Nguồn: http://thientrithucvn.blogspot.com/2013/01/no-o-hue-ngay-9thang-5-1963-nguon.html

[i] Tổng Lãnh Sự ở Huế vào thời điểm đó.

Evening May 8 crowd gathered at radio station where Head Bonze scheduled broadcast speech. Permission refused at last minute by GVN. Bonzes on scene urged people remain peaceful. GVN fire hoses and exhortations of Province Chief unsuccessful in dispersing crowd. Troops arrived and ordered dispersal.

Bonzes said stand still, do not fight, GVN claims some threw rocks at radio station, although indications are this not true. Firing then broke out.

1100 hours May 9, Province Chief addressed estimated 800 youth, demonstrators, explained crowd actions spurred by oppositionist agitators had necessitated troop action to maintain order. Head Bonze requested crowd disperse peacefully and turn in flags. Some of crowd heard chanting "down with Catholicism".

At moment Hue quiet. Population controls and unusual troop deployment not observed. However, situation very fluid and reports of Buddhist demonstration to occur afternoon May 9 flowing in. Buddhists very upset. American community on Emergency Phase II Alert but no threat to Americans apparent at present.

Helble

Source: www. history.state.gov/ historicaldocuments/frus1961-63v03/d112

115. ĐIỆN VĂN TỪ BỘ NGOẠI GIAO MỸ GỬI TỚI TÒA ĐẠI SỨ MỸ Ở VIỆT NAM[1]

Từ Washington, ngày 9-5-1963
- lúc 3 giờ 24 phút chiều

Điện văn số 1066. *[Liên quan đến:] Điện văn số 4 từ Huế gửi về Bộ Ngoại Giao.*[2] - Tòa Đại Sứ được toàn quyền hành động theo hướng khuyến cáo là hãy thúc giục chính phủ Nam VN đừng đưa ra các biện pháp đàn áp Phật tử, hãy bày tỏ thương cảm và giúp chi phí tang lễ cho các gia đình nạn nhân cuộc biểu tình, hãy thực hiện bất kỳ hành vi thích hợp nào để tái lập trật tự và quan hệ thân hữu giữa các nhóm tôn giáo.

Ký tên: Rusk[i]

---

[1] Nguồn: Bộ Ngoại Giao Hoa Kỳ, Hồ Sơ Trung Ương, SOC 14-1 S VIET. Mật; Tức khắc giải quyết. Soạn thảo bởi Heavner và thông qua bởi Rice. Gửi lại tới Tư lệnh Quân lực Hoa Kỳ vùng Thái Bình Dương, dành cho các Cố vấn Chính sách. (**CINPAC** là viết tắt của Commander-in-Chief, Pacific, Tư Lệnh Quân Lực Hoa Kỳ vùng Thái Bình Dương; **POLAD** là viết tắt của Policy Advisors, Cố Vấn Chính Sách - ND)

[2] Hồ sơ số 112.

[i] Ngoại Trưởng Hoa Kỳ vào thời điểm đó. (ND)

115. TELEGRAM FROM THE DEPARTMENT OF STATE TO THE EMBASSY IN VIETNAM[1]

Washington, May 9, 1963, 3:24 p. m.

1066. Hue 4 to Dept.[2] At your discretion suggest you urge GVN take no repressive measures against Buddhists, offer sympathy and funeral expenses to families of demonstration victims, make any other appropriate gestures toward restoration of order and amity between religious groups.

Rusk

Source: https://history.state.gov/historicaldocuments/frus1961-63v03/d115

[1] Source: Department of State, Central Files, SOC 14-1 S VIET. Secret; Operational Immediate. Drafted by Heavner and cleared by Rice. Repeated to CINCPAC for POLAD.

[2] Document 112.

116. ĐIỆN VĂN TỪ LÃNH SỰ QUÁN Ở HUẾ GỬI VỀ BỘ NGOẠI GIAO HOA KỲ[1]

Huế, ngày 10 tháng 5-1963 - lúc 2 giờ sáng

Điện văn số 5. Sáng sớm ngày 10 tháng 5, Huế yên tĩnh. Lệnh giới nghiêm từ 9 giờ tối đã hiệu lực. Ngày 9 tháng 5, đám đông 3.000 người tụ tập trước đài phát thanh lúc 5 giờ chiều, giờ địa phương. Vị Thượng tọa Hội Trưởng Hội Phật giáo Trung phần là Thích Trí Quang kêu gọi dân chúng giải tán ôn hòa. Thượng tọa hứa sẽ tổ chức hội họp vào ngày sau. Yêu cầu của Thượng tọa được tuân theo. Thượng tọa Trí Quang đến lúc này đã có ít nhất ba lần chứng tỏ khả năng điều hành được tín đồ. Rõ ràng ông được tôn trọng như một tăng sĩ độc lập, không lệ thuộc chính quyền. Các xe loa di động của chính phủ VNCH chạy quanh đường phố đêm 9-5, kêu gọi dân chúng bình tĩnh, tránh tụ tập nơi công cộng, tôn trọng lệnh giới nghiêm.

Phong Trào Cách Mạng Quốc Gia[i] bảo trợ cho một cuộc tụ tập dân chúng lúc 15:00 giờ chiều ngày 9 tháng 5, để lên án "Việt cộng khủng bố trong đêm 8 tháng 5" đã không được dân chúng tham dự và [thế là] không thấy có diễn văn nào. Theo báo cáo, một đám đông hầu hết là giới trẻ đã diễu hành quanh một phần cổ thành Huế trong nhiều giờ từ sáng sớm ngày 9 cho tới 4 giờ, hô khẩu hiệu đả đảo chính phủ ông Diệm.

Theo tường thuật thì các biểu ngữ Phật giáo ngày 8-5 trước đó kêu gọi bình đẳng tôn giáo. [Họ] phản đối lệnh hạ cờ tôn giáo, thúc giục sẵn sàng hy sinh cho chính nghĩa Phật giáo. Hình ảnh do BPAO của

[1] Nguồn: Bộ Ngoại Giao, Hồ sơ Trung ương, SOC 14-1 S VIET. Mật; Xử lý tức khắc. Cũng gửi về Saigon.

[i] National Revolutionary Movement, viết tắt trong điện văn là NRM. (ND)

LEGRAM FROM THE CONSULATE AT HUE TO E DEPARTMENT OF STATE[1]

Hue, May 10, 1963, 2 a. m.

5. Early AM May 10 Hue quiet. 9 PM curfew now in effect. May 9 crowd of 3,000 gathered radio station 1700 hours local. Chief Bonze Central Vietnam Tri Quang called on people disperse quietly. He promised call meeting later date. His request obeyed. Quang has now demonstrated on at least three occasions his ability handle his followers. He apparently respected as independent, non-GVN Bonze. GVN mobile loudspeakers roamed streets evening May 9 calling on population stay calm, avoid public assemblies, respect curfew.

NRM sponsored public meeting at 1500 hours May 9 for purpose condemnation "Viet Cong terrorist act evening May 8" drew no audience whatsoever and speeches never came off. Large group mostly youths, reported to have marched around old citadel part of Hue several hours early 9th until 0400 hours chanting down with Diem government.

Theme Buddhist banners May 8 reported earlier called for equality of religion. Protested order take religious

---

[1] Source: Department of State, Central Files, SOC 14-1 S VIET. Secret; Operational Immediate. Also sent to Saigon.

Cơ quan Thông tin Hoa Kỳ (USIS) chuyển đến có nội dung phù hợp.[i]

Có tin Thượng tọa Thích Trí Quang kêu gọi tất cả Phật tử miền Trung VN nếu có thể hãy đến Huế vào ngày 10 tháng 5 để tham dự tang lễ tập thể các nạn nhân chết ngày 8 tháng 5. Có tin Thượng tọa cũng đã yêu cầu Phật tử xuống đường ở tất cả các tỉnh. Vào trưa ngày 8 tháng 5, trước cuộc thảm sát, có tin Thượng tọa đã gửi điện văn đến Tổng Thống Diệm và tổ chức Phật giáo ở Rangoon để phản đối lệnh cấm treo cờ. Lệnh này có tên là Nghị Định Số 10[1] ban hành bởi Bộ Nội Vụ Sài Gòn hồi năm ngoái.

Tiểu đoàn lính dù người Nùng đã tới Huế ngày 9 tháng 5. Tất cả chứng cớ cho thấy khi các chiến binh VNCH trong đêm mồng 8 từ chối lệnh đàn áp đám đông, [thì] lực lượng Dân vệ dưới quyền Thiếu Tá Phó Tỉnh Trưởng Đặng Sỹ đã nổ súng. Đến lúc này thì không nghi ngờ gì nữa, chính một người trong nhóm này đã ném lựu đạn. Tỉnh Trưởng [Nguyễn Văn]

---

[1] Đúng ra là Nghị Định 189. Xem ghi chú 3 của hồ sơ 112. Dụ Số 10, điều trở thành vấn đề trung tâm trong khủng hoảng Phật giáo, nguyên ban hành bởi Hoàng Đế Bảo Đại ở Vichy, Pháp Quốc, ngày 6 tháng 8-1950. Qua sự diễn dịch bởi chính quyền Diệm, luật này chi phối hoạt động của Phật giáo, cũng như các đảng phái chính trị, hội nghề nghiệp, và hội thể thao. Tuy nhiên, luật này đã trao cho "một vị thế đặc biệt sẽ được mô tả sau giành cho các hội truyền giáo Công Giáo và Tin Lành và cho các bang hội Hoa Kiều." (Bản văn, xin đọc ở Journal officiel de la République du Viet-Nam, Số 34, ngày 26 tháng 8-1950, các trang 434-437; bản Anh dịch, được bổ túc bởi Sắc Lệnh Số 6, ngày 3 tháng 4-1954, in làm bản bổ sung Annex XV to U. N. doc. A/5630, ngày 7 tháng 12, 1963.)

[i] Điện văn số 4 (Hồ sơ số 112) trước đó nói rằng các biểu ngữ có nội dung chống chính phủ VNCH. Đoạn này có nội dung đính chính. (ND)

flags down, urged no refusal sacrifice for Buddhist cause. USIS BPAO forwarding photographs same.

Bonze Quang has reportedly called upon all Buddhist followers in Central Vietnam who can come to Hue May 10 do so for mass funeral victims evening May 8. Reportedly he also has ordered meetings of Buddhists in all provinces. At noon May 8, prior killings, he reportedly sent telegrams to President Diem and Buddhist organization Rangoon protesting order take down flags. This order here known as Decree Number 10[1] issued by Minister Interior Saigon last year.

Nung battalion paratroops arrived Hue May 9. All evidence indicates ARVN present incident evening 8th refused take action against population, CG under Deputy Province Chief Major Sy unit which fired. Little question now that one of these threw grenade. Province Chief Dang apparently has gained stature during

[1] The correct reference is to Decree 189; see footnote 3, Document 112. Decree 10, which became a central issue in the Buddhist crisis, was issued by Emperor Bao Dai at Vichy, France on August 6, 1950. It established regulations governing the creation and functioning of associations in Vietnam. As interpreted by the Diem government, the law governed the functioning of the Buddhist religion, as well as political parties, trade unions, and sports associations. The law provided, however, that "a special status shall be prescribed later for Catholic and Protestant missions and for Chinese congregations". (For text, see Journal officiel de la Republique du Viet-Nam, No. 34, August 26, 1950, pp. 434-437; the English language text, as amended by Ordinance No. 6 of April 3, 1954, is printed as Annex XV to U. N. doe. A/5630, December 7, 1963.)

Đẳng có vẻ như được thêm uy tín qua các diễn biến này, còn Đặng Sỹ đang bị xem là kẻ xấu. Em trai của Tổng thống, ông Ngô Đình Cẩn, theo tường thuật là đã được thông báo đầy đủ mọi diễn biến, nhưng không biết rõ được ông ta nghĩ gì trước tình hình này.

Lễ tang tập thể vào ngày 10 tháng 5 có lẽ sẽ diễn ra ôn hòa, mặc dù Việt cộng đã có đủ thời gian để phản ứng và có thể sẽ cố tìm cách kích động một điều gì đó ngay sau lễ tang, một sự kiện rất có thể sẽ được nhiều ngàn người tham dự. Các công sở ở Huế đã nhận lệnh từ chính quyền vùng duyên hải Trung Phần phải túc trực 24/24 để *"đề phòng sự xâm nhập của Việt cộng"* và luôn trong tình trạng sẵn sàng vũ khí tác chiến. Tình hình có thể sẽ xấu đi.

[Tâm trạng] người dân phải nói là đang căng thẳng. Sự kéo dài và tăng thêm cường độ khủng hoảng là khác thường xét theo bản tính nói chung thường thụ động của người Việt Nam đối với các cuộc biểu tình công khai. Người dân dường như chịu tác động rất mạnh từ bài diễn văn của thầy [Hội trưởng] vào buổi sáng ngày 8 với câu *"đã đến lúc phải đấu tranh"*. Tuy rằng từ ngữ *"đấu tranh"* có thể là cường điệu hóa, nhưng người dân dường như quả thật có sự khao khát mong đợi một biến cố nào đó sau những năm dài nhiều bất mãn của người Phật tử. Biểu ngữ của sinh viên sáng ngày 9 ghi rằng: *"Hãy giết chúng tôi đi!"* Những người xuống đường bày tỏ mong muốn mãnh liệt cho cả thế giới đều biết về vụ thảm sát ngày 8-5. Mặc dù chính phủ VNCH quy trách nhiệm cho Việt cộng, người dân chẳng ai tin vào điều này.

Ký tên: Helble

developments, Sy being considered villain. Brother of President, Ngo Dinh Can, reportedly informed of all developments, but not clear as to his feelings re situation.

Mass funeral May 10 probably will be peaceful, although VC have had sufficient time to react and may attempt touch off something following funerals which likely be attended by thousands. Government offices in Hue ordered now by government delegate CVN lowlands to have all personnel remain in office 24 hours a day to "prevent VC infiltration" and have available all possible weapons. May aggravate situation.

Population must be judged as tense. Duration and intensity of crisis unusual in view generally passive nature Vietnamese in terms public demonstrations. People seem to have taken seriously Bonze speech morning 8th "now is time to fight". While word fight perhaps overemphatic, desire of people seems to be to have some sort of showdown following years of frustration for Buddhists. Student banner morning 9th "please kill us". Man on street expressing great desire for world to know of killings on 8th. While GVN line is VC responsible, no credibility this among population.

Helble

Source: https://history.state.gov/historicaldocuments/frus1961-63v03/d116

118. BẢN TUYÊN NGÔN CỦA PHẬT GIÁO VIỆT NAM[1]

Huế ngày 10 tháng 5 năm 1963

Đã từ nhiều ngàn năm, tăng ni và tín đồ Phật giáo trên thế giới cũng như trong nước vẫn trung thành với tôn chỉ: Từ bi, Vị Tha và Như Thật của Đức từ phụ Thích Ca Mâu Ni. Do đó, Phật giáo đến đâu đều đem lại một không khí an lành ở đó. Điều ấy lịch sử đã chứng minh một cách rõ ràng. Dù vậy, đã từ nhiều năm nay Phật giáo đồ bị khủng bố, đàn áp khắp nơi, chúng tôi vẫn nhẫn nhục, đương nhiên không phải hèn yếu mà vì ý thức được những nỗi đau khổ, tang tóc của hoàn cảnh dân tộc ta hiện tại. Nhưng đau đớn thay, một số người đã lợi dụng quyền hành gây ra không biết bao nhiêu tang tóc đối với tăng ni và tín đồ Phật giáo khắp nước, đối xử một cách bất công với một tôn giáo có hàng nghìn năm lịch sử của dân tộc.

---

[1] Nguồn: Bộ Ngoại Giao, Hồ sơ Trung ương, POL 13-6 S VIET. Chưa phân loại; Bản dịch. Được chuyển về trong hồ sơ phụ đính A của điện văn A-781 gửi từ Sài Gòn, ngày 10 tháng 6. Một bản dịch hơi khác biệt của tuyên ngôn này đã được chuyển về trong phụ kiện số 5 của điện văn A-20 gửi từ Huế, ngày 3 tháng 6. (Ibid., SOC 14-1 S VIET) Tuyên ngôn này được công bố trong một cuộc họp mở rộng của Tăng Ni và Phật tử tại chùa Từ Đàm, Huế, vào ngày 10 tháng 5. Năm yêu cầu được đưa ra trong tuyên bố này sau đó được nêu rõ trong một số văn bản đề cập đến việc giải quyết cuộc khủng hoảng Phật giáo và được chuyển đến chính phủ của ông Diệm vào ngày 13 tháng 5. (Tham chiếu Hilsman, To Move a Nation, trang 469; Mecklin, Mission in Torment, trang 154)

D OF VIETNAMESE BUDDHIST CLERGY FUL[1]

Hue, May 10, 1963.

For many thousands of years the Buddhist clergy and faithful throughout the world as well as within the country have been loyal to the principles of benevolence, altruism and honesty espoused by Buddha. Because of this, Buddhism has gradually evolved an atmosphere of tranquillity. History has clearly proven this point. Thus, for many years Buddhists have been terrorized and repressed everywhere. Because of our conscience, we are still resigned, although not cowardly so, in the face of the suffering and mourning of our present national circumstances. But our sorrow has been taken advantage of by the authorities to cause untold mourning among the Buddhist clergy and faithful in the country. Buddhism has been condemned in a manner unjust to a religion which has existed in the country for thousands of years. From these actions we can perceive the bad intention of the authorities. They even have smashed

---

[1] Source: Department of State, Central Files, POL 13-6 S VIET. Unclassified; Translation. Transmitted as attachment A to airgram A-781 from Saigon, June 10. A slightly variant translation of this manifesto was transmitted as enclosure 5 to airgram A-20 from Hue, June 3. (Ibid. , SOC 14-1 S VIET) The manifesto was issued at a mass meeting of Buddhist clergy and faithful at Tu Dam Pagoda in Hue on May 10. The five demands put forward in this declaration are those which have been described in some of the memoir accounts dealing with the Buddhist crisis as having been addressed to the Diem government on May 13. (Hilsman, To Move a Nation, p. 469; Mecklin, Mission in Torment, p. 154)

Từ hành động này đến hành động khác, thậm c
chà đạp lên quyền lợi thiêng liêng nhất của Phật gi
đồ: Cờ Phật giáo quốc tế bị triệt hạ. Quyết định này đã trái hiến pháp và ngang nhiên vi phạm quyền tự do tín ngưỡng. Trước những hành động bất công đó, bắt buộc tăng ni và tín đồ khắp trong nước chúng tôi phải đứng dậy tranh đấu cho lý tưởng của mình.

Sự kiện xảy ra 3 ngày nay chính là phản ánh tinh thần đó. Máu đã chảy, nhân mạng đã bị hy sinh, một lần nữa, chúng tôi cương quyết đề đạt những nguyện vọng dưới đây lên chính phủ, yêu cầu thực thi 5 điểm:

1. *Yêu cầu chính phủ Việt Nam Cộng Hòa thu hồi vĩnh viễn công điện triệt giáo kỳ của phật giáo.*
2. *Yêu cầu Phật giáo phải được hưởng một chế độ đặc biệt như các Hội Truyền Giáo Thiên Chúa đã được ghi trong Đạo dụ số 10.*[1]
3. *Yêu cầu Chính phủ chấm dứt tình trạng bắt bớ, khủng bố tín đồ Phật giáo.*
4. *Yêu cầu cho Tăng ni, tín đồ Phật giáo được tự do truyền đạo và hành đạo.*
5. *Yêu cầu Chính phủ đền bồi một cách xứng đáng cho những kẻ bị chết oan vô tội và kẻ chủ mưu giết hại phải đền tội đúng mức.*

Những điều trên đây là những nguyện vọng tối thiểu và thiết tha nhất của toàn thể tăng ni và tín đồ Phật giáo trong cả nước. Chúng tôi sẵn sàng hy sinh

[1] Xem ghi chú số 2, hồ sơ 116.

the most sacred symbol of the Buddhists by taking down the International Buddhist flag. This decision is contrary to the Constitution and brazenly violates the freedom of religious worship. In the face of these unjust actions, the monks and faithful throughout our country must rise up and struggle for their ideals.

The incident which occurred three days ago really affected morale. Blood flowed and human lives were once again sacrificed, so we are now determined to place our hopes before the government and to request the following points:

1. To request that the Government of the Republic of Vietnam permanently retract the official cable repressing the Buddhist religious flag.
2. To request that Buddhists be allowed to enjoy a special regime such as that allowed to Catholics according to Decree 10.[1]
3. To request the government to stop arrests and terrorization of Buddhist followers.
4. To request that Buddhist bonzes and faithful be allowed freedom to preach and observe their religion.
5. To request that the government make worthwhile compensation for those innocent persons who were killed, and mete out proper punishment to the instigators of the murders.

The points mentioned above express the most ardent hopes of Buddhist bonzes and followers in the entire country. We are prepared to make sacrifices until such

[1] See footnote 2, Document 116.

cho đến khi nào những nguyện vọng hợp lý trên được thực hiện.[1]

Phật lịch 2507
Ngày 10 tháng 5 năm 1963.

Hòa thượng Tường Vân[i]
Hội Chủ Tổng Hội Phật giáo Việt nam

Thượng tọa Mật Nguyện
Ban Trị sự Giáo hội Tăng-già Trung phần

Thượng tọa Mật Hiển
Ban Trị sự Giáo hội Tăng-già Thừa Thiên

Thượng tọa Trí Quang
Ban Trị sự Hội Phật giáo Trung phần

Thượng tọa Thiện Siêu
Ban Trị sự Tỉnh Hội Phật giáo Thừa Thiên[ii]

---

[1] Vào ngày 13 tháng 5, một đại diện của Chính phủ Diệm đã có cuộc gặp với một phái đoàn lãnh đạo Phật giáo để xem xét những yêu cầu được vạch ra trong Tuyên bố ngày 10 tháng 5. Quan chức chính phủ này cho rằng hầu hết các mối lo ngại của Phật tử đều là vô căn cứ, nhưng cũng nói rằng chính phủ sẽ xem xét đến những điều đó. Tuy nhiên, ông ta cũng nói thêm rằng, Tuyên bố của Phật giáo đưa ra có ngôn từ quá đáng và có vẻ như một tối hậu thư. Ông ta cho rằng phương cách như như thế là sai lầm. Biên bản cuộc thảo luận giữa quan chức Chính phủ Việt Nam không rõ tên này và phái đoàn Phật giáo đã được chuyển về trong phụ kiện số 1 của điện văn A-20 gửi đi từ Huế. Vào ngày 15 tháng 5, một phái đoàn các lãnh đạo Phật giáo đã đề đạt các yêu cầu của Phật tử lên Tổng thống Diệm, trong một cuộc gặp mặt với ông ta tại Dinh Tổng thống ở Sài Gòn. Về tường thuật nội dung cuộc họp này, xem hồ sơ số 129.

[i] Tức Hòa thượng Tịnh Khiết. (ND)

[ii] Nội dung điện văn có sự nhầm lẫn không phân biệt được hai tổ chức Tỉnh hội Phật giáo Thừa Thiên và Giáo hội Tăng-già Thừa Thiên nên ghi giống nhau. Toàn bộ nội dung văn bản được chúng tôi trích lại từ nguồn văn bản tiếng Việt, bản dịch sang tiếng Anh trong điện văn có đôi chỗ không hoàn toàn chính xác. (ND)

time as the reasonable aspirations mentioned above are realized.[1]

Buddhist Year 2307[i]
Hue, 10 May 1963
Bonze Tuong Van
President, Vietnam General Association of Buddhists
Bonze Mat Nguyen
Board of Directors of the Central Vietnam Bonze Association
Bonze Mat Hien
Board of Directors of the Thua Thien Bonze Association
Bonze Tri Quang
Board of Directors of the Central Vietnam Buddhist Association
Bonze Thien Sieu
Board of Directors of the Thua Thien Bonze Association

Source: https://history.state.gov/historicaldocuments/frus1961-63v03/d118

---

[1] On May 13 a representative of the Diem government met in Hue with a delegation of Buddhist leaders to consider the demands outlined in the May 10 declaration. The government official suggested that most of the Buddhist concerns were groundless, but indicated that the government would consider them. He added, however, that the Buddhist declaration was extreme in language and appeared to be an ultimatum. Such an approach, he indicated, was a mistake. A memorandum of the discussion between an unnamed Vietnamese Government official and the Buddhist delegation was transmitted as enclosure 1 to airgram A-20 from Hue. On May 15 a delegation of Buddhist leaders took up the Buddhist demands with President Diem in a meeting with him at the Presidential Palace in Saigon. For a report of that meeting, see Document 129.

[i] Điện văn ghi nhầm là 2307, đúng ra là 2507.

131. ĐIỆN VĂN TỪ TÒA ĐẠI SỨ MỸ Ở VIỆT NAM GỬI VỀ BỘ NGOẠI GIAO HOA KỲ[1]

Sài Gòn, ngày 22 tháng năm 1963,
lúc 2 giờ chiều

Điện văn số 1050. *[Liên quan đến:] Tư lệnh Quân lực Thái Bình Dương, dành cho các Cố vấn Chính sách. Điện văn số 1117[2] từ Bộ Ngoại giao.* - Trong cuộc họp với ông Diệm vào ngày 18 tháng Năm, ông ấy đã dành khoảng hai giờ cho những câu hỏi về Phật giáo. Tôi đã tìm cách gây ấn tượng với ông ấy về sự cần thiết phải có thêm hành động từ Chính phủ Việt Nam và đặc biệt đề nghị ông tuyên bố công khai và/hoặc bổ nhiệm một ủy ban theo nội dung Điện văn số 1038[3] từ Tòa Đại sứ. Ông Diệm đã không cam kết gì về chuyện ủy ban này và nêu quan điểm rằng một tuyên bố công khai như thế cần được hoãn lại cho đến khi mọi người có đủ thời gian để hiểu rõ được nhiều tuyên bố khác nhau đã được đưa ra, đặc biệt là tại cuộc họp báo được tổ chức bởi các lãnh đạo Phật giáo sau cuộc họp với ông ấy.

Từ những nhận xét mở rộng của ông Diệm, tôi thấy khá rõ ràng ông ấy tin rằng (a) biến cố ở Huế đã được kích động bởi các lãnh đạo Phật giáo, (b) các trường hợp tử vong là do một trái hay nhiều trái lựu đạn ném bởi VC hoặc những thành phần bất đồng chính kiến và không phải do Chính phủ Việt Nam,

---

[1] Nguồn: Bộ Ngoại giao, các tập tin Trung ương, SOC 14-1 S VIỆT. Bí mật; ưu tiên. Lặp đi lặp lại CINCPAC. (Foreign Relations of the United States, 1961-1963 Volume III, Vietnam, January-August 1963, Document 131. - ND)

[2] Xem chú thích 3, hồ sơ 129.

[3] Hồ sơ 129.

131. TELEGRAM FROM THE EMBASSY IN VIETNAM TO THE DEPARTMENT OF STATE[1]

Saigon, May 22, 1963, 2 p. m.

1050. CINCPAC for POLAD. Deptel 1117.[2] During meeting with Diem May 18, he devoted about two hours to Buddhist questions. I sought to impress on him need for further GVN action and specifically suggested public declaration by him and/or appointment commission along lines Embtel 1038.[3] Diem was non-committal re commission and took position that declaration should be deferred until people had had time to reflect on various statements which have been made, particularly at press conference held by Buddhist leaders following meeting with him.

From Diem's extensive remarks to me, it was quite clear that he is convinced that (a) Hue incident was provoked by Buddhist leaders, (b) deaths were caused by grenade or grenades thrown by VC or other dissidents and not by GVN, and (c) certain Buddhist leaders are seeking to

---

[1] Source: Department of State, Central Files, SOC 14-1 S VIET. Secret; Priori-ty. Repeated to CINCPAC.

[2] See footnote 3, Document 129.

[3] Document 129.

và (c) một số nhà lãnh đạo Phật giáo nào đó đang tìm cách sử dụng biến cố Huế này như là phương tiện nâng cao vị trí của mình trong phong trào Phật giáo tranh đấu. Cuối cùng, Diệm dường như cảm thấy rằng toàn bộ sự việc này ít nghiêm trọng hơn là chúng ta nghĩ. Tôi đã nói, tôi hy vọng ông ấy đã không đánh giá thấp mức độ nghiêm trọng của tình hình, và rằng những thông tin của chúng ta là những dữ kiện thật và thái độ của dân chúng hoàn toàn khác với ông ấy.

Liên quan đến đề nghị của Bửu Hội,[1] việc thiết lập một cơ quan chính quyền cấp bộ lo cho các vấn đề tôn giáo có lẽ là điều tốt. Tuy nhiên, tôi không thấy rằng đây là thời điểm thuận lợi để đề xuất, và tôi thành thật nghĩ rằng, dù là lúc nào thì đề nghị này cũng sẽ có nhiều khả năng được chấp thuận hơn nếu được người Việt Nam đưa ra thay vì người Mỹ. Chúng tôi sẽ tạo điều kiện này khi có cơ hội thích hợp.

Nolting[i]

---

[1] Trong bức điện văn số 1117 gửi đến Sài Gòn, Bộ Ngoại giao cũng lưu ý rằng, trong chuyến thăm hiện tại đến Washington, Đại sứ Bửu Hội đã bày tỏ ý tưởng rằng chính phủ Diệm nên bổ nhiệm một quan chức cấp nội các chịu trách nhiệm về các vấn đề tôn giáo. Bửu Hội cho rằng Đại sứ Nolting có thể chuyển ý tưởng này đến với Diệm.

[i] Đại sứ Mỹ tại Việt Nam vào thời điểm đó.

use Hue affair as means of enhancing their own positions within Buddhist movement. Finally, Diem appears to feel that whole affair is far less serious matter than we do. I said I hoped he had not underestimated seriousness of situation; that our information re facts and attitude of people was considerably different from his.

With regard to Buu Hoi's suggestion,[1] there might be merit in creation of Cabinet-level post for religious affairs. I do not feel, however, that this is propitious moment to propose it, and I frankly think that at any time, proposal would have far better chance of acceptance if made by Vietnamese rather than American. We will work toward this at suitable opportunity.

Nolting

Source: https://history.state.gov/historicaldocuments/frus1961-63v03/d131

[1] In telegram 1117 to Saigon, the Department of State also noted that, during his current visit to Washington, Ambassador Buu Hoi had expressed the idea that the Diem government should appoint a cabinet level official responsible for religious affairs. Buu Hoi suggested that Ambassador Nolting might take up the idea with Diem.

CIA BÁO CÁO TỔNG THỐNG MỸ VỀ CUỘC THẢM SÁT HUẾ 1963

BẢN PHÚC TRÌNH

Tình Báo Trung Ương

(Central Intelligence Bulletin)

Central Intelligence Agency (CIA)

United States of America

Phúc trình ngày 11 tháng 5 năm 1963

Đã duyệt bởi Bộ Ngoại Giao Hoa Kỳ

Chấp thuận giải mật ngày 17 tháng 4 năm 2003

Tên hồ sơ: CIA-RDP79T00975A007000150001-7.pdf

LỜI DẪN

Chỉ mấy ngày sau cuộc thảm sát ở Đài phát thanh Huế (8-3-1963), bản Phúc trình này đã được Sở Tình Báo Trung Ương Hoa Kỳ trình lên các cấp cao nhất trong chính phủ Mỹ - trong đó có Tổng Thống, Phó

Tổng Thống, nhiều Bộ Trưởng trong Nội các chính phủ, và các cấp cao nhất về quốc phòng và tình báo. Danh sách các nơi nhận có ghi nơi trang áp chót hồ sơ PDF này.

Bản Phúc trình tình báo này thuộc loại tối mật (Top Secret), và sau khi được giải mật, trong nội dung vẫn còn một trang và một số câu bị xóa trắng để giữ bí mật. Các chỗ chưa giải mật trong hồ sơ PDF này có ghi mã số kế bên là 25X1, để biết là có những chữ được xóa trắng.

Hồ sơ gồm 6 phần, mỗi phần một trang: phần 1 nói về Haiti, phần 2 về Lào Quốc, phần 3 về Nam Việt Nam, phần 4 còn xóa trắng, phần 5 về Indonesia; phần 6 là Ghi chú về Liên Bang Sô Viết, Argentina và Peru.

Nơi đây sẽ dịch riêng phần về Việt Nam, trong đó ghi rằng, khi giải tán đám đông 3.000 Phật tử, *trách nhiệm thảm sát tại Đài Phát Thanh Huế là do 3 lực lượng: cảnh sát, dân vệ và quân đội.*

Hồ sơ CIA nơi đây cũng nói: chính sách của chính phủ ông Diệm là thiên vị Thiên Chúa giáo, nhưng Phật tử trước đến giờ vẫn lặng lẽ chịu đựng, cho tới khi xảy ra biến động Huế.

Kèm theo bản dịch sẽ là ảnh chụp trang 3 hồ sơ, tức phần có nội dung được dịch. Nguyên bản Anh ngữ cũng được trình bày song song để tiện đối chiếu. Tựa đề *"CIA Báo Cáo Tổng Thống Mỹ Về Cuộc Thảm Sát Huế 1963"* là của người dịch ghi vào, để khỏi nhầm với các hồ sơ CIA khác đã dịch. Bản Việt dịch của Cư Sĩ Nguyên Giác.

[PHÚC TRÌNH NGÀY 11-5-1963 VỀ] NAM VIỆT NAM

Một sự bùng phát thái độ chống chính phủ trong các Phật tử ở thành phố Huế vào ngày 8 tháng 5 năm 1963 có thể dẫn đến các hậu quả nghiêm trọng.

Phật tử chiếm khoảng 80% dân số, nhưng trước đây ít bày tỏ bất mãn đối với chính sách thiên vị Thiên Chúa giáo của chính phủ ông Diệm. Bất ổn tại Huế hiển nhiên khởi lên từ một lệnh của chính quyền - sau đó đã bị hủy bỏ - ngăn cấm treo cờ Phật giáo trong lễ hội mừng Phật Đản.

Một diễn giả Phật giáo đã làm sôi sục đám đông nhiều người khi lên án chính quyền đàn áp tự do tôn giáo,[i] và một số người biểu tình đã trưng lên các biểu ngữ chống ông Diệm và chống Thiên Chúa giáo. Những nỗ lực của cảnh sát, dân vệ, và quân đội khi giải tán đám đông khoảng 3.000 người ở Đài phát thanh đã làm chết ít nhất 7 người.

Các sự kiện tiếp theo có thể phát triển do tác động từ lời kêu gọi của các lãnh đạo Phật giáo về việc biểu tình ủng hộ ở các tỉnh khác và do việc chính quyền Huế thực hiện các biện pháp an ninh chặt chẽ hơn. Có tin là một số nhóm Phật tử và những người dân tộc chủ nghĩa chống chính phủ đã có kế hoạch sẽ công bố những tấm ảnh chụp được trong cuộc hỗn loạn, đặc biệt là ở các quốc gia Phật giáo khác.

---

[i] Trong điện văn số 4 (Hồ sơ 112) đề cập đến bài nói chuyện này của Thượng tọa Hội trưởng Thích Trí Quang tại chùa Từ Đàm vào sáng ngày 8 tháng 5.

SOUTH VIETNAM

An outburst of antigovernment sentiment among Buddhists in the major northern city of Hue on 8 May could have serious repercussions.

Buddhists comprise about 80 percent of the population, but there has previously been little manifestation of their resentment against the Catholic orientation of Diem's government. The trouble in Hue apparently arose over a government order - later rescinded - which would have prevented the display of Buddhist flags during the celebration of Buddha's birthday.

A Buddhist spokesman aroused crowds by charging the government with suppressing religious freedom, and some demonstrators carried anti-Diem and anti-Catholic banners. The efforts of police, Civil Guardsmen, and army troops to disperse a crowd of about 3,000 at the radio station resulted in the death of at least seven persons.

Further incidents could develop as a result of the call by Buddhist leaders for sympathy demonstrations in other provinces and of heightened security measures taken by the government in Hue. Some Buddhist circles and other antigovernment nationalists reportedly plan to publicize photographs taken during the disturbance, particularly in other Buddhist countries.

ẢNH CHỤP TRANG 3 TRONG TÀI LIỆU PDF

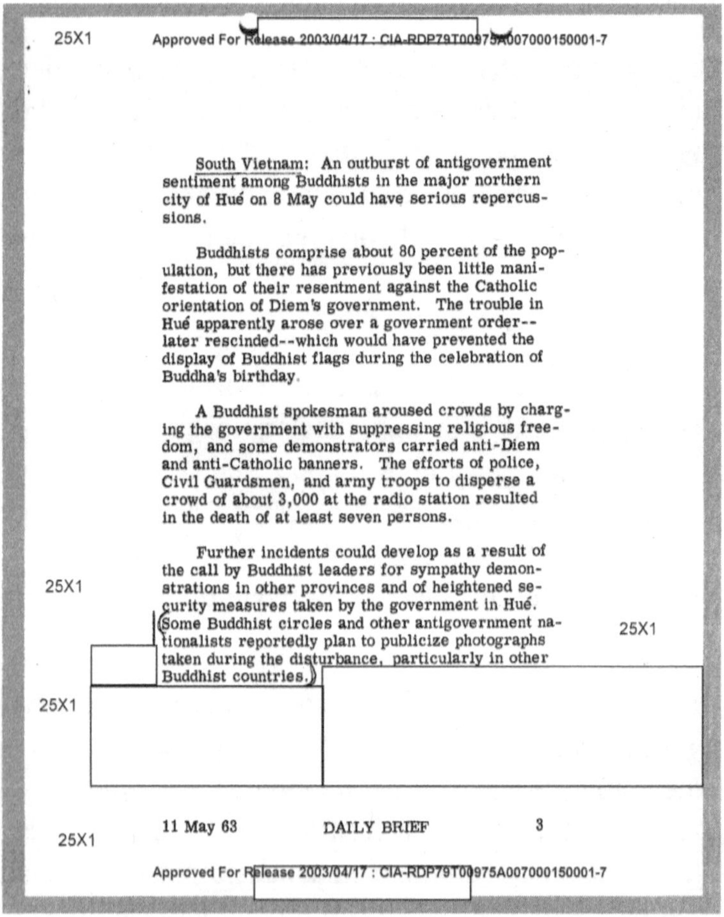

25X1

South Vietnam: An outburst of antigovernment sentiment among Buddhists in the major northern city of Hué on 8 May could have serious repercussions.

Buddhists comprise about 80 percent of the population, but there has previously been little manifestation of their resentment against the Catholic orientation of Diem's government. The trouble in Hué apparently arose over a government order--later rescinded--which would have prevented the display of Buddhist flags during the celebration of Buddha's birthday.

A Buddhist spokesman aroused crowds by charging the government with suppressing religious freedom, and some demonstrators carried anti-Diem and anti-Catholic banners. The efforts of police, Civil Guardsmen, and army troops to disperse a crowd of about 3,000 at the radio station resulted in the death of at least seven persons.

25X1

Further incidents could develop as a result of the call by Buddhist leaders for sympathy demonstrations in other provinces and of heightened security measures taken by the government in Hué. (Some Buddhist circles and other antigovernment nationalists reportedly plan to publicize photographs taken during the disturbance, particularly in other Buddhist countries.)

25X1

25X1

25X1

11 May 63 DAILY BRIEF 3

TẤN CÔNG HÓA HỌC Ở HUẾ

Tâm Diệu

Lời dẫn:

Lễ Phật Đản năm 2013 là kỷ niệm đúng 50 năm xảy ra cuộc vận động của Phật giáo 1963, bắt đầu ở Huế với cái chết của 8 Phật tử đêm 8/5/1963 tại Đài phát thanh, rồi cuộc tự thiêu của HT. Thích Quảng Đức ngày 11/6/1963 tại Sài Gòn và chiến dịch "nước lũ" tổng tấn công chùa chiền toàn quốc đêm 20 rạng ngày 21/ 8/1963. Ba biến cố lịch sử quan trọng của phong trào Phật giáo tranh đấu này dẫn đến cuộc khủng hoảng chính trị trầm trọng kéo dài nửa năm và kết thúc bằng cuộc đảo chánh lật đổ chính quyền của Tổng thống Ngô Đình Diệm.

Bài viết dưới đây kể lại diễn tiến sự kiện lịch sử xảy ra ngày 3/6/1963 tại Huế, trước ngày Hòa Thượng Thích Quảng Đức vị pháp thiêu thân, theo các điện văn báo cáo của Toà Đại Sứ Mỹ đã được bạch hóa.

****

Sau biến cố đẫm máu xảy ra tại đài phát thanh Huế vào buổi tối ngày lễ Phật Đản 8/5/1963, khắp các nơi tại miền Nam Việt Nam, từ Sài Gòn đến Quảng Trị, chư Tăng ni hưởng ứng lời kêu gọi của Hòa thượng Thích Tịnh Khiết đã đồng loạt tuyệt thực tại chùa 48 tiếng đồng hồ kể từ 2 giờ chiều ngày 30/5/1963 để cầu nguyện cho những người đã tử nạn và đòi hỏi quyền bình đẳng tôn giáo. Trong khi đó, quần chúng Phật tử tại gia cũng đồng loạt xuống đường biểu tình khắp nơi để ủng hộ chư Tăng ni.

Riêng tại thành phố Huế, vào lúc 1 giờ chiều ngày 3 tháng 6 năm 1963, khoảng 500 thanh niên, sinh viên và học sinh Phật tử đã biểu tình ngồi trước trụ sở Tòa Đại biểu Chánh phủ Trung Nguyên Trung Phần, đối diện trước một đội quân đông đảo 300 người, bao gồm cảnh sát dã chiến, lính nhảy dù và biệt kích quân, trang bị súng ống, lưỡi lê và lựu đạn cay đứng dàn chào. Bên chính quyền, qua loa phóng thanh cho biết là trong đám đông người biểu tình có trà trộn các phần tử Việt cộng đang gây khích động và yêu cầu tất cả giải tán.[1]

Khi đám đông biểu tình đáp trả lại, cũng qua loa phóng thanh cầm tay, gọi những người lính là "những kẻ giết người ngu xuẩn", thế là cả đội quân lập tức ráp lưỡi lê vào súng và đeo mặt nạ phòng hơi độc rồi đồng loạt bắn lựu đạn cay vào đám đông. Đồng bào la hét vang trời. Một số người biểu tình bỏ chạy, trong khi những người khác vẫn ngồi yên cầu nguyện. Một vị lãnh đạo Phật giáo (Thượng tọa Thích Trí Thủ) kêu gọi đồng bào hãy trở về nhà hay về chùa Từ Đàm để được điều trị y tế cho người bị hơi cay. Thật may mắn là không có ai chết hoặc bị thương.[2]

---

[1] Tham chiếu: Foreign Relations of the United States (FRUS), 1961-1963 Volume III, Vietnam, January-August 1963, Document 144, PP. 343-344. (https://history.state.gov/historicaldocuments/frus1961-63v03/pg_343)

[2] Tham chiếu: Foreign Relations of the United States (FRUS), 1961-1963 Volume III, Vietnam, January-August 1963, Document

QUANG CẢNH TẠI ĐÀI PHÁT THANH HUẾ NGÀY 8/5/1963

Đoàn người biểu tình tháo chạy về hướng chùa Từ Đàm, nhưng khi tới Bến Ngự thì bị chặn lại lại bởi dây thép gai. Họ ngồi xếp bằng ngay trên mặt đường và tiếp tục cầu nguyện. Lúc này (3 giờ chiều) dân chúng khắp nẻo đường thành phố tụ tập về đây hợp cùng đoàn biểu tình, đông đến 1500 người. Một cuộc

---

144, PP. 343-344. (https://history.state.gov/historicaldocuments/frus1961-63v03/pg_343) và FRUS, 1961-1963 III, Document 146, PP. 346-347 (https://history.state.gov/historicaldocuments/frus1961-63v03/pg_346)

đối đầu xảy ra khi đoàn người biểu tình cố gắng vượt qua hàng rào kẽm gai băng qua cầu Bến Ngự. Nhiều đợt phóng hơi cay của đội quân chống biểu tình và đội quân khuyển (chó nghiệp vụ) tấn công nhằm giải tán đám đông, nhưng đều thất bại. Một quan chức chính phủ đứng trên xe vận tải, sử dụng loa phóng thanh kêu gọi quần chúng Phật tử, mà phần đông là học sinh trung học và sinh viên đại học, giải tán. Lời kêu gọi được đáp trả lại bằng những tiếng la hét khi người phát ngôn chính phủ đổ lỗi cho tình trạng bất ổn này là do Việt cộng gây nên.[1]

Sau một thời gian dài bế tắc, vào khoảng 6 giờ 30 chiều, đội quân hỗn hợp chống bạo động đeo mặt nạ quyết định giải tán đoàn biểu tình bằng cách phun một loại chất lỏng màu đỏ nâu lên trên đầu những người biểu tình đang ngồi cầu nguyện. Dân chúng la hét, chạy tứ tung, người thì ôm đầu quằn quại, kẻ thì ngã gục, giày dép vứt ngổn ngang. Kết quả không có người chết, nhưng có 67 Phật tử phải nhập viện vì thương tích hóa học với các triệu chứng bao gồm phồng rộp nghiêm trọng trên da và các bệnh về đường hô hấp.[2] Đoàn biểu tình đã kịch liệt phản đối việc sử dụng các khí độc và việc này đã trở thành một thảm họa cho ông Ngô Đình Diệm trong quan hệ với công chúng và với Mỹ.[3]

---

[1] Tham chiếu: FRUS, 1961-1963 III, Document 146, PP. 346-347 (https://history.state.gov/historicaldocuments/frus1961-63v03/pg_346)

[2] Tham chiếu: FRUS, 1961-1963 III, Document 146, PP. 346-347 (https://history.state.gov/historicaldocuments/frus1961-63v03/pg_346)

[3] Tham chiếu: Jones, Howard (2003). Death of a Generation: how the assassinations of Diem and JFK prolonged the Vietnam

Đến nửa đêm, tình trạng căng thẳng lên cao độ. Lệnh giới nghiêm và thiết quân luật của Đại tá Đỗ Cao Trí được ban hành và đọc nhiều lần trên đài phát thanh. Tin tức lan truyền rằng có 3 người đã chết và phóng viên Newsweek cho hay cảnh sát đã triển khai súng phóng khí blister gas vào đám đông biểu tình. Báo cáo trích dẫn nguồn tin đáng tin cậy từ văn phòng Cố vấn Ngô Đình Cẩn cho biết ông Diệm không thỏa hiệp và đã lập kế hoạch cho một thách thức bằng quân sự[1] chống lại các Phật tử.[2] Tham tá lãnh sự Mỹ John Helble, thường trú ở Huế, trong một báo cáo về Tòa Đại Sứ ở Sài Gòn nói rằng quân đội Nam Việt Nam đã sử dụng hơi cay và *"có thể là một loại khí gây mụn nước ngoài da"* để giải tán đoàn người biểu tình của Phật giáo.[3] Helble báo cáo rằng chất này, mặc dù chưa được xác định, đã dấy lên mối lo ngại của Bộ Ngoại giao Mỹ rằng khí độc đã được sử dụng, vì các triệu chứng không phù hợp với tiêu chuẩn hơi cay.[4]

War. New York City, New York: Oxford University Press. ISBN: 978-0195052862, trang 261-262 & 263-264.

1 Nguyên văn: a military showdown.

2 Tham chiếu: FRUS, 1961-1963 III, Document 146, PP. 346-347 (https://history.state.gov/historicaldocuments/frus1961-63v03/pg_346) và Jones, Howard (2003). Death of a Generation: how the assassinations of Diem and JFK prolonged the Vietnam War. New York City, New York: Oxford University Press. ISBN: 978-0195052862, trang 261-262 & 263-264.

3 Tham chiếu: FRUS, 1961-1963 III, Document 147, PP. 348 https://history.state.gov/historicaldocuments/frus1961-63v03/pg_348

4 Tham chiếu: Jones, Howard (2003). Death of a Generation: how the assassinations of Diem and JFK Prolonged the Vietnam War. New York City, New York: Oxford University Press. ISBN: 978-0195052862, trang 261-262 & 263-264.

Sau khi nhận được các báo cáo, Ngoại trưởng Mỹ Dean Rusk đã hai lần chỉ thị ông William Trueheart, người xử lý thường vụ Đại Sứ Mỹ ở Sài Gòn *"yêu cầu ông Diệm nên hoà giải với Phật giáo và báo cáo rõ hơn về khói hóa học đã sử dụng để đàn áp Phật tử"*. Điện văn của ông Rusk nói thêm: "Ông Diệm nên đích thân ra Huế gặp các nhà lãnh đạo Phật giáo, nói chuyện với họ và rút quân đội ra khỏi Huế, thay thế bằng lực lượng Cảnh sát. Chuyện ông Quang (Thích Trí Quang) và các nhà lãnh đạo Phật giáo không thực là Việt cộng. Chính quyền Việt Nam cần phải tránh những sai lầm trong việc xác định một cách tự động những người biểu tình và các nhà lãnh đạo của họ là Việt cộng, nếu muốn thành công trong nỗ lực kiểm soát tình hình".[1]

Ông Trueheart đến phủ Tổng thống gặp ông Nguyễn Đình Thuần, Bộ trưởng Phủ Tổng thống kiêm An ninh Quốc phòng, vào trưa ngày 4/6/1963. Ông Trueheart cho ông Thuần biết là các triệu chứng của các nạn nhân phù hợp với những khí mù tạt và hội đủ yếu tố để Hoa Kỳ tố cáo chế độ VNCH thực hiện các cuộc tấn công hóa học.[2] Sau buổi họp, ông Nguyễn Đình Thuần đồng ý mở cuộc điều tra về việc quân đội sử dụng vũ khí hóa học đàn áp người biểu tình do Tướng Trần Văn Đôn đứng đầu. Ủy ban này cũng bao

[1] Tham chiếu: FRUS, 1961-1963 III, Document 147, PP. 348 (https://history.state.gov/historicaldocuments/frus1961-63v03/pg_348)

[2] Tham chiếu: FRUS, 1961-1963 III, Document 149, PP. 349-351 (https://history.state.gov/historicaldocuments/frus1961-63v03/d149) và Hammer, Ellen J. (1987). A Death in November: America in Vietnam, 1963. New York City, New York: E. P. Dutton. ISBN: 978-0195052862, trang 136.

gồm Quân Y trưởng và Trung tá Liêm Trưởng ban Quân Dụng, thuộc cấp của ông Thuần.[1]

Khác với chủ trương mềm mỏng của Đại sứ Nolting đang tạm nghỉ phép, Trueheart cảnh cáo chính quyền Diệm rằng Mỹ có thể ngưng viện trợ nếu chính quyền còn tiếp tục đàn áp Phật giáo.[2] Ông Thuần cho ông Trueheart biết Hội đồng Bộ trưởng chính phủ đã đề nghị thành lập một Ủy Ban Liên Bộ để cứu xét các đòi hỏi của Phật giáo như ông Trueheart yêu cầu từ ngày 1/6/1963, và ông Diệm đã chấp thuận.[3]

Nhưng khoảng 5 giờ chiều cùng ngày, Bộ Tư lệnh Quân viện Mỹ tại Việt Nam xin ý kiến ông Trueheart về việc Bộ Tổng Tham Mưu Quân đội yêu cầu Mỹ giúp không vận 300 cảnh sát từ Vũng Tàu ra Huế để dập tắt các cuộc biểu tình tại đây. Ông Trueheart đã từ chối.[4]

Kết quả cuộc điều tra của tướng Đôn sau đó được báo cáo về Washington vào ngày 06/06/1963 cho biết hơi cay được sử dụng trong ống thủy tinh là thành phần hoá lỏng sẽ biến thành khí khi sử dụng. Hơi cay này lấy từ kho vũ khí cũ còn lưu lại của người Pháp. Vào ngày 18/6/1963, các nhà hóa học của quân đội Mỹ tại Edgewood Arsenal, Maryland, xác nhận từ

---

[1] Tham chiếu: FRUS, 1961-1963 III, Document 151, PP. 352-353 (https://history.state.gov/historicaldocuments/frus1961-63v03/d151)

[2] Nguyên văn: U. S. support for GVN could not be maintained in face of bloody repressive action at Hue.

[3] Tham chiếu: FRUS, 1961-1963 III, Document 149, PP. 349-351 (https://history.state.gov/historicaldocuments/frus1961-63v03/d149) và FRUS, 1961-1963 III, Document 151, PP. 352-353 (https://history.state.gov/historicaldocuments/frus1961-63v03/d151)

[4] Tham chiếu: FRUS, 1961-1963 III, Document 150, PP. 351-352 (https://history.state.gov/historicaldocuments/frus1961-63v03/d150)

mẫu cung cấp rằng chất khí được sử dụng là một loại hơi cay từng được sử dụng bởi người Pháp trong Thế chiến thứ nhất.[1]

Lời Kết

Năm mươi năm trôi qua, một thời gian đủ dài để chúng ta nhìn lại lịch sử. Chúng ta đã thấy rằng chính quyền của Tổng thống Ngô Đình Diệm đã không giải quyết khủng hoảng bằng phương pháp hoà bình mà dùng giải pháp vũ lực bằng cách đem binh sĩ tấn công, phong toả các chùa chiền, bắt các nhà sư và các đại diện của đảng phái, đàn áp những người dân biểu tình vô tội với cả vũ khí hóa học do quân đội Pháp để lại và quy tội cho họ có liên hệ với Cộng sản. Các hành động này không những không làm êm dịu được tình hình mà còn làm khủng hoảng đi đến bùng nổ, tự làm mất sự ủng hộ của quần chúng và của các quốc gia trên thế giới.

[1] Tham chiếu: FRUS, 1961-1963 III, Document 151, PP. 352-353 (https://history.state.gov/historicaldocuments/frus1961-63v03/d151) và Jones, Howard (2003). Death of a Generation: how the assassinations of Diem and JFK prolonged the Vietnam War. New York City, New York: Oxford University Press. ISBN: 978-0195052862, trang 261-262 & 263-264.

CHIẾN DỊCH TỔNG TẤN CÔNG CÁC CHÙA ĐÊM 20-8-1963 VÀ CÁC HỆ QUẢ

Lời dẫn

Nội dung phần này căn cứ theo Hồ sơ mật của Bộ Quốc Phòng Hoa Kỳ về cuộc chiến Việt Nam, được giải mật từ ngày 13-6-2011.

Văn bản tiếng Anh chúng tôi sử dụng được lấy từ trang nhà của Đại Học Mount Holyoke College.[1]

The Pentagon Papers (Hồ Sơ Ngũ Giác Đài) là tên gọi tắt một hồ sơ tối mật của Bộ Quốc Phòng Hoa Kỳ về cuộc chiến Việt Nam. Theo Wikipedia, hồ sơ này tên chính thức là "United States - Vietnam Relations, 1945-1967: A Study Prepared by the Department of Defense" (Quan Hệ Mỹ-Việt, 1945-1967: Nghiên Cứu của Bộ Quốc Phòng).

Hồ sơ này được giải mật và phổ biến công khai từ năm 2011. Chúng tôi chỉ chuyển dịch và sử dụng một phần nội dung liên quan chứ không phải toàn văn hồ sơ.

Nội dung phần này sẽ cho biết về tình hình diễn biến sau khi ông Ngô Đình Nhu chỉ huy Lực Lượng

[1] https://www.mtholyoke.edu/acad/intrel/pentagon2/pent7.htm

Đặc Biệt và cảnh sát dã chiến tổng tấn công các chùa đêm 20-8 rạng ngày 21-8-1963, bắt giam hơn 1.400 Tăng Ni Phật tử.

Một số ghi nhận về các nội dung nổi bật trong hồ sơ này như sau:

- Mỹ bất mãn vì ông Diệm không hòa giải với Phật giáo, và trận tổng tấn công các chùa đã xé bỏ bản Thông Cáo Chung 16-6-1963 mang chữ ký Hòa Thượng Thích Tịnh Khiết và Tổng Thống Ngô Đình Diệm.
- Quân đội VNCH bất mãn vì bị dân chúng đổ tội tấn công các chùa, trong khi thực tế quân đội không biết gì về việc ông Ngô Đình Nhu ra lệnh cho Đại Tá Lê Quang Tung dẫn Lực Lượng Đặc Biệt bất ngờ tấn công các chùa.
- Tự ý các tướng lãnh, đầu tiên là Tướng Lê Văn Kim, cụ thể dò ý người Mỹ về nhu cầu loại trừ ông bà Nhu ra khỏi chính phủ. Tướng Kim nói quân đội không muốn bị dân chúng đổ tội là đàn áp Phật giáo và nói quân đội sẵn sàng đoàn kết để đảo chánh.
- Bộ Trưởng Nguyễn Đình Thuần và Chánh Văn Phòng Phủ Tổng Thống Võ Văn Hải đều nói với Mỹ là cần loại ông bà Nhu ra khỏi chính phủ.
- Bộ Trưởng Ngoại Giao Vũ Văn Mẫu từ chức Ngoại Trưởng, và cạo đầu như một nhà sư để phản đối tấn công chùa.
- Thân phụ bà Nhu là Luật sư Trần Văn Chương từ chức Đại sứ VN ở Hoa Kỳ, thân mẫu bà Nhu là bà Thân Thị Nam Trân từ chức Quan sát

viên VNCH ở Liên Hiệp Quốc để phản đối chế độ ông Diệm.

- Sinh viên và học sinh từ đệ nhất cấp trở lên đã biểu tình, xuống đường đông đảo, phản đối chế độ ông Diệm.
- Ông Cabot Lodge tới VN, nhận chức Đại sứ Mỹ tại VN, tiến hành kế hoạch theo dõi và ủng hộ các tướng lãnh Việt Nam đảo chánh, muốn giữ ông Diệm trong khi loại trừ ông bà Nhu.
- Phật giáo hoàn toàn đứng ngoài các kế hoạch đảo chánh; trong khi cả ngàn vị sư bị giam, một số vị lãnh đạo thoát được, trong đó Thầy Thích Trí Quang vào được Tòa Đại Sứ Mỹ để tỵ nạn.

Độc giả có thể đối chiếu với nguyên bản Anh ngữ được trình bày song song. Bản Việt dịch của Cư sĩ Nguyên Giác.

HỒ SƠ NGŨ GIÁC ĐÀI
ẤN BẢN GRAVEL[i] - TẬP 2, CHƯƠNG 4:
"SỰ SỤP ĐỔ CỦA CHẾ ĐỘ NGÔ ĐÌNH DIỆM"
TỪ THÁNG 5 ĐẾN THÁNG 11 NĂM 1963
TRANG 201 - 276

PHẦN 2, TRANG 232 - 276

III. CABOT LODGE CHỐNG NGÔ ĐÌNH DIỆM: TỪ NGÀY 20 THÁNG 8 ĐẾN NGÀY 2 THÁNG 10

A. Chiến Dịch Tấn Công Các Chùa và Hậu Quả

Không lâu sau thời điểm nửa đêm ngày 21-8, vừa sáu ngày sau khi Đại sứ Hoa Kỳ Frederick Nolting bực dọc rời Việt Nam, ông Nhu đã đập tan bất kỳ ảo vọng còn sót lại nào về một phương cách hòa giải của chính phủ ông Diệm với người Phật tử, và cũng phản bội lời cam kết của ông Diệm với Nolting khi ông đại sứ này rời Việt Nam, bằng việc tổ chức một trận tổng tấn công các ngôi chùa Phật giáo. Tại Sài Gòn, Huế và các thành phố ven biển khác, đội quân xung kích riêng của chế độ - Lực Lượng Đặc Biệt do Hoa Kỳ huấn luyện - và cảnh sát dã chiến đã xông vào các ngôi chùa và bắt hàng trăm vị sư, và như thế đã phá hủy chính sách Hoa Kỳ và ghi dấu điểm khởi đầu sự cáo chung của chế độ ông Diệm.

Vào ngày 18-8, mười tướng lãnh cao cấp đã họp với nhau và quyết định sẽ yêu cầu ông Diệm tuyên bố

[i] Hồ sơ này có nhiều ấn bản đã được lưu hành. Ấn bản Gravel (Gravel Edition), gọi theo tên người chủ trương thực hiện là Mike Gravel, được Noam Chomsky và Howard Zinn biên tập

THE PENTAGON PAPERS GRAVEL EDITION VOLUME 2 CHAPTER 4, "THE OVERTHROW OF NGO DINH DIEM, MAY-NOVEMBER, 1963, " PP. 201-276.

SECTION 2, PP. 232-276

III. LODGE VS. DIEM: AUGUST 20-OCTOBER 2

A. THE PAGODA RAIDS AND REPERCUSSIONS

Shortly after midnight on August 21, six days after Nolting's frustrated departure, Nhu, shattering any remaining illusions about the GVN's conciliatory approach to the Buddhists, and betraying Diem's parting pledge to Nolting, staged a general assault on Buddhist pagodas. In Saigon, Hue, and other coastal cities, the regime's private shock troops-the U. S. -trained Special Forces-and the combat police invaded the pagodas and arrested hundreds of Buddhist monks, effectively destroying an American policy and marking the beginning of the end of the Diem regime.

On August 18, ten senior generals had met and decided that they would ask Diem for a declaration of martial law to permit them to return Buddhist monks from outside

---

và thêm các chú giải, đồng thời kèm theo một phụ lục gồm các bài phân tích về nguyên nhân và diễn tiến của cuộc chiến tranh Việt Nam, cũng do Chomsky and Zinn biên tập. Do đó, đây được xem là ấn bản đầy đủ nhất.

thiết quân luật để cho phép họ đưa các vị sư từ ngoại ô Sài Gòn trở về lại tỉnh và chùa riêng của họ, với hy vọng giảm căng thẳng ở thủ đô. Trong những tướng dự buổi họp có Tướng Tôn Thất Đính, Tư Lệnh Biệt Khu Thủ Đô và là Tư Lệnh Quân Khu 3, và Tướng Huỳnh Văn Cao, Tư Lệnh Quân Khu 4. Cả hai tướng này được giữ các chức vụ đó vì trung thành với chế độ. Có lẽ một trong hai, hoặc cả hai vị tướng này đã báo cáo kết quả buổi họp lên ông Diệm và Nhu.

Nhưng dù sao thì ông Nhu cũng đã quyết định xóa sổ sự chống đối của Phật giáo và muốn đặt Hoa Kỳ vào chuyện đã rồi khi tân Đại sứ Mỹ Henry Cabot Lodge đến. Ông tin là Mỹ sẽ phải bực dọc chấp nhận, như họ đã luôn làm thế trong quá khứ. Chiều ngày 20-8, ông Nhu gặp một số ít tướng lãnh, trong đó có các tướng Trần Văn Đôn, Trần Thiện Khiêm và Tôn Thất Đính, những người đã đề nghị thiết quân luật với ông. Với kế hoạch tấn công các chùa đã [bí mật] chuẩn bị xong, ông Nhu bảo các tướng này hãy đề nghị lệnh thiết quân luật lên ông Diệm. Sau đó, trong buổi họp ngay trong đêm ấy, ông Diệm chấp thuận kế hoạch của các tướng lãnh, và vào nửa đêm sắc lệnh ban hành với chữ ký của Tướng Đôn, Tổng Tham Mưu Trưởng Quân đội. Trong khi các tướng lãnh hoàn toàn không biết gì thì trước đó ông Nhu đã có lệnh cho Lực Lượng Đặc Biệt của Đại Tá Lê Quang Tung và cảnh sát dã chiến. Một khi lệnh thiết quân luật đang có hiệu lực, quân đội sẽ do đó bị quy trách về những vụ càn quét. Khi ấy, Nhu ra lệnh xuất trận và chiến dịch tấn công chùa bắt đầu. Để đẩy xa hơn việc làm cho quân đội bị liên lụy, một số cảnh sát dã chiến còn mặc quân phục lính nhảy dù. Các chùa bị lục soát,

Saigon to their own provinces and pagodas, hopefully reducing tensions in the capital. Among those in attendance at the meeting were General Ton That Dinh, military governor of Saigon and commander of III Corps suirounding it, and General Huynh Van Cao, IV Corps commander, both of whom owed their positions to their loyalty to the regime. Either or both of them probably reported the outcome of this meeting to Diem and Nhu.

In any case, Nhu had decided to eliminate the Buddhist opposition, and to confront the U. S. with a fait accompli on Lodge's arrival; he assumed the U. S. would protestingly acquiesce, as it always had in the past. On the afternoon of the 20th, Nhu met with a small group of generals, including Don, Khiem, and Dinh who presented the martial law proposal to him. Nhu, his own plans for the raids now far advanced, told them to take their proposal to Diem. At a meeting later that evening, Diem acquiesced in the generals' plan and at midnight the decree was published under the signature of General Don, Chief of the Joint General Staff. Meanwhile, unbeknown to the generals, Nhu had already alerted Colonel Tung's Special Forces and the combat police. Once the facade of martial law was in place, so the army would be blamed for the raids, Nhu gave the word and the crackdown began. To further implicate the army, some of the combat police wore paratroop uniforms. Pagodas

quậy phá tại tất cả các thành phố lớn ở Nam VN, và hơn 1400 người của Phật giáo đã bị bắt, chủ yếu là các vị sư. Trong trận tấn công vào Chùa Xá Lợi ở Sài Gòn, có khoảng 30 vị sư bị thương, và nhiều vị sau đó được xem như mất tích; số thương vong chính xác chưa bao giờ được xác định. Ông Diệm đã chấp thuận lệnh thiết quân luật mà không tham khảo nội các của ông, nhưng vẫn không rõ là ông có biết và chấp thuận kế hoạch tấn công các chùa của ông Nhu hay không. Đáng chú ý là sau đó ông Diệm cũng không bao giờ tìm cách tách biệt bản thân ông với ông Nhu hay là với sự kiện tấn công các chùa.

Trong khi sắc lệnh thiết quân luật cho Tướng Đôn quyền chỉ huy tất cả binh chủng, thì trong thực tế Tướng Đính và Đại Tá Tung đã nhận lệnh trực tiếp từ Dinh Tổng Thống. Do vậy, khi những trận tấn công chùa diễn ra, Tướng Đôn ở văn phòng Tham Mưu Trưởng không biết gì cả. Trong cuộc nói chuyện kéo dài hôm 23-8 với một viên chức tình báo CIA,[i] Tướng Đôn nói rằng lệnh thiết quân luật chỉ là giai đoạn đầu trong một kế hoạch lớn hơn của các tướng lãnh. Tuy nhiên, họ bị bất ngờ vì những trận tấn công vào các chùa và vì việc Tướng Đính nhanh chóng kiểm soát được địa phương Sài Gòn theo thiết quân luật.

Khi chuẩn bị kế hoạch tấn công các chùa, ông Nhu đã cực kỳ cẩn trọng, không để lộ ra lời nào cho các nhân viên ngoại giao Hoa Kỳ (mặc dù phía Phật tử và truyền thông Hoa Kỳ trước đó đã có tin rò rỉ từ những nguồn tin riêng của họ). Vào buổi sáng sau vụ tấn công, Richardson, trưởng phòng CIA và là dân sự Hoa

[i] Nguyên tác dùng CAS, viết tắt của Saigon Office of the U.S. Central Intelligence Agency (Văn phòng CIA tại Sài Gòn).

were ransacked in all the major South Vietnamese cities, and over 1400 Buddhists, primarily monks, were arrested. In the raid on Xa Loi pagoda in Saigon about thirty monks were wounded or injured, and several were subsequently listed as missing; exact casualties were never established. Diem had approved the martial law decree without consulting his cabinet, but it was never established whether he knew of and approved Nhu's plans for the pagoda raids. Significantly, he never subsequently sought to dissociate himself from Nhu or the raids.

While the martial law decree gave General Don command of all troops, in fact, General Dinh and Colonel Tung took their orders directly from the palace. Thus, when the raids came, General Don was at JGS unaware. In a long discussion on August 23 with a CAS officer, he suggested that the martial law decree was only phase one of a larger Generals' plot. They were thrown off balance, however, by the raids and by General Dinh's rapid assumption of local control of martial law in Saigon.

In planning the raids, Nhu had been extremely careful not to have word leak to the U. S. mission (although the Buddhists and the U. S. press corps had been tipped off by their own informants). On the morning after

Kỳ cao cấp ở Sài Gòn, nói rõ và nhấn mạnh với phóng viên Halberstam[i] rằng ông không hề biết trước trận tấn công chùa. Để cô lập thêm phía Hoa Kỳ trong việc lượng định chính xác khi chiến dịch tiến hành, ông Nhu đã cho cắt đường dây điện thoại ở Tòa Đại Sứ Mỹ cũng như ở nhà của tất cả các viên chức Mỹ cao cấp ngay sau khi chiến dịch bắt đầu. Nỗ lực của Nhu đã có hiệu quả như ông muốn. Phải nhiều ngày sau đó, các viên chức ngoại giao Mỹ tại Sài Gòn và các viên chức ở thủ đô Washington mới có thể liên kết được các sự kiện đã xảy ra. Tại Washington, Harriman[ii] và Michael Forrestal, một thành viên trong ban tham mưu của McGeorge Bundy[iii] tại Tòa Bạch Ốc, soạn thảo một bản tuyên bố để Bộ Ngoại Giao sẽ phổ biến vào lúc 9 giờ 30 sáng hôm sau. Bản văn lên án trận tấn công các chùa là "sự vi phạm trực tiếp của chính phủ VN đối với những cam kết theo đuổi chính sách hòa giải với người Phật tử". Nhưng các báo cáo tình báo đầu tiên của phía Mỹ, dựa vào thông tin từ ông Nhu, đã cho rằng quân đội chịu trách nhiệm về những vụ tấn công này, và xem việc xảy ra trùng hợp với lệnh thiết quân luật về bản chất là một mưu toan của quân đội. Trong văn bản ngày 21-8-1963 gửi lên Bộ Trưởng Quốc Phòng Hoa Kỳ, Giám Đốc Sở Quân Báo DIA, Tướng Carroll, đã viết: "Mặc dù hành động của quân đội được cho là theo lệnh Tổng Thống, nhưng về cơ bản các tướng lãnh hẳn nhiên phải nắm toàn quyền kiểm soát."

---

[i] Phóng viên của báo New York Times.

[ii] Vào lúc đó là Thứ Trưởng Bộ Ngoại Giao Mỹ phụ trách Chính Trị Vụ.

[iii] Cố Vấn An Ninh Quốc Gia Hoa Kỳ.

the attack, Richardson, the CIA chief and the senior American civilian in Saigon, emphatically denied to Halberstam any foreknowledge of the plan. To further isolate the U. S. from an accurate assessment during the operation, Nhu had the telephone lines to the Embassy and the homes of all senior U. S. personnel cut shortly after the raids got under way. His efforts had the desired effect. It was several days before the U. S. mission in Saigon and officials in Washington could piece together what happened. In Washington, Harriman and Michael Forrestal, a member of McGeorge Bundy's staff at the White House, drafted a stiff public statement that was released by the State Department at 9:30 the following morning. It deplored the raids as "a direct violation by the Vietnamese Government of assurances that it was pursuing a policy of reconciliation with the Buddhists." But the first U. S. intelligence reports, based on information from Nhu, accepted army responsibility for the raids, and treated their coincidence with the martial law decree as, in effect, a military coup. In an August 21 memorandum for the Secretary of Defense, the Director of DIA, General Carroll, wrote, "Although the military moves are based on an alleged presidential proclamation, the military leaders have, in effect, assumed full control. "

Khi trận tấn công xảy ra, Lodge,[i] Nolting[ii] và Roger Hilsman, Phụ tá Ngoại trưởng về Viễn Đông, đang họp nhau ở Honolulu. Lodge tức khắc được lệnh tới Sài Gòn. Sau khi tạm dừng ở Tokyo, Lodge đến Sài Gòn lúc 9 giờ 30 tối 22-8, trong bầu không khí căng thẳng và và mù mờ thông tin về phía Mỹ. Chờ đợi ông là một điện văn từ Hilsman yêu cầu thông tin rõ ràng về tình hình. Liệu có phải quân đội đã nắm quyền và ông Diệm chỉ còn là hư vị? Hay ông Diệm đã củng cố được vị trí qua việc triệu tập quân đội? Hay ông bà Nhu đã thực sự nắm toàn quyền? Trong vòng 24 giờ đồng hồ, Lodge gửi một điện văn trả lời sơ khởi: Không có đảo chánh, nhưng có vẻ như ông bà Nhu cũng không hề suy giảm quyền lực, mặc dù vẫn chưa thật rõ ràng những thế lực nào nắm quyền điều hành.

Cùng ngày đó,[iii] những biểu hiện đầu tiên từ phía các tướng lãnh VN được đưa ra để xác định xem liệu phía Hoa Kỳ sẽ phản ứng như thế nào với một cuộc đảo chánh quân sự. Tướng Đôn, vị Tư Lệnh các lực lượng quân đội theo hiệu lực của lệnh thiết quân luật, đã có một cuộc nói chuyện dài và lan man về nhiều chủ đề với một viên chức CIA.[iv] Trước tiên ông vạch rõ vai trò thực sự của quân đội trong các sự kiện ngày 20 và 21 tháng 8, và chất vấn tại sao người Mỹ đổ trách nhiệm cho quân đội trong chiến dịch tấn công vào các chùa:

---

[i] Người sẽ là tân Đại sứ Mỹ.

[ii] Cựu Đại sứ Mỹ.

[iii] Tức là ngày 23 tháng 8. Theo Điện văn số 265 (FRUS, 1961-1963 III, Document 275) do CAS gửi về cho Tình báo Trung ương Hoa Kỳ (CIA), thì cuộc gặp đã kéo dài khoảng 3 tiếng đồng hồ. Nội dung Điện văn được sử dụng trong tài liệu này.

[iv] Nguyên bản dùng CAS để chỉ văn phòng CIA tại Sài Gòn.

When the raids occurred, Lodge, Nolting, and Roger Hilsman, the Assistant Secretary of State for the Far East, had been conferring in Honolulu. Lodge was immediately instructed to proceed to Saigon. After a brief stop in Tokyo, Lodge touched down in Saigon at 9:30 p. m. on August 22, in an atmosphere charged with tension and official U.S. confusion. Awaiting him was a cable from Hilsman asking for a clarification of the situation. Had the military taken over and retained Diem as a figurehead; had Diem strengthened his own position by calling in the military; or were the Nhus really calling the shots? Within twenty-four hours, Lodge had sent a preliminary reply: there had been no coup, but there seemed also to be no diminution in the roles of the Nhus, although the power roles within the regime were unclear.

That same day, the first military feelers had been put out from the Vietnamese generals to determine what the U. S. reaction would be to a military coup. General Don, the commander of the armed forces under the martial law decree, had a long, rambling conversation with a CAS officer. He first outlined the true role the army had played in the events of August 20-21 and then inquired why the U. S. had blamed the army for the raids on the pagodas:

Chính Tướng Đôn đã nghe công luận Việt Nam quy trách quân đội trong việc tấn công các ngôi chùa. Ông nói rằng chính phủ Mỹ có lỗi về sự ngộ nhận đó vì đài VOA loan tin rằng quân đội VNCH tấn công các chùa. Đôn chất vấn tại sao đài VOA không nói rằng Lực Lượng Đặc Biệt của Đại Tá Tung và cảnh sát đã thực hiện việc này? Tướng Đôn tin rằng như vậy sẽ giúp ích cho quân đội trong thời điểm này. Tướng Đôn nói, người Mỹ nên nói rõ lập trường của mình.[i]

Trong một cuộc nói chuyện cùng ngày với Rufus Phillips của Đoàn Ngoại giao Hoa Kỳ,[ii] Tướng Lê Văn Kim, Tham mưu phó của Tướng Đôn, đã cay đắng chỉ trích ông Nhu, quy trách nhiệm ông ta về chiến dịch tấn công vào các chùa, và chỉ trích vai trò khuynh loát của ông ta trong chính phủ.[iii] Tướng Kim nói rằng trừ phi ấn tượng của dân chúng về việc quân đội tấn công các chùa được cải chánh, quân đội sẽ bó tay trong cuộc chiến chống Việt cộng. Ông tuyên bố rằng, sự ủng hộ mạnh mẽ của phía Mỹ đối với việc loại bỏ ông bà Nhu sẽ giúp đoàn kết quân đội và tạo điều kiện để quân đội chống lại ông bà Nhu. Hai đòi hỏi trực tiếp và minh bạch muốn Mỹ ủng hộ hành động quân sự để lật đổ ông bà Nhu đã ghi dấu sự khởi đầu chính thức cho việc Mỹ can dự vào việc soạn thảo kế hoạch lâu dài chống lại chế độ ông Diệm.

---

[i] Chúng tôi tìm thấy đoạn này (do chúng tôi cố ý in nghiêng) được trích nguyên văn trong Điện văn số 265 vừa dẫn trên, phân đoạn số 10, nhưng trong hồ sơ không thấy dẫn chú. Điện văn này cũng sẽ được chuyển dịch toàn văn trong một phần sau.

[ii] Nguyên tác dùng USOM, viết tắt của U.S Operation Mission, cơ quan được người Mỹ đặt ở Việt Nam để phụ trách các vấn đề liên quan đến viện trợ kinh tế.

General Don has heard personally that the military is being blamed by Vietnamese public for the attack on the pagodas. He said that the US Govt is at fault for this misconception because VOA announced that the military took action against the pagodas. Don queried why VOA did not admit that Colonel Tung's Special Forces and the Police carried out the action. Don believes this would help the military at this point. Don stated that the USA should now make its position known.

In a conversation the same day with Rufus Phillips of USOM, General Kim, deputy to General Don, bitterly attacked Nhu, charging him with responsibility for the raids, and deploring his dominant role in the government. He said that unless the popular impression that the army was responsible for the raids were corrected, the army would be handicapped in its fight against the VC. He stated that a firm U. S. stand for the removal of the Nhus would unify the army and permit it to act against them. These two direct and obviously reinforcing requests for U. S. support for military action aimed at Nhu's ouster marked the formal beginning of the U. S. involvement in the protracted plotting against the Diem regime.

[iii] Ở đây, tài liệu đã sử dụng nội dung từ Điện văn số 320 (FRUS, 1961-1963 III, Document 274). Độc giả có thể xem đầy đủ nội dung tại địa chỉ: https://history.state.gov/historicaldocuments/frus1961-63v03/d274

Hai nhân vật dân sự cao cấp trong chính phủ, Chánh Văn Phòng Tổng Thống Phủ Võ Văn Hải và Bộ Trưởng Nguyễn Đình Thuần đồng thời nói với phía Mỹ rằng việc loại bỏ ông Nhu ra khỏi chính phủ là cần thiết và rằng Mỹ nên có lập trường kiên quyết chống lại ông Nhu.

Ngày 24-8, Lodge gửi điện văn ước lượng tình hình về Washington, dựa trên những cuộc nói chuyện này. Lodge viết: "Ông Nhu có lẽ được ủng hộ hoàn toàn từ ông Diệm và đã chủ động phần lớn, nếu không phải là toàn bộ, trong kế hoạch tấn công người Phật tử. Ảnh hưởng của ông ta đã tăng thêm đáng kể." Ông Nhu đã tận dụng hoàn toàn lợi thế về sự quan ngại của một số tướng lãnh, có thể đã không thông báo đầy đủ cho quân đội về chiến dịch tấn công các chùa. Tuy nhiên, trong các tư lệnh quân sự quan trọng của khu vực Sài Gòn (Đôn, Đính và Tung) hiện nay không có ai bất mãn với chế độ. Hơn thế nữa, đối với một hành động chống lại ông bà Nhu mà không có các chỉ huy quân sự nắm quyền rõ rệt cũng như sức mạnh quân đội tại Sài Gòn, thì sự ủng hộ của Mỹ sẽ là một cuộc mạo hiểm đầy rủi ro.

Đối với Bộ Ngoại Giao Hoa Kỳ, vấn đề làm sáng tỏ trước công chúng và quy trách nhiệm rõ ràng về chiến dịch tấn công vào các chùa đã trở nên gay gắt vào ngày 24 tháng 8. Các bản tin báo chí từ Sài Gòn ngay từ đầu đã quy trách nhiệm ông Nhu về các vụ tấn công các chùa, nhưng đài VOA, với một lượng thính giả đông đảo tại Việt Nam, vẫn tiếp tục loan tin rằng lập trường chính thức Hoa Kỳ là trách nhiệm thuộc về quân đội. Chứng cớ ngày càng nhiều thêm cho thấy Nhu chủ mưu và rất có thể sẽ thiệt hại lớn lao cho tinh thần quân đội nếu VOA không đưa ra một bản tin cải chánh minh bạch.

Two senior civilians in the government, Diem's chef de cabinet, Vo Van Hai, and Secretary of State, Nguyen Dinh Thuan, were simultaneously telling U. S. contacts that Nhu's elimination from the government was vital and that the U. S. should take a strong stand against him.

On August 24, Lodge cabled his appraisal of the situation to Washington, based on these conversations. "Nhu," he reported, "probably with full support of Diem, had a large hand in planning of action against Buddhists, if he did not fully master-mind it. His influence has also been significantly increased." Nhu had simply taken advantage of the concern of certain generals, possibly not fully informing the regular army of the planned action. Nonetheless, none of the important Saigon area troop commanders (Don, Dinh, and Tung) were presently disaffected with the regime. Furthermore, absence of clear-cut military leadership and troop strength in Saigon for a move against the Nhus would make U. S. support of such an action a "shot in the dark."

For the State Department, the problem of clarifying the public record about the raids and affixing responsibility for them had become acute by August 24. The press reports emanating from Saigon had from the outset blamed Nhu for the raids, but VOA, with a large audience in Vietnam, continued to report the official U. S. position that the army was culpable. The accumulating evidence against Nhu and the likelihood of severe damage to army morale if VOA did not broadcast a clarification seemed to call for retractions.

Vấn đề thứ nhì đối với Washington là Nhu. Về cơ bản, các tướng lãnh đã yêu cầu Hoa Kỳ bật đèn xanh để họ lật đổ Nhu, nhưng Lodge còn dè dặt về việc này. Hilsman báo cáo rằng trong khi ông cùng với Harriman, Forrestal và Ball bàn về việc thảo ra bản trả lời vào sáng thứ Bảy đó, lời tuyên bố của ông Thuần với Phillips rằng *"trong bất kỳ trường hợp nào, Mỹ cũng không nên cho qua những gì ông bà Nhu đã làm"*, đã được cân nhắc cẩn trọng. Đô Đốc Felt điện thoại về Washington từ Phòng Tư Lệnh Quân Lực Mỹ Thái Bình Dương (CINCPAC) để ủng hộ lập trường kiên quyết của Mỹ chống lại ông bà Nhu. Tất nhiên, câu hỏi chưa có lời đáp là liệu có thể loại bỏ ông bà Nhu mà không cần phải hy sinh cả ông Diệm hay không, và nếu điều đó là không thể, thì liệu sự bất ổn chính trị [sau khi mất ông Diệm] có gây ra hậu quả tai hại cho nỗ lực chiến tranh [chống Cộng] hơn là duy trì ông Diệm?

Những chỉ thị cho Lodge trong điện văn ngày 24-8 là kết quả của những bàn luận trên, vạch ra một chính sách tiếp cận mới, quan trọng và sau đó cũng gây nhiều tranh cãi, của Hoa Kỳ tại Nam VN. Đoạn văn đầu tiên nêu rõ chi tiết về quan điểm mới của Hoa Kỳ:

> *Giờ đây đã quá rõ, cho dù lệnh thiết quân luật có phải do quân đội đề nghị hay do ông Nhu lừa dối đưa họ vào bẫy, thì ông Nhu cũng đã lợi dụng hiệu lực của lệnh đó để tấn công vào các chùa bằng cảnh sát và Lực Lượng Đặc Biệt của ông Tung, trung thành với Nhu, và do đó đổ trách nhiệm cho quân đội trong mắt thế giới và dân chúng VN. Cũng thấy rõ rằng ông Nhu sắp xếp để tự mình giữ vị trí chỉ huy.*

The second issue for Washington was Nhu. The generals had asked, in effect, for a green light to move against him, but Lodge had cautioned against it. Hilsman reports that as he, Harriman, Forrestal, and Ball deliberated over the drafting of a reply on that Saturday morning, the statement of Thuan to Phillips that "under no circumstance should the United States acquiesce in what the Nhus had done," was given great weight. Admiral Felt telephoned Washington from CINCPAC to support a strong U. S. stand against the Nhus. The unanswered question, of course, was whether the Nhus could be removed without also sacrificing Diem, and if not, whether the resulting political instability would not have an even more detrimental effect on the war effort than maintaining Diem.

The August 24 cable of instructions to Lodge resulting from these deliberations outlined an important, and subsequently controversial, new policy approach for the U. S. in South Vietnam. Its opening paragraphs crisply set forth the new American view:

> *It is now clear that whether military proposed martial law or whether Nhu tricked them into it, Nhu took advantage of its imposition to smash pagodas with police and Tung's Special Forces loyal to him, thus placing onus on military in eyes of world and Vietnamese people. Also clear that Nhu has maneuvered himself into commanding position.*

Chính phủ Mỹ không thể chấp nhận tình trạng quyền lực nằm trong tay ông Nhu. Ông Diệm phải được trao cho cơ hội để loại bỏ ông Nhu và bè phái, thay thế họ với các nhân sự chính trị và quân sự xuất sắc nhất hiện có.

Trong trường hợp ông[i] *đã hết sức thuyết phục mà ông Diệm vẫn cứng rắn và từ chối, thì chúng ta buộc phải đối diện với thực tế là rất có thể không giữ ông Diệm được nữa." [Hồ sơ 126]*[ii]

Lodge được chỉ thị nói với chính phủ Việt Nam rằng Hoa Kỳ không chấp nhận những hành vi đàn áp Phật tử, và nhất thiết phải thực hiện ngay những giải pháp để điều chỉnh tình hình. Các lãnh đạo quân sự then chốt đã được thông báo riêng tư rằng:

> *... Hoa Kỳ nhận thấy không thể tiếp tục ủng hộ chính phủ VN về mặt quân sự và kinh tế trừ phi có những bước thay đổi tức khắc, mà theo nhận thức của chúng tôi là phải loại ông bà Nhu ra khỏi chính trường. Chúng tôi muốn tạo cho ông Diệm cơ hội hợp lý để loại bỏ ông bà Nhu, nhưng nếu ông Diệm vẫn cứng rắn, thì chúng tôi sẵn sàng chấp nhận hệ quả tất nhiên là chúng tôi không hỗ trợ ông Diệm nữa. Ông*[iii] *cũng có thể nói với những tướng lãnh nào thích hợp, rằng chúng ta sẽ hỗ trợ trực tiếp cho họ trong thời kỳ chuyển tiếp khi phá vỡ cơ chế chính phủ trung ương." [Hồ sơ 126]*

---

[i] Tức Đại sứ Lodge.

[ii] Trong hệ thống hồ sơ FRUS, 1961-1963, Volume III, Vietnam, January-August 1963, chúng tôi tìm thấy nội dung này trong điện văn số 243, hồ sơ 281 (Doc 281). Có lẽ điện văn này đã được Pentagon Papers trích từ một nguồn khác nên dẫn chú là Hồ sơ 126. Các trích dẫn tiếp theo cũng vậy.

[iii] Theo nội dung điện văn thì ở đây đang nói với Đại sứ Logge.

US Government cannot tolerate situation in which power lies in Nhu's hands. Diem must be given chance to rid himself of Nhu and his coterie and replace them with best military and political personalities available.

If, in spite of all your efforts, Diem remains obdurate and refuses, then we must face the possibility that Diem himself cannot be preserved. [Doc. 126]

Lodge was instructed to tell the GVN the U. S. could not accept the actions against the Buddhists and that prompt dramatic steps to redress the situation must be taken. The key military leaders were to be privately informed that,

.... US would find it impossible to continue support GVN militarily and economically unless above steps are taken immediately which we recognize requires removal of Nhus from the scene. We wish give Diem reasonable opportunity to remove Nhus, but if he remains obdurate, then we are prepared to accept the obvious implication that we can no longer support Diem. You may also tell appropriate military commanders we will give them direct support in any interim period of breakdown central government mechanism. [Doc. 126]

Cuối cùng, điện văn công nhận cần phải công khai làm rõ việc quân đội VNCH không liên hệ gì đến cuộc tổng tấn công các chùa, và yêu cầu Lodge chấp thuận loan một bản tin VOA để đạt kết quả đó.[i] Ngoài ra, Lodge cũng được yêu cầu khảo sát khẩn cấp về bộ máy lãnh đạo thay thế.

Việc thông qua nội dung điện văn bị phức tạp hóa vì ngẫu nhiên rơi vào cuối tuần, nên hầu hết giới chức cao cấp trong chính phủ vắng mặt ở Washington. Tổng Thống lúc đó ở Hyannis Port; Rusk đang ở New York; còn McNamara và McCone đang nghỉ phép. Tuy nhiên, cả Tổng Thống và Ngoại Trưởng đều tiếp cận được và cả hai đã chấp thuận nội dung điện văn.

Thứ Trưởng Bộ Quốc Phòng Roswell Gilpatric cũng chấp thuận thay mặt Bộ Quốc Phòng, và Tướng Taylor cũng chấp thuận từ phía JCS (Phòng Tổng Tham Mưu). Schlesinger,[ii] khi nhớ lại việc này nói rằng bức điện văn đã được soạn thảo vội vã và chưa cân nhắc kỹ, Tổng Thống thoạt tiên đã không tán thành.

Hôm sau, Lodge trả lời ủng hộ lập trường cứng rắn nhưng cho rằng việc tiếp cận với Diệm là vô ích, thay vì vậy chỉ nên nói rõ lập trường của Mỹ với các

---

[i] Nội dung trích dẫn ở đây có phần thiếu chính xác. Nguyên văn trong Điện văn 243 là: We recognize the necessity of removing taint on military for pagoda raids and placing blame squarely on Nhu. You are authorized to have such statements made in Saigon as you consider desirable to achieve this objective. We are prepared to take same line here and to have Voice of America make statement along lines contained in next numbered telegram whenever you give the word, preferably as soon as possible. (Chúng tôi thừa nhận sự cần thiết phải xóa bỏ vết nhơ cho quân đội về chiến dịch tấn công các chùa và quy

Finally, the message recognized the need to publicly exonerate the army from the raids and asked Lodge to approve a VOA broadcast to that effect. Lodge was requested, as well, to survey urgently for alternative leadership.

Clearance of the draft message was complicated by the coincident week-end absence from Washington of most of the top level members of the Administration. The President was iṇ Hyannis Port; Rusk was in New York; and McNamara and McCone were away on vacation. Both the President and the Secretary of State were reached, however, and approved the draft.

Deputy Secretary of Defense Roswell Gilpatric approved for Defense, and General Taylor for the JCS. Schlesinger, in his account of the incident, suggests that the cable was hasty and ill-considered, and that the President immediately began to back away from it.

Lodge replied the following day endorsing the strong position but proposing to forego a futile approach to Diem and to state our position instead only to the

---

trách nhiệm trực tiếp về ông Nhu. Ông được toàn quyền đưa ra những tuyên bố như thế tại Sài Gòn sao cho đạt được mục đích này. Chúng tôi ở Washington sẵn sàng có động thái tương tự và sẽ cho đài VOA loan tin phù hợp với nội dung trong bức điện sắp tới ngay khi ông gửi về, nên cố gắng càng sớm càng tốt.) Như vậy, không phải Lodge chấp thuận cho đài VOA loan tin (điều này vô lý), mà phía Washington hứa sẽ cho đài VOA phối hợp loan tin hỗ trợ cho Lodge theo nội dung do chính ôngnày cung cấp.

[ii] Schlesinger là Trợ lý Đặc biệt của Tổng thống Kennedy (Special Assistant to the President).

tướng lãnh VNCH, nghĩa là chúng ta nghiêng hẳn về việc đứng sau một cuộc đảo chánh. Bức điện văn viết:

"Hãy tin rằng cơ hội để Diệm đáp ứng những đòi hỏi của chúng ta kể như là số không. Cùng lúc, khi đưa ra các đòi hỏi đó, chúng ta đã cho Nhu cơ hội để chặn trước hay khóa chặt hành động từ phía quân đội. Chúng tôi tin rằng, không đáng phải chấp nhận rủi ro khi Nhu đang kiểm soát lực lượng tác chiến ở Sài Gòn. Do vậy, tôi đề nghị là chúng ta nên yêu cầu trực tiếp đến các tướng lãnh mà không báo cho Diệm biết. [Tôi] sẽ nói với các tướng lãnh rằng chúng ta sẵn sàng giữ ông Diệm khi không còn ông bà Nhu, nhưng về căn bản là tùy thuộc vào họ có giữ lại ông ta hay không." (Hồ sơ 127)[i]

Hilsman khẳng định rằng điện văn cũng cho thấy quan điểm của Lodge rằng bởi vì ai cũng biết việc Hoa Kỳ không chấp nhận hành động của chính phủ VNCH [đàn áp Phật giáo], nên việc người Mỹ đến với ông Diệm sẽ không thích hợp, mà chính ông Diệm phải tìm đến người Mỹ.

Trong một điện văn của trụ sở CIA Sài Gòn trong cùng ngày, Richardson, Trưởng Phòng CIA ở Sài Gòn, báo cáo rằng trong một buổi gặp gỡ với Lodge và Harkins, mọi người đồng ý rằng Diệm sẽ không

[i] Điện văn này mang số 292, được gửi từ Sài Gòn qua kênh thông tin giữa CAS về CIA nên mang số hiệu CAS 292 và không được đưa vào hồ sơ FRUS. Tuy nhiên, chúng tôi có tìm được hình chụp bản gốc điện văn trong thư viện dữ liệu hồ sơ Tổng thống Kennedy. Nội dung cũng đề nghị việc yêu cầu các tướng lãnh có biện pháp để trả tự do cho các vị lãnh đạo Phật giáo đang bị giam giữ.

generals, thus throwing all our weight behind a coup. The cable stated:

> *Believe that chances of Diem's meeting our demands are virtually nil. At the same time, by making them we give Nhu chance to forestall or block action by military. Risk, we believe, is not worth taking, with Nhu in control combat forces Saigon. Therefore, propose we go straight to Generals with our demands, without informing Diem. Would tell them we prepared have Diem without Nhus but it is in effect up to them whether to keep him. [Doc. 127]*

Hilsman asserts that the cable also reflected Lodge's view that since our disapproval of GVN action was well known, it was not fitting for the U.S. to go to Diem, it was Diem who should come to us.

In a separate CAS cable the same day, Richardson, the CIA Chief of Station in Saigon, reported that at a meeting with Lodge and Harkins it had been agreed that Diem

Một phần cắt từ phóng ảnh nguyên bản Điện văn 292 (trả lời điện văn 243)

chịu loại trừ Nhu, và do vậy, xem như các chỉ thị của điện văn ngày 24-8 [Hồ sơ 126] của Bộ Ngoại Giao Mỹ đã đưa ra chính sách căn bản của Washington [về việc này], quan điểm chung của mọi người là nên liên lạc ngay với các tướng lãnh như Dương Văn Minh và Nguyễn Khánh để đánh giá mức độ đoàn kết và quyết tâm của các sĩ quan cao cấp.

Minh được xem là lãnh tụ tốt nhất trong giai đoạn chuyển tiếp, với Phó Tổng Thống [Nguyễn Ngọc] Thơ là ứng viên nổi bật nhất trong nhóm dân sự để làm Tổng Thống. Điện văn kết luận với quan điểm rằng một nhóm quân sự sẽ có thể điều hành sau hậu trường trong trường hợp đảo chánh thành công, và Mỹ nên để chiến thuật đảo chánh cụ thể cho các tướng lãnh quyết định.[i] Có một khoảng ngưng trong lưu lượng điện văn vào lúc đó, nhưng Hilsman nói rằng Hoa Kỳ đã quyết định vào hôm Chủ Nhật 25-8 là hoãn việc tiếp xúc trực tiếp tới Diệm cho tới khi tình hình được biết rõ hơn.

Trong phần trả lời của Lodge, ông cũng cho thấy tán thành bản tin đề nghị đưa lên đài VOA để nói rõ việc quân đội VNCH không liên hệ trận tổng tấn công các chùa. Hilsman nói với giới truyền thông dựa vào bản thảo đã chấp thuận trước đó vào ngày 25-8. Bản văn bày tỏ lập trường Hoa Kỳ mạnh mẽ chống lại việc tấn công các chùa do ông Nhu thực hiện.

Khi tường thuật bản tin, giới truyền thông suy đoán rằng một tuyên bố phản đối mạnh mẽ như thế có

---

[i] Đoạn này có phần tối nghĩa, vì nếu là Điện văn số 243 đang được đề cập thì hoàn toàn không có nội dung này, vì chúng tôi hiện có phóng ảnh toàn văn bức điện. (ND)

would not remove Nhu and that therefore, assuming State's cable of instructions on 24 August [Doc. 126] represented Washington's basic policy, the consensus was that contact should be immediately made with generals such as Minh and Khanh to assess the degree of unity and determination of senior officers.

Minh was considered the best possible interim leader, with Vice President Tho as the most attractive candidate for President among the civilians. The cable concluded with the view that a junta would probably operate behind the scenes in the event of a successful coup, and that the U.S. should leave the specific tactics of a coup up to the generals. There is a hiatus in the available cable traffic at this point, but Hilsman indicates that Washington decided on Sunday, August 25, to defer a direct approach to Diem until more was known about the situation.

In Lodge's reply, he had also apparently approved the proposed VOA broadcast to exonerate the army. Hilsman briefed the press on the basis of a previously approved draft statement on August 25. The statement expressed strong U.S. disapproval of the raids, which were attributed to Nhu.

In reporting the story, the press speculated that such a strong statement probably indicated that measures

thể hàm ý về những biện pháp [mạnh] đang được cân nhắc, chẳng hạn như ngưng viện trợ. VOA đã được chỉ thị chỉ loan tin theo nội dung bản tuyên bố của Chính phủ Mỹ đã cung cấp trong thông cáo báo chí, không được nói gì thêm.

Không hiểu sao chỉ thị này lại bị bỏ sót đi, và vào sáng thứ Hai, 26-8, chỉ mấy tiếng đồng hồ trước khi Lodge trình ủy nhiệm thư lên Diệm, đài VOA phát đi đầy đủ một bài từ UPI[i] trong đó khẳng định thẳng thừng rằng *"Mỹ có thể giảm mạnh sự trợ giúp đối với VN trừ phi Tổng Thống Diệm dẹp bỏ các viên chức cảnh sát mật chịu trách nhiệm về những vụ tấn công [vào các chùa]."*

Thật dễ hiểu là Đại sứ Lodge rất lúng túng. Ông đã gửi một điện văn bực dọc, chất vấn rằng liệu có đúng ông thực sự là người đang chịu trách nhiệm các bước chiến lược [ở VN] như ông đã nhận hiểu? Rusk gửi điện văn riêng xin lỗi Lodge, và VOA tức khắc loan tin bác bỏ ý định cắt viện trợ của Mỹ, nhưng đã không ngăn được những thiệt hại sơ khởi.

Phản ứng của người Việt Nam đối với trận tổng tấn công các chùa hết sức mạnh mẽ. Tại Hoa Kỳ, cha của bà Nhu là Đại sứ VN tại Mỹ, và mẹ bà Nhu là quan sát viên thường trực tại Liên Hiệp Quốc, đều từ chức và đưa ra những tuyên bố công khai lên án vụ tấn công này.[ii] Tại Nam Việt Nam, Bộ Trưởng Ngoại Giao Vũ Văn Mẫu từ chức và cạo đầu y như một vị sư để phản đối [vụ tấn công các chùa].

---

[i] Nguyên tác dùng UPI, viết tắt của United Press International - Liên hiệp Báo chí Thế giới.

[ii] Thân phụ của bà Nhu là Luật sư Trần Văn Chương, và thân mẫu là bà Thân Thị Nam Trân. (ND)

such as aid suspension were being considered. VOA had been instructed to broadcast only the substances of the U.S. statement as provided in the press guidance and nothing more.

The instructions somehow got mislaid; and on Monday morning, August 26, just several hours before Lodge was to present his credentials to Diem, VOA broadcast in full a UPI story which flatly asserted that "the US may sharply reduce its aid to Vietnam unless President Diem gets rid of secret police officials responsible for the attacks."

Lodge was understandably upset, and sent a testy cable rhetorically inquiring whether he really was in charge of tactics as he had been given to understand. Rusk sent a personal cable of apology to Lodge, and VOA promptly broadcast a denial of U.S. intent to cut aid, but the initial damage had been done.

The Vietnamese reaction to the attack on the pagodas during this time had been dramatic. In the United States, Mme. Nhu's father and mother, respectively the Vietnamese Ambassador to the U.S. and the Vietnamese observer at the UN, had both resigned, making bitter public statements denouncing the raids. In South Vietnam, the Foreign Minister, Vo Van Mau, had resigned and shaved his head like a Buddhist monk in protest.

Vào ngày 23-8, sinh viên khoa Y và khoa Dược của Đại học Sài Gòn tổ chức những cuộc biểu tình đông đảo để ủng hộ Phật giáo. Chính phủ dường như chỉ biết phản ứng bằng một cách duy nhất là bắt giam hàng loạt. Nhưng những cuộc biểu tình vẫn tiếp tục, và khi Đại học Sài Gòn bị đóng cửa, những cuộc phản kháng được tiếp nối bởi các học sinh trung học đệ nhị cấp và đệ nhất cấp. Đó thực sự là những chứng cớ hết sức mạnh mẽ về mức độ bất mãn chế độ, bởi vì hầu hết những sinh viên học sinh này là từ các gia đình trung lưu, thành phần làm nên giới lãnh đạo quân đội và công chức.

Sinh viên học sinh ở VN không có truyền thống hoạt động chính trị như các nơi khác ở Châu Á, chẳng hạn như Hàn quốc. Tiếp sau đó, một số vị lãnh đạo Phật giáo đã thoát được sau các trận tấn công các chùa, đã biến vào bí mật rồi không bao lâu lại tiến hành rải truyền đơn trên đường phố.

Vào ngày xảy ra các trận tấn công các chùa, hai vị sư đã vào xin tỵ nạn trong Trụ sở Ngoại giao đoàn Hoa Kỳ (USOM)[i] kế bên chùa Xá Lợi. Vào ngày kế tiếp, ba vị sư khác, trong đó có vị sư lãnh đạo trẻ Thích Trí Quang, xin vào tỵ nạn trong Tòa Đại Sứ Mỹ, và được Lodge tiếp đón nồng nhiệt. Họ đã ở lại đó cho tới khi cuộc đảo chánh tháng 11-1963 thành công.

---

[i] Nguyên tác dùng USOM, viết tắt của United States Operations Mission.

On August 23, students at the faculties of medicine and pharmacy at the University of Saigon turned out to stage mass demonstrations on behalf of the Buddhists. The GVN reacted in the only way it seemed to know, with massive arrests. But the demonstrations continued, and when the university was closed, the protest was taken up by high school and junior high school students. These were dramatic evidences indeed of the degree of disaffection with the regime, since most of these students were from the middle class families that formed the bureaucracy and the army leadership.

Students in Vietnam had no substantial record of political activism as was the case with their counterparts in other parts of Asia, like Korea. Furthermore, some of the Buddhist leadership had survived the raids and gone underground and were soon passing out leaflets on the streets again.

On the day of the raids, two monks had taken refuge in the USOM building next door to Xa Loi pagoda. The following day, three others, including the militant young leader Thich Tri Quang, took refuge in the U.S. Embassy, where they were warmly received by Lodge and remained until the successful November coup.

CIA: CUỘC NÓI CHUYỆN BÍ MẬT CỦA TƯỚNG TRẦN VĂN ĐÔN[1]

Cư sĩ Nguyên Giác dịch

LỜI NGƯỜI DỊCH: Điện văn này do CIA từ Sài Gòn gửi về Hoa Kỳ, kể lời Tướng Trần Văn Đôn vài ngày sau trận tổng tấn công các chùa do ông Ngô Đình Nhu thực hiện.

Vài điểm ghi nhận từ lời của Tướng Đôn trong điện văn:

- Nhiều lính đào ngũ, tinh thần binh sĩ suy sụp vì bất mãn khi Phật tử bị đàn áp;
- Ông Diệm nắm quyền xuyên qua ông Nhu;
- Ông Diệm xem Bà Nhu như người vợ tinh thần;
- Ông Diệm đã thăng chức một trung sĩ trẻ, đẹp trai lên chức Trung Tá;
- Đôn nói ông sắp xếp giai đoạn đầu của kế hoạch đảo chánh ông Diệm;
- Đôn có vẻ muốn giữ ông Diệm ở ghế Tổng Thống, trong khi phải gạt bỏ ông bà Nhu và rất nhiều Bộ Trưởng ra ngoài quyền lực;
- Đôn không muốn Nguyễn Tôn Hoàn về nước thay thế ông Diệm;
- Đôn kể tên một số tướng lãnh trong kế hoạch đảo chánh, nhưng không nhắc tên Tướng Tôn Thất Đính, lúc đó là Tổng Trấn Biệt Khu Sài Gòn/Gia Định. Đôn nhắc tới cuộc đảo chánh thất bại năm 1960 của các đại tá, và nói kế hoạch của các tướng sẽ rất hoàn hảo.

---

[1] Nguồn: Foreign Relations of the United States, 1961-1963, Volume III, Vietnam, January-August 1963, Document 275 - Điện văn số 265.

275. ĐIỆN VĂN TỪ VĂN PHÒNG CIA TẠI SÀI GÒN GỬI VỀ SỞ TÌNH BÁO TRUNG ƯƠNG CIA[1]

Sài Gòn, ngày 24-8-1963, lúc 6:45 giờ chiều

ĐIỆN VĂN SỐ 0265.

1. [*ít hơn một dòng không giải mật*] đã có buổi nói chuyện khoảng ba giờ đồng hồ với Tướng Trần Văn Đôn[2] vào đêm 23-8-1963 tại văn phòng Tướng Đôn ở Bộ Tổng Tham Mưu. Sau đây là tóm lược cuộc nói chuyện.
2. Tướng Đôn được hỏi là ai đang nắm quyền, và đã trả lời rằng Tổng Thống Diệm nắm quyền thông qua Cố Vấn Ngô Đình Nhu. Tất cả các tướng lãnh phải qua sự kiểm soát của Nhu trước khi gặp ông Diệm. Giải thích điều này, [Tướng Đôn] nói rằng Diệm sử dụng Nhu như "lý thuyết gia" và cố vấn, nhưng không phải luôn luôn nghe lời khuyên của Nhu. Tổng Thống Diệm ghen tỵ với thẩm quyền và khả năng của Nhu. Tướng Đôn [trang 615][i] cho một thí dụ. Vào nửa đêm 22-8, Tướng Đôn

[1] Nguồn: Library of Congress, Harriman Papers, Vietnam Policy. Bí mật. Cũng đã gửi tới Honolulu. Bản văn nguồn là phó bản do CIA gửi về Bộ Ngoại Giao cho Hilsman (Giám đốc Phòng Tình Báo và Nghiên Cứu) và Hughes (Phó Giám đốc Phòng Tình Báo và Nghiên Cứu); cũng gửi tới Bạch Ốc cho Bundy (Cố vấn An ninh Quốc gia) và tới JCS (Bộ Tổng Tham Mưu Quân Lực Mỹ) cho Tướng Krulak (Phụ tá Đặc biệt về Chống Phiến Loạn). Theo một ghi chú về bản văn nguồn, điện văn này phổ biến theo phân loại TDCS. Bản Phúc trình đó ghi mã số "TDCS DB-3/656, 252, August 24, " đã in trong Hồ sơ giải mật, 1977, 93C.

[2] Để biết những gì Tướng Đôn hồi tưởng về cuộc nói chuyện này, xem Trần Văn Đôn, Our Endless War, trang 90-91. (ISBN: 978-0891410195 - ND)

[i] Bản điện tử cung cấp các số trang theo bản in đã phát hành.

275. TELEGRAM FROM THE CENTRAL INTELLIGENCE AGENCY STATION IN SAIGON TO THE AGENCY[1]

Saigon, August 24, 1963, 6:45 p.m.

0265.

1. [less than 1 line not declassified] had almost three hour meeting with General Tran Van Don[2] evening 23 August in Don's office at General Staff. Following summarizes discussion.

2. Don was asked who was in control and replied President Diem is in control through Counselor Ngo Dinh Nhu. All the Generals check with Nhu prior to seeing Diem . Explained this by saying Diem uses Nhu as his "thinker" and advisor but does not at all times follow Nhu's advice. President is jealous of his authority and prerogatives. Don [Page 615] gave an example. At midnight on 22 Aug, Generals Don, Ton That Dinh and Tran Thien Khiem went to see Nhu about

[1] Source: Library of Congress, Harriman Papers, Vietnam Policy. Secret. Also sent to Honolulu. The source text is a copy sent by the CIA to the Department of State for Hilsman and Hughes; also sent to the White House for Bundy and to JCS for Krulak. According to a note on the source text, TDCS dissemination of this cable would follow. That report, TDCS DB-3/656,252, August 24, is published in Declassified Documents, 1977, 93C

[2] For Don's recollections of the discussion, see Tran Van Don, Our Endless War, pp. 90-91

cùng Tôn Thất Đính và Trần Thiện Khiêm đến gặp Nhu về chuyện các sinh viên, đề nghị nên đóng cửa toàn bộ các trường ở Sài Gòn bằng cách thiết quân luật, bởi vì có nguồn tin rằng vào các ngày 23, 24 và 25 tháng 8 sinh viên sẽ biểu tình ở Sài Gòn. Nhu đồng ý với đề nghị của các tướng lãnh, bảo họ phải xin phép Tổng Thống. Nhu và các tướng lãnh đến gặp ông Diệm và đề nghị đóng cửa các trường. Ông Diệm nói: "Không. Giới trẻ nhất thiết phải có những phương cách để tự bày tỏ." Tướng Đôn lặp lại rằng, ông Diệm là người ra quyết định cuối cùng.

3. Tướng Đôn tiếp tục giải thích về các quan hệ trong Phủ Tổng Thống. Ông nói, phải nhớ là trong nhiều năm, Tổng Thống từng là người kêu gọi chống chế độ thực dân. Trong thời gian đó, Diệm đã tự suy nghĩ rất nhiều để vạch ra đường lối lý thuyết. Sau khi nắm chính quyền từ năm 1954, Diệm nhận ra sự khác biệt và ông cần có những người thân cận giúp việc phác vạch lý thuyết. Ông hướng đến người em là Nhu, một lý thuyết gia sẵn có những lý thuyết, triết lý. Dần dần, Diệm đã cho phép Nhu thực hiện hầu hết công việc phác vạch đường lối lý thuyết. Nhưng điều này không có nghĩa là Tổng Thống luôn luôn nghe theo sự cố vấn của Nhu. Diệm thích việc Nhu thay ông viết các bản tuyên bố, diễn văn. Ông Diệm thích tự mình gặp gỡ, nói chuyện với dân chúng. Do vậy, Nhu có được quyền lực đặc biệt của một lý thuyết gia phục vụ Tổng Thống.

the students, recommending that schools all be closed in Saigon by the martial law, because they had information that on 23, 24, and 25 Aug there would be student demonstrations in Saigon. Nhu concurred with Generals' recommendation, told them he had to check with the President. Nhu and Generals went to see Diem recommending closing of schools. Diem said "no. The young people must have means of expressing themselves." Don repeated that Diem is the man who makes final decisions.

3. Don went on to explain relationships in the Palace. Said it must be remembered that for years President has been agitator against colonialist regimes. During this time Diem did a lot of thinkIng himself. When he took over govt in 1954 he found it was different and he would have to have people around him who think. He turned to his brother Nhu who is a thinker, an individual who has theories, a philosophy. As time went on, Diem has allowed Nhu to do most of the thinking. This does not mean President will take all of Nhu's advice. Diem likes Nhu to write presidential proclamations, speeches. Diem prefers himself to meet the people and talk to people. In this way Nhu has special power as a thinker for the President.

4. Mô tả về mối quan hệ của bà Nhu trong Tổng Thống Phủ, Tướng Đôn nói rằng, trong lòng ông Diệm thì bà Nhu có vị trí như "vợ" ông. Tổng Thống chưa bao giờ lập gia đình và không quen sống bên cạnh đàn bà. Trong 9 năm qua, ông Diệm có bà Nhu an ủi sau một ngày làm việc hoàn tất. Bà Nhu có sức quyến rũ, thường trò chuyện và làm giảm căng thẳng cho ông, tranh luận với ông, châm chọc ông, và giống như mọi người vợ Việt Nam, bà quán xuyến mọi việc trong nhà. Tổng Thống và bà Nhu sống cách biệt nhau. Không có quan hệ tình dục giữa ông Diệm và bà Nhu. Theo ý kiến của Tướng Đôn, Tổng Thống chưa từng có quan hệ tình dục. Tướng Đôn so sánh tình trạng đó y hệt như giữa Hitler và Eva Braun. Đôn cũng nói, Tổng Thống thích sống gần những người đàn ông đẹp trai. Đôn dẫn ra trường hợp một trung sĩ trẻ, đẹp trai, phụ trách làm vườn công cộng ở Đà Lạt. Tổng Thống đã hỏi xem ai chăm sóc vườn đó, và khi được báo cáo, ông cho gọi viên trung sĩ kia tới Dinh Tổng Thống rồi tức khắc thăng chức người này lên Trung Tá và giao nhiệm vụ quản trị nông nghiệp quân sự.

Ông Diệm có lối cảm xúc cực đoan. Khi ông thích ai, dù thế nào ông cũng thích; và khi ông ghét ai, ông ghét toàn diện. Không có trạng thái lưng chừng. Bà Nhu đã sử dụng vị trí đặc quyền của bà với Tổng Thống để khiến ông phải đồng thuận những khi ông muốn chống lại, nhưng ông Diệm đã khuất phục trước sức quyến rũ của Bà Nhu. Tướng Đôn nói: "Theo

4. In describing relationship of Madame Nhu in the Palace, Don said that in Diem's mind Madame Nhu has status of being Diem's "wife". President has never married and not used to having women around him. For past nine years Diem has Madame Nhu to comfort him after day's work is done. She is charming, talks to him, relieves his tension, argues with him, needles him and, like a Vietnamese wife, she is dominant in the household. President and Madame Nhu live two apartments apart. There are no sexual relations between Diem and Madame Nhu. In Don's opinion, President has never had sexual relations.He likened the situation to that of Hitler and Eva Braun. Don also said, the President likes good looking men around him. Don cited the case of handsome young sergeant who planted a public garden in Dalat. President asked who had planted the garden and when informed, called the sergeant to the Palace and immediately promoted him to Lt. Colonel and put him in charge of military agriculture.

   Diem has intense passions. When he likes somebody, he likes them all the way; when he hates someone, he hates completely. There is no in-between. Madame Nhu uses her privileged position with President to make him say yes when he wants to say no, but he is won by her charm. Don said, "as I know, Madame Nhu can be extremely charming." Don said it would be practically impossible to get rid of the Nhus

tôi biết thì bà Nhu cực kỳ quyến rũ." Đôn nói, trên thực tế không thể loại bỏ ông bà Nhu vì những vị trí đặc biệt của họ; Ngô Đình Nhu là lý thuyết gia của Tổng Thống và bà Nhu là người vợ tinh thần của ông ta.[i]

5. [Trang 616] Quyết định hành động ngày 20-21/8 đạt được bởi 10 tướng lãnh vào đêm 18-8: Trần Văn Đôn, Tôn Thất Đính, Đỗ Cao Trí, Trần Thiện Khiêm, Nguyễn Khánh, [*ít hơn một dòng không giải mật*],[ii] Mai Hữu Xuân, Nguyễn Ngọc Lễ, Lê Văn Kim, và Dương Văn Minh. Theo lời Đôn, ông Nhu không khuyến khích họ đạt đến quyết định này. Chỉ có lần Nhu nói chuyện về việc dự trù kế hoạch nào đó là trong buổi họp ngày 11 tháng 7, với sự hiện diện của tất cả tướng lãnh. Tướng Đôn không nói rõ ai đã triệu tập các tướng họp đêm 18-8.

   Kế hoạch này bao gồm việc ban lệnh thiết quân luật và tiếp theo đó đưa những nhà sư từ các tỉnh đã vào Sài Gòn trở về chùa của họ ở các tỉnh. Kế hoạch này do các tướng lãnh trình lên ông Nhu vào ngày 20-8. Ông Nhu bảo họ thảo luận kế hoạch này với Tổng Thống. Khi các tướng lãnh trình kế hoạch lên Diệm thì ông Nhu không có mặt. Các tướng có mặt lúc đó là: Khiêm, Trí, Khánh, Đính, [*ít hơn một dòng không giải mật*], Kim và Đôn. Tướng Đôn đứng đầu nhóm tướng lãnh trình kế hoạch lên Tổng Thống.

---

[i] Nguyên tác dùng "platonic", có nghĩa là thân thiết, gắn bó về mặt tinh thần nhưng không có quan hệ xác thịt.

[ii] Ở đây kể tên thiếu một người, như vậy có một vị tướng được quyết định giữ kín.

because of special positions they hold; Ngo Dinh Nhu being President's thinker and Madame Nhu his platonic wife.

[Page 616]

5. The decision for the action of 20-21 August was reached by ten Generals during the evening of 18 Aug: Tran Van Don, Ton That Dinh, Do Cao Tri, Tran Thien Khiem, Nguyen Khanh, [less than 1 1ine not declassified], Mai Huu Xuan, Nguyen Ngoc Le, Le Van Kim, and Duong Van Minh. According to Don, they had not been encouraged to reach this decision by Nhu. Only time Nhu had talked about any planning was at meeting 11 July with all Generals present. Don did not say who brought Generals together 18 Aug.

   This planning included martial law and eventual taking of bonzes who came from outside Saigon and returning them to their own provinces and pagodas. Plan was presented by Generals to Nhu on 20 Aug. Nhu told them to discuss plans with President. Nhu was not present when Generals presented their plan to Diem . Generals present were: Khiem, Tri, Khanh, Dinh, [less than 1 1ine not declassified], Kim and Don. Don headed the group that presented the plan to the President.

6. Các tướng lãnh nói với ông Diệm rằng tinh thần binh sĩ đang suy giảm, và trong thực tế họ đã lo sợ khi thấy một đồn lính đào ngũ đến mức gần hết sạch. Các tướng nói rằng, những người vợ lính và các sĩ quan cấp thấp đang hoang mang. Họ giải thích với Tổng Thống về tình hình khi quân đội phải đối đầu trực diện với Phật tử. Tướng Đôn xác nhận ông đã nói với ông Diệm rằng vấn đề ngày 8-5 tại Huế lẽ ra có thể đã giải quyết được, nhưng vì Việt cộng đã trà trộn vào Phật tử tại Chùa Xá Lợi. Đôn mô tả những sự khéo léo được sử dụng trong các cuộc biểu tình ngày 11 tháng 8, khi Thượng tọa Thích Tâm Châu diễn thuyết gay gắt trước một đám đông ở Chùa Xá Lợi. Thượng tọa đã thu hút hoàn toàn sự chú ý của đám đông bằng những câu hỏi như "Chúng ta sẽ xuống đường chứ?" Đám đông hô to đáp lại: "Có, có..." Đột nhiên, Thượng tọa cắt ngang: "Không, chúng ta sẽ không xuống đường. Khi quý vị nói rằng 'chúng ta sẽ xuống đường' thì điều đó cũng giống như đã xuống đường rồi." Tướng Đôn cho rằng vị Thượng tọa biết tiếng Anh, Thích Đức Nghiệp, là rất nguy hiểm và các tướng lãnh sợ rằng nếu những lãnh đạo Phật giáo quy tụ một đám đông đủ lớn, họ có thể hướng đoàn biểu tình đến Dinh Gia Long và quân đội có thể sẽ không ngăn cản họ.

7. Đôn nói rằng Tổng Thống Diệm ra quyết định thiết quân luật sau khi các tướng đề nghị như thế. Diệm ra quyết định đưa quân đội trấn giữ các điểm chiến lược ở Sài Gòn và Chợ Lớn, và

6. Generals told President that morale of troops was deteriorating, and in fact they feared that one military post was near state of desertion. Generals said that wives of soldiers and junior officers were getting upset. They explained to President the situation as the military saw it vis-a-vis the Buddhists. Don claims he told Diem that 8 May affair in Hue could have been settled but that the VC had penetrated Buddhists in Xa Loi Pagoda. Don described tactics used in demonstrations on 11 Aug when bonze Thich Tam Chau was haranguing the crowd at Xa Loi. Chau held crowd spellbound with questions like "are we going to march in streets"? Crowd would call back "yes". Suddenly Chau would say "no, we will not march in the streets. The fact that you have said we are going to march in streets is same as marching in the streets." Don felt that the bonze who spoke English, Thich Duc Nghiep, was very dangerous and the Generals feared that if the Buddhist leaders assembled a large enough crowd they could order a march toward Gia Long Palace and the army would not stop them.
7. Don said the President made decision to establish martial law after the Generals had recommended it. Diem made the decision to bring in troops to occupy strategic points of Saigon/Cholon and

chấp thuận đề nghị đưa các nhà sư đã vào Sài Gòn về lại các chùa của họ ở tỉnh. Tuy nhiên, Tổng Thống căn dặn không được gây thương tổn cho các vị sư. Tướng Đôn nói điều đó làm ông rất cảm động khi Tổng Thống yêu cầu họ không làm hại các Phật tử. Diệm bổ nhiệm Tướng Đôn tạm thời kế nhiệm Tướng Lê Văn Tỵ. Diệm giao cho Đôn quyền chỉ huy tất cả quân đội Nam VN, thực hiện lệnh thiết quân luật, và áp dụng các biện pháp cần thiết. Tướng Tôn Thất Đính được bổ nhiệm làm Tổng Trấn Biệt Khu Thủ Đô Sài Gòn/Chợ Lớn. Lực Lượng Đặc Biệt của Đại Tá Lê Quang Tung vẫn dưới quyền Tổng Thống Phủ. Đôn chỉ ra rằng Đính không chỉ huy lính của Tung, mặc dù Đính là Tổng Trấn Quân Khu Thủ Đô. [*trang 617*] Đính trong cương vị Tổng Trấn có phối hợp với Đôn, nhưng Đôn không chỉ huy Đính. Đính có xin lệnh Bộ Tổng Tham Mưu về các chỉ dẫn, nhưng Đính không thực hiện tất cả các lệnh của Bộ Tổng Tham Mưu. Đính, trong cương vị Tổng Trấn, cũng nhận lệnh từ Tổng Thống Phủ giống như Đại Tá Tung. Đôn nói Đại Tá Tung là kẻ nguy hiểm vì ông ta không do quân đội kiểm soát và chỉ thi hành lệnh duy nhất từ Tổng Thống Phủ.

Đôn cũng nói rằng các tướng lãnh rất ghét tính bướng bỉnh của Tung. Tung nhận lệnh của cả Diệm và Nhu. Tung hợp tác với Nhu, nhưng khi cần thì quyết định là từ Tổng Thống. Tướng Đôn nói rằng các tướng lãnh khác ủng hộ Đôn, chỉ trừ một số tướng lãnh trẻ. Những tướng trẻ

approved the recommendation to move bonzes visiting Saigon back to their provinces and their pagodas. President insisted however that none of the bonzes be hurt. Don said this touched him very much that the President should insist on their not harming the Buddhists. Diem appointed General Don as temporary successor to General Le Van Ty. Diem made Don responsible for all troops in SVN, the conduct of martial law, and implementation of necessary measures. General Ton That Dinh was appointed Military Governor of Saigon/Cholon. Colonel Le Quang Tung's troops of Special Forces High Command remain under the control of the Presidency. Don pointed out that Dinh did not command Tung's troops even though he is Military Governor of Saigon/ Cholon. [Page 617] Dinh as Military Governor coordinates with Don but Don does not command Dinh. Dinh does ask General Staff for guidance but he does not execute all General Staff orders. He receives his orders as Military Governor from the Presidency just as Colonel Tung does. Don said Col. Tung is dangerous because he is not subject to military control and executes orders only from Presidency.

Don also said that the Generals hate Tung's guts. Tung is responsive to both Diem and Nhu. Tung coordinates with Nhu, but when decision is made, it comes from the President. General Don said that the other Generals support him (Don) except some of the younger Generals. These younger

này ghen tỵ việc Đôn nắm quyền tư lệnh của Tướng Ty. Nhưng Đôn không kể tên tướng trẻ nào. Đôn bị chỉ trích bởi các tướng trẻ này vì đã có hành động đàn áp Phật giáo. Đại đa số tướng lãnh VN đều là Phật tử. Đôn đưa ra dẫn chứng: "Khi tôi muốn bảo Tướng Trần Tử Oai điều gì, Oai nói với tôi rằng ông ta là dân sự; ông ta có trách nhiệm dân sự."

Khi được hỏi cụ thể là Tướng Nguyễn Khánh có ủng hộ Đôn hay không, Đôn trả lời rằng Khánh ủng hộ Đôn 100%. Đôn cũng nói rằng Dương Văn Minh, Trần Văn Minh, các tướng Trí, Khiêm, Kim và "ngay cả Tướng Xuân" cũng ủng hộ Đôn. Khi được hỏi về Tướng Văn Thành Cao, Dân biểu, có nằm trong kế hoạch không, Đôn nói rằng Văn Thành Cao hoàn toàn ngoài cuộc. Các tướng khác nhìn Văn Thành Cao như là dân sự.

8. Tướng Đôn nói ông không biết rằng Phật giáo đồ sắp bị tấn công bởi cảnh sát và Lực lượng Đặc biệt (LLĐB). Tướng Đính, trong cương vị Tổng Trấn, nhận lệnh từ Tổng Thống Phủ và được cho biết là lực lượng của Đại Tá Tung sẽ được dùng hỗ trợ cho cảnh sát, vì LLĐB có những "phương tiện đặc biệt."

   Đôn ám chỉ nhưng không nói rõ rằng lệnh [tấn công] đưa ra từ ông Nhu. Dấu hiệu đầu tiên giúp Tướng Đôn biết về việc các chùa bị tấn công là khi ông nghe từ sóng truyền thanh bộ chỉ huy. Các Tướng Khiêm và Đôn có mặt ở Bộ Tổng Tham Mưu (BTTM) khi nghe rằng các chùa đã bị tấn công. Tướng Đôn lập tức đi từ văn phòng BTTM tới Chùa Xá Lợi. Giám đốc

Generals are jealous of Don's having assumed General Ty's command. Don did not name any of these younger Generals. Don was criticized by these younger Generals for the action that was taken against the Buddhists. Majority of Vietnamese Generals are Buddhist. For example, Don said, "when I want to tell General Tran Tu Oai something, Oai tells me he is a civilian; he has civilian responsibility".

When asked specifically if General Nguyen Khanh supported Don, Don replied that Khanh was 100 percent with him. Don said also that Duong Van Minh, Tran Van Minh, Generals Tri, Khiem, Kim and "even Xuan" were with him. When asked if General Van Thanh Cao, the delegate, was in on any of the planning, Don said Cao was left completely out. He is considered by the other Generals to be a civilian.

8. General Don said he was not aware that the Buddhists were going to be attacked by the Police and Vietnamese Special Forces. Dinh, as Military Governor, received his orders from the Presidency and was told Colonel Tung's troops would be used to reinforce Police because VNSF had "special means".

Don intimated but did not state that the orders came from Nhu. First indication General Don had that pagodas were attacked was when he received call on his command radio. Generals Khiem and Don were at JGS when they heard that pagodas had been attacked. Don went immediately from his command post to Xa Loi. Police commissioner

Cảnh sát Trần Văn Tư đang chỉ huy trận tấn công tại Chùa Xá Lợi, yểm trợ bởi LLĐB của Đại tá Tung ở vòng quanh khu vực. Cảnh sát là những người đầu tiên tiến vào chùa. Khi Đôn tới Chùa Xá Lợi, một trung úy cảnh sát đang chỉ huy một đơn vị bên trong Chùa Xá Lợi. Các vị sư trong chùa đã bị bắt đưa đi trước khi Đôn tới. Trong toàn bộ chiến dịch ở đây, tổng cộng 30 người bị thương, trong đó có 5 người nguy kịch; những con số này bao gồm cả nhân viên công lực và Phật tử. Không có vị sư nào bị giết ở Chùa Xá Lợi. Vào lúc 4 giờ 30 sáng ngày 21-8, chiến dịch quân sự hoàn tất; nhiều điểm chiến lược đã được trấn giữ. Đôn nói rằng có 1.420 nhà sư bị bắt khắp miền Nam VN.

9. Tướng Đôn rất tự hào về việc các tướng lãnh đã có thể giữ bí mật trước khi khởi động chiến dịch [đảo chánh]. Đôn cũng tự hào về kỹ thuật áp dụng bởi quân đội và ông nói [trang 618] "mọi người luôn nói về các đại tá, những người sẽ tổ chức đảo chánh. Họ không có khả năng đó. Chúng tôi đã chứng minh điều này bằng kế hoạch và kỹ thuật của chúng tôi." Ông dẫn ra một thí dụ về cuộc đảo chánh ngày 11-11-1960, là kế hoạch của các đại tá, đã thất bại. Tướng Đôn không bày tỏ phản ứng cá nhân về trận tấn công các chùa. Đôn có nói rằng ông muốn thực hiện theo kế hoạch ban đầu của ông là thanh lọc tất cả những nhà sư [từ các tỉnh vào Sài Gòn] và đưa trả về chùa của họ ở các tỉnh. Đôn cũng nói rằng Mỹ đang giữ sư Thích Trí Quang ở Trụ sở Ngoại giao đoàn (USOM).

Tran Van Tu was in command at Xa Loi Pagoda backed up by Colonel Tung's Special Forces in the periphery of the area. The Police were the first to enter the pagoda. When Don arrived at Xa Loi, a police lieutenant was already in charge of a detail inside Xa Loi. The Xa Loi bonzes had already been taken away when Don arrived. In the whole operation a total of thirty people were wounded, five seriously. This figure includes GVN and Buddhist casualties. No bonzes were killed at Xa Loi. At 0430 hours on morning of 21 Aug the military operation had been completed as far as the occupation of the strategic points by the military were concerned. Don said that 1420 bonzes were under detention throughout SVN.

9. General Don was very proud of the fact that the Generals had been able to maintain secrecy prior to initiation of this operation. He was also proud of the technique employed by the troops and he said [Page 618]"everybody always talks of colonels who will pull coups d'etat. They are incapable. We have proven this by our planning and our technique". He cited as an example the 11 November 1960 coup d'etat which was planned by colonels and failed. Don did not express his personal reaction to the attack on the pagodas. Don did say that he wants to carry out his original plan to screen all the bonzes and return them to their provinces and to their pagodas. Don also said that the US is holding Thich Tri Quang in USOM. Don added that Tri Quang was one of

Đôn thêm rằng sư Thích Trí Quang là một trong những người kích động chính, và Chính phủ VNCH muốn bắt giam vị sư này. (Nhận xét: Tướng Đôn lộ vẻ tin rằng sư Trí Quang là một trong hai nhà sư đang tỵ nạn trong Trụ sở Ngoại giao đoàn. Nhưng một viên chức CAS,[i] biết rõ thầy Trí Quang, đã nhìn thấy cả 2 vị sư đó vào ngày 24-8 và xác nhận không có ai trong số họ là thầy Trí Quang.)

10. Chính Tướng Đôn đã nghe công luận Việt Nam quy trách quân đội trong việc tấn công các ngôi chùa. Ông nói rằng chính phủ Mỹ có lỗi về sự ngộ nhận đó vì đài VOA loan tin rằng quân đội VNCH tấn công các chùa. Đôn chất vấn tại sao đài VOA không nói rằng Lực Lượng Đặc Biệt của Đại Tá Tung và cảnh sát đã thực hiện việc này? Tướng Đôn tin rằng như vậy sẽ giúp ích cho quân đội trong thời điểm này. Tướng Đôn nói, người Mỹ nên nói rõ lập trường của mình. Tướng Đôn không muốn ông Diệm bị thay thế, chẳng hạn bởi một người lưu vong như Hoan (có lẽ Đôn muốn nói đến Nguyễn Tôn Hoàn), người hiện đang có mặt ở Hoa Kỳ. Đôn nói rằng trong quân đội hiện nay không ai thay được ông Diệm. Đôn đơn cử trường hợp chính ông như một thí dụ. Ông nói: "Tôi không đủ thông minh, cũng không có tham vọng. Tôi chỉ làm công việc liên kết các tướng lãnh với nhau."

11. Đôn ngụ ý rằng ông nhận thức được những diễn tiến tương lai theo kế hoạch. Ông nói: "Đây là bước đầu tiên, còn bí mật về những gì sắp xảy đến thì không phải việc của tôi để nói ra." Khi

[i] CAS là văn phòng tình báo CIA ở Sài Gòn. (ND)

the the main agitators and the GVN wants to take him in custody. (Field comment: Don apparently believes Tri Quang is one of the two bonzes taking refuge in USOM. A CAS officer who knows Tri Quang well saw both of the bonzes in USOM on 24 August and confirmed that neither is Tri Quang.)

10. General Don has heard personally that the military is being blamed by Vietnamese public for the attack on the pagodas. He said that the US Govt is at fault for this misconception because VOA announced that the military took action against the pagodas. Don queried why VOA did not admit that Colonel Tung's Special Forces and the Police carried out the action. Don believes this would help the military at this point. Don stated that the USA should now make its position known. Don does not want Diem replaced, for example, by an exile like Hoan (possibly Nguyen Ton Hoan) who is presently in the US. He admitted that within the military there is no one who could replace Diem. He cited, as an example, himself, saying, "I'm not smart nor am I ambitious. I only took the job to keep the Generals together".

11. Don implied he is aware of planned future developments. He said "This is the first step, and the secret of what is going to happen is not mine to give". When asked how long he thought martial

được hỏi thiết quân luật sẽ kéo dài bao lâu, Đôn nói sẽ tùy theo tình hình. Khi được hỏi liệu cuộc bầu cử Quốc hội vào ngày 31-8 có được tổ chức hay không, Đôn nói có thể sẽ hoãn lại, nhưng sẽ có sự nới lỏng thiết quân luật vào ngày 24-8 trong mức độ lệnh giới nghiêm được suy tính.

12. Tướng Đôn không nói gì về việc để ông Diệm tiếp tục nắm quyền hay thay thế người khác tại Nam VN, ngoại trừ ông nói rằng ông không muốn một trong các chính khách lưu vong về nắm quyền, và rằng không nhân vật quân sự nào có thể thay thế Tổng Thống. Viên chức CAS có ấn tượng, và chỉ là ấn tượng thôi, rằng Tướng Đôn và nhóm của ông muốn giữ ông Diệm tiếp tục nắm quyền trong giai đoạn hiện nay theo kế hoạch của họ.

13. Đôn cũng nói ông nhận thức rằng ông rất có thể sẽ bị "hy sinh" do kết quả của việc thực hiện thiết quân luật, nhưng điều này không quá quan trọng, bởi vì có những lãnh đạo quân sự khác sẽ thay vị trí của ông. Đôn không nêu tên ai. Đôn cho ấn tượng rằng ông không phải người đứng sau mọi chuyện. Ông không thực sự nắm quyền. Ông chịu trách nhiệm giai đoạn đầu tiên. Sẽ có những người khác trong nhóm nhận lãnh thực hiện các giai đoạn tiếp theo. Những lời Đôn nói không hề ám chỉ một hay một số người nào [trang 619] sẽ đứng ra thực hiện các giai đoạn khác. Đôn nhắc đến sự kiện VOA đang nhấn mạnh bản tin về việc Đại sứ Trần Văn Chương từ chức.[i] Đôn lặp lại rằng các bản tin VOA làm tổn thương quân đội. Ông

[i] Ông Chương là cha ruột của bà Nhu, từ chức Đại sứ VN ở Hoa Kỳ để phản đối nhà Ngô đàn áp Phật tử.

law would last, Don said it depended on what is going to happen. When asked if the National Assembly elections on 31 Aug would be held he said the elections will probably be delayed, but there will be a relaxation of martial law on 24 Aug as far as curfew is concerned.

12. Don did not say anything about keeping Diem in power or replacing him with someone inside SVN beyond his statement that he did not want one of the Vietnamese exile politicians to achieve power and that no military figure could do the job. CAS officer received the impression, and it was an impression only, that Don and his group wished to retain Diem in power for the present phase of their plan.

13. Don also said that he realizes he will probably be "sacrificed" as a result of the martial law action but this is not too important because there are other military leaders who will take his place. He did not name them. Don gave the impression that he is not the man behind the whole thing. He is the figurehead. He is responsible for the first phase. There are others in the group who will take over other phases. Nothing Don said implied who the man or men might be who [Page 619] would take over other phases. Don mentioned the fact that VOA is playing up the resignation of Ambassador Chuong. He repeated that VOA broadcasts are hurting the military. He said it does no good to say that military action has been taken against

nói, không có gì tích cực khi nói rằng quân đội VN đàn áp Phật tử và chính phủ Mỹ lên án việc này, rồi cùng lúc lại nói rằng Mỹ sẽ tiếp tục viện trợ. Đôn không mở rộng vấn đề để nói đến những gì người Mỹ nên làm.

14. Đôn không nhắc tới Phó Tổng Thống Thơ hay bất kỳ Bộ Trưởng nào.

15. Đôn nói rằng sau giai đoạn đầu tiên này, mọi việc không thể đảo ngược để trở lại như trước đó. Khi được hỏi có phải ông nói về chính phủ, Đôn trả lời, "Vâng, tôi đang nói chuyện về chính phủ. Tổng Thống phải thay đổi một số Bộ trưởng." Đôn không kể tên bất kỳ Bộ trưởng nào cụ thể. Đôn nói các sự kiện đang quyết định tình hình. Đôn nói nếu ông phải chọn giữa Tổng thống Diệm và Nhu, ông sẽ chọn Tổng thống. Đôn không nói gì về chuyện các sĩ quan khác có thể nghĩ gì về Nhu. Khi được hỏi nếu có chuyện xảy ra, và Tổng Thống Diệm không còn giữ quyền lực, Đôn có sẽ làm việc với Nhu không, Đôn nói: "Nếu tôi phải lựa chọn giữa Tổng Thống Diệm và Nhu, người phải ra đi là Nhu." Đôn không muốn Nhu.

16. Viên chức tường trình nhận ra ấn tượng từ Đôn rằng mặc dù Tổng thống vẫn nắm quyền lực nhưng mọi diễn biến tình hình đang do Nhu kiểm soát. Có ấn tượng mạnh mẽ rằng Tướng Đôn không hoàn toàn nhận thức được đầy đủ mọi việc đang diễn ra quanh ông. Từ những phát biểu của Tướng Đôn, có vẻ như một thành phần trẻ trong các tướng lãnh đang gây rắc rối cho ông. Đôn ám chỉ rằng ông muốn có sự bảo

the Buddhists and that the U.S. Govt deplores this action and at the same time say that the USA continues aid. He did not expand on this to indicate what action the USA should take.

14. Don made no mention of Vice President Tho or of any other Cabinet members.

15. Don said that after this first phase, things cannot revert back to what was before. When asked if he referred to the government, Don said, "yes, I'm talking about the government. The President has got to change some of his Ministers." Don did not name any specific ministers. He said events are controlling the situation. Don said if he had to choose between President Diem and Nhu, he would choose the President. He gave no indication of what other officers might be thinking about Nhu. When asked if something happens, and the President is no longer in power, would Don go with Nhu, Don said "if I have the choice between the President and Nhu, Nhu is going." He doesn't want Nhu.

16. Reporting officer received the impression from Don that although the President is still in the saddle what is going on now is being controlled by Nhu. The impression is strong that General Don is not completely aware of everything that is going on around him. From Don's statements it appears that there is a junior element among the Generals causing him trouble. Don indicated that he wants assurances one way or the other from

đảm cách này hay cách khác từ phía chính phủ Mỹ. Ông có vẻ không biết phải làm gì kế tiếp. Đôn hoàn toàn bị kiểm soát bởi các sự kiện và phản ứng chứ không [chủ động] lên kế hoạch cho hoạt động kế tiếp. Có vẻ như bản thân Đôn cảm thấy ông không đủ quyền lực ảnh hưởng đến các tướng lãnh để lật đổ Tổng Thống. Tuy nhiên, Đôn không tạo ra ấn tượng rằng ông có ý muốn lật đổ Tổng thống. Ông rõ ràng muốn hòa giải với các Phật tử và nói rằng quân đội nên khôi phục lại các chùa và các pho tượng đã bị phá hủy ở một số chùa. Đôn không nói gì về giai đoạn thứ nhì của kế hoạch. Đôn không nói rõ giai đoạn đầu sẽ kéo dài bao lâu, nhưng có nói rằng sẽ kéo dài tới sau cuộc bầu cử Quốc Hội như đã định.

17. Ấn tượng của chúng tôi là trong những lời của Tướng Đôn có ý nghĩa đáng kể rằng đây chỉ là giai đoạn đầu, và bí mật của các giai đoạn tương lai không phải ông là người nói ra được . Chúng tôi không thể xác định liệu có phải ý Đôn muốn nói rằng các giai đoạn tương lai bao gồm "sự bí mật" sẽ được kiểm soát từ bên trong quân đội, hoặc là bởi Nhu, hoặc các nhân vật dân sự khác chẳng hạn. Đôn [trang 620] không nêu nhận xét đích danh bất kỳ nhân vật dân sự nào. Đôn nói, mục tiêu chính của quân đội là chiến đấu chống Việt cộng. Đôn cũng nói rằng không hề có buổi họp ngày 10 tháng 8 giữa các tướng với Ngô Đình Nhu.

18. Đã gửi thông tin về cuộc nói chuyện này tới Đại sứ Lodge và Tướng Harkins (Tư lệnh Quân viện Hoa kỳ tại VN).

the U.S. Govt. He appears not to know what to do next. He is completely controlled by events and reacts rather than plans next moves. It seems Don himself feels he does not have the power of [or?] enough influence over the Generals to overthrow the President. However Don did not give the impression that he wants by choice to overthrow the President. Don evidently wants to conciliate the Buddhists and said that the military should restore the pagodas and the holy statues that were destroyed in some of the pagodas. Don made no statements on the second phase of the plan. Don did not indicate how long the first phase would last but did indicate it would last beyond the scheduled National Assembly elections.

17. Our impression is that there is considerable significance in Don's statement that this is only the first phase and the secret of future phases is not his to tell. We cannot determine whether Don means that future phases containing the "secret" will be controlled from within the military or, for example, by Nhu, or by other civilian figures. Don [Page 620] made no comment on any civilians by name. He said the Army's primary aim is to fight the Viet Cong. Don also said that there was no 10 August Generals' meeting with Ngo Dinh Nhu.

18. Have disseminated to Lodge and Harkins.

ĐIỆN VĂN 243 TỐI MẬT
NGÀY 24/8/1963
của Bộ Ngoại Giao Hoa Kỳ

Cư sĩ Nguyên Giác dịch

- *Soạn thảo ngày 24/8/1963: Roger Hilsman (Giám đốc Phòng Tình báo và Nghiên cứu)*
- *Thông qua nội dung: Roger Hilsman, Michael Forrestal (Thành viên Hội đồng An ninh Quốc gia), George Ball (Thứ trưởng Bộ Ngoại giao)*
- *Chấp thuận chuyển đi và đưa vào phân loại: Averell Harriman (Thứ Trưởng Ngoại Giao về Viễn Đông Sự Vụ)*
- *Giải mật ngày 20/4/1998.*

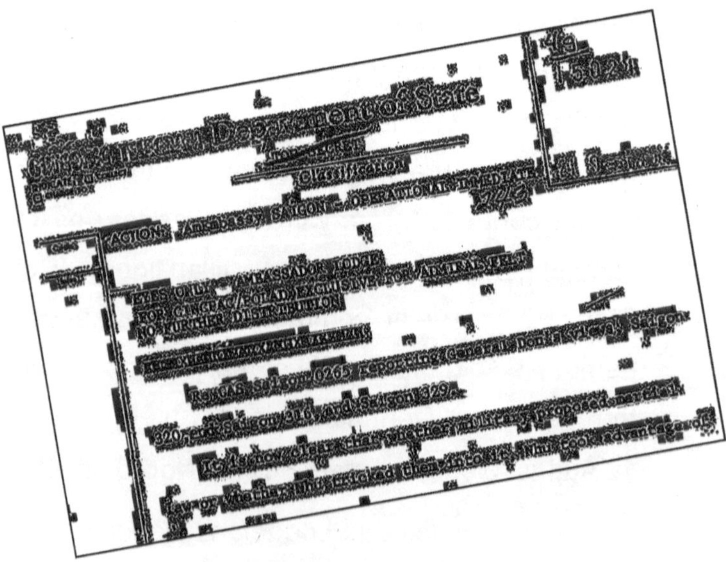
Department of State
Classification
Amembassy SAIGON OPERATIONAL IMMEDIATE
243
ACTION:
EYES ONLY AMBASSADOR LODGE
FOR CINCPAC/POLAD EXCLUSIVE FOR ADMIRAL FELT
NO FURTHER DISTRIBUTION
Ref CAS Saigon 0265 reporting General Don's views; Saigon
320 and Saigon 316, and Saigon 329.
It is now clear that whether military proposed martial law or whether Nhu tricked them into it, Nhu took advantage

PHÓNG ẢNH MỘT PHẦN ĐIỆN VĂN 243

LỜI NGƯỜI DỊCH:

Điện văn này trong Tự Điển Bách Khoa Mở Wikipedia gọi bằng nhiều tên khác nhau: DEPTEL 243, Telegram 243, hay August 24 Cable, hay ngắn gọn hơn là Cable 243. Phần lớn nội dung của điện văn này cũng được trích lại trong The Pentagon Papers.

Có vài điểm ghi nhận như sau:

- Điện văn 243 chỉ gửi tới cấp cao nhất, trong các nhà ngoại giao Mỹ tại VN chỉ gửi riêng tới Đại sứ Henry Cabot Lodge; còn trong giới quân sự Mỹ chỉ gửi riêng tới Đô Đốc Harry Felt, Tư Lệnh Quân Lực Mỹ Thái Bình Dương.
- Chính phủ Mỹ ủy quyền cho Đại sứ Lodge nói thẳng với ông Diệm, rằng Mỹ không đồng ý việc ông Nhu chỉ huy cảnh sát và Lực Lượng Đặc Biệt tấn công các chùa.
- Ủy quyền cho Lodge đòi ông Diệm trả tự do tức khắc cho tăng ni, và xóa bỏ Dụ Số 10 tức khắc. Nói thẳng, nếu không làm, Mỹ sẽ ngưng mọi viện trợ quân sự và kinh tế.
- Ủy quyền cho Lodge nói với các tướng lãnh Việt Nam rằng Mỹ sẽ ủng hộ trong thời gian chuyển tiếp quyền lực để gỡ bỏ ông bà Nhu, và nếu Diệm ngoan cố, sẽ thay thế Diệm luôn.
- Cho Đại sứ Lodge toàn quyền soạn kế hoạch, thực hiện.

281. ĐIỆN VĂN BỘ NGOẠI GIAO HOA KỲ GỬI TÒA ĐẠI SỨ TẠI VIỆT NAM[1]

Yêu cầu: Chuyển đến Tòa Đại sứ Mỹ tại Sài Gòn - Xử lý tức khắc.

Điện văn số 243. *Chỉ dành riêng cho Đại Sứ Lodge - Đối với Tư lệnh Lực lượng Thái Bình Dương / Cố vấn Chính trị, chỉ gửi riêng đến Đô đốc Harry Felt. Không gửi đến bất kỳ nơi nào khác. Về các điện văn CAS 265[2] gửi từ Sài Gòn báo cáo quan điểm của Tướng Đôn, Điện văn 320,[3] Điện văn 316[4] và Điện văn 329[5] cũng đều gửi từ Sài Gòn.* - Giờ đây đã quá rõ, cho dù lệnh thiết quân luật có phải do quân đội đề nghị hay do ông Nhu lừa dối đưa họ vào bẫy, thì ông Nhu cũng đã lợi dụng hiệu lực của lệnh đó để tấn công vào các chùa bằng cảnh sát và Lực Lượng Đặc Biệt của ông Tung, trung thành với Nhu, và do đó đã đổ trách nhiệm cho quân đội trong mắt thế giới và dân chúng VN. Cũng thấy rõ rằng ông Nhu sắp xếp để tự mình giữ vị trí chỉ huy.

Chính phủ Mỹ không thể chấp nhận tình trạng quyền lực nằm trong tay ông Nhu. Ông Diệm phải được trao cho cơ hội để loại bỏ ông Nhu và bè phái, thay thế họ với các nhân sự chính trị và quân sự xuất sắc nhất hiện có.

---

[1] Nguồn: Bộ Ngoại Giao, hồ sơ Har-Van, Lật đổ Chính phủ Diệm tại miền Nam VN, 1963. Tối mật; Xử lý tức thời. Bản in cũng lưu hành trong Quan hệ Mỹ-Việt, 1945-1967, Quyển 12, trang 536-537 và trong Hồ sơ Giải mật, 1975, 321B.

[2] Tham chiếu FRUS 1961-1963, Vol III, Hồ sơ 275.

[3] Tham chiếu FRUS 1961-1963, Vol III, Hồ sơ 274

[4] Xem cước chú số 3, FRUS 1961-1963, Vol III, Hồ sơ 276.

[5] Tham chiếu FRUS 1961-1963, Vol III, Hồ sơ 276.

281. TELEGRAM FROM THE DEPARTMENT OF STATE TO THE EMBASSY IN VIETNAM[1]

Action: AmEmbassy SAIGON - OPERATIONAL IMMEDIATE

243. *Eyes only Ambassador Lodge. For CINCPAC/POLAD exclusive for Admiral Felt. No further distribution. Re CAS Saigon 0265[2] reporting General Don's views; Saigon 320[3] Saigon 316[4] and Saigon 329.[5]* - It is now clear that whether military proposed martial law or whether Nhu tricked them into it, Nhu took advantage of its imposition to smash pagodas with police and Tung's Special Forces loyal to him, thus placing onus on military in eyes of world and Vietnamese people. Also clear that Nhu has maneuvered himself into commanding position.

US Government cannot tolerate situation in which power lies in Nhu's hands. Diem must be given chance to rid himself of Nhu and his coterie and replace them with best military and political personalities available.

---

[1] Source: Department of State, Har-Van Files, Overthrow of the Diem Government in South Vietnam, 1963. Top Secret; Operational Immediate. Printed also in United States-Vietnam Relations, 1945-1967, Book 12, pp. 536-537 and Declassified Documents, 1975, 321B.

[2] FRUS 1961-1963, Vol III, Doc. 275

[3] FRUS 1961-1963, Vol III, Doc. 274

[4] See footnote 3, FRUS 1961-1963, Vol III, Doc. 276.

[5] FRUS 1961-1963, Vol III, Doc. 276

Trong trường hợp ông đã hết sức thuyết phục mà ông Diệm vẫn cứng rắn và từ chối [nghe theo], thì chúng ta buộc phải đối diện với thực tế là rất có thể không giữ ông Diệm được nữa."

Giờ đây chúng tôi tin rằng nhất thiết phải hành động khẩn cấp để ngăn cản không cho Nhu củng cố vững chắc hơn nữa vị trí của ông ta. Do vậy, trừ phi ông tham khảo với Tướng Harkins (Tư Lệnh Quân đội Hoa Kỳ tại Việt Nam - MACV) và nhận được những phản biện quan trọng hơn, nếu không thì ông được ủy quyền tiến hành các việc sau:

1. Trước hết, chúng ta phải tiếp tục áp lực ở các mức độ thích nghi đối với chính phủ VNCH như sau:
   a. Chính phủ Hoa Kỳ không thể chấp nhận những hành vi đàn áp Phật tử của ông Nhu và tay chân dưới vỏ bọc thiết quân luật.
   b. Nhất thiết phải có các hành vi mạnh mẽ tức khắc để điều chỉnh tình hình, bao gồm cả việc gỡ bỏ Dụ số 10,[1] trả tự do cho các vị sư, các ni cô, vân vân... đã bị bắt giữ.
2. Chúng ta đồng thời cũng phải cho các tướng lãnh then chốt biết rằng, Hoa Kỳ không thể tiếp tục ủng hộ chính phủ VN về mặt quân sự và kinh tế, trừ phi các bước nói trên được thực hiện tức khắc, mà theo nhận thức của chúng ta là phải loại bỏ ông bà Nhu ra khỏi chính trường. Chúng ta mong muốn tạo cho ông Diệm một cơ hội hợp lý để loại bỏ ông bà Nhu, nhưng nếu ông Diệm vẫn cứng nhắc không thay đổi thì chúng ta sẵn sàng chấp nhận kết quả hiển nhiên là không thể ủng hộ ông Diệm được nữa.

---

[1] Về Dụ số 10 ban hành ngày 6 tháng 8 năm 1950, xem cước chú số 2, hồ sơ 116.

If, in spite of all of your efforts, Diem remains obdurate and refuses, then we must face the possibility that Diem himself cannot be preserved.

We now believe immediate action must be taken to prevent Nhu from consolidating his position further. Therefore, unless you in consultation with Harkins perceive overriding objections you are authorized to proceed along following lines:

(1) First, we must press on appropriate levels of GVN following line:

(a) USG cannot accept actions against Buddhists taken by [Page 629] Nhu and his collaborators under cover martial law.

(b) Prompt dramatic actions redress situation must be taken, including repeal of decree 10,[1] release of arrested monks, nuns, etc.

(2) We must at same time also tell key military leaders that US would find it impossible to continue support GVN militarily and economically unless above steps are taken immediately which we recognize requires removal of the Nhus from the scene. We wish give Diem reasonable opportunity to remove Nhus, but if he remains obdurate, then we are prepared to accept the obvious implication that we can no longer support Diem. You may

[1] Regarding Decree No. 10 of August 6, 1950, see footnote 2, Document 116.

Ông cũng có thể nói với các tướng lãnh nào thích hợp rằng chúng ta sẽ ủng hộ trực tiếp đối với họ trong bất kỳ giai đoạn chuyển tiếp nào khi cơ chế chính phủ trung ương bị phá vỡ.

3. Chúng tôi thừa nhận sự cần thiết phải xóa bỏ vết nhơ cho quân đội về chiến dịch tấn công các chùa và quy trách nhiệm trực tiếp về ông Nhu. Ông được toàn quyền đưa ra những tuyên bố như thế tại Sài Gòn sao cho đạt được mục đích này. Chúng tôi ở Washington sẵn sàng có động thái tương tự và sẽ cho đài VOA loan tin phù hợp với nội dung trong bức điện sắp tới ngay khi ông gửi về, nên cố gắng càng sớm càng tốt.[1]

Cùng với những điều trên, Đại sứ và các viên chức ngoại giao tại VN nên khẩn cấp khảo sát tất cả những khả năng thay thế lãnh đạo hiện có và soạn những kế hoạch chi tiết về việc làm thế nào chúng ta có thể thay thế Diệm nếu điều này trở nên cần thiết.

Điều tất nhiên là ông phải tham khảo với Tướng Harkins về bất kỳ biện pháp phòng ngừa cẩn trọng nào cần thiết để bảo vệ nhân viên Hoa Kỳ trong suốt thời gian khủng hoảng.

Ông nên biết, từ Washington chúng tôi không thể gửi đến ông những chỉ thị chi tiết về việc nên tiến

[1] Tham chiếu điện văn 244 gửi đến Saigon ngày 24 tháng 8, lúc 9:37 tối, trong đó Hilsman cung cấp cho Tòa Đại Sứ nội dung thông tin để đồng thời công bố tại Washington và Saigon. Bản thông tin này và bản tin đề xuất phát trên đài VOA đều nhằm phân tách cho công luận thấy rõ việc áp đặt lệnh thiết quân của Quân đội Nam VN không liên quan đến chiến dịch tấn công vào các chùa do Lực lượng Đặc biệt của Đại tá Tung và cảnh sát mật thực hiện, cùng với việc bắt bớ hàng loạt người biểu tình và các nhà lãnh đạo Phật giáo. Bản thông tin này chỉ rõ rằng Lực lượng Đặc biệt không nằm dưới sự chỉ huy của Quân đội. (Nguồn: Department of State, Central Files, SOC 14-1 S VIET) Về nội dung bản tin thực sự được phát trên sóng VOA, xem Hồ sơ 287.)

also tell appropriate military commanders we will give them direct support in any interim period of breakdown central government mechanism.

(3) We recognize the necessity of removing taint on military for pagoda raids and placing blame squarely on Nhu. You are authorized to have such statements made in Saigon as you consider desirable to achieve this objective. We are prepared to take same line here and to have Voice of America make statement along lines contained in next numbered telegram whenever you give the word, preferably as soon as possible.[1]

Concurrently with above, Ambassador and country team should urgently examine all possible alternative leadership and make detailed plans as to how we might bring about Diem's replacement if this should become necessary.

Assume you will consult with General Harkins re any precautions necessary protect American personnel during crisis period.

You will understand that we cannot from Washington

[1] Reference is to telegram 244 to Saigon, August 24, 9:37 p.m., in which Hilsman provided the Embassy with a guidance for simultaneous play in Washington and Saigon. This guidance and the proposed VOA broadcast were supposed to separate in the public's mind the South Vietnamese Army's press imposition of martial law and the attacks by Tung's Special Forces and the secret police on the pagodas and the large-scale arrests of Buddhist leaders and demonstrators. The guidance pointed out that the secret police and the Special Forces were not under the command of the Armed Forces. (Department of State, Central Files, SOC 14-1 S VIET) For text of the VOA guidance as actually broadcast, see Document 287.

hành những hoạt động này như thế nào, nhưng ông cũng nên biết rằng chúng tôi luôn ủng hộ hoàn toàn những hoạt động của ông nhằm đạt được các mục tiêu của chúng ta.

Điều không cần phải nói là chúng tôi đã giữ kín điện văn này chỉ trong phạm vi những người có liên quan thiết yếu, và tất nhiên ông cũng phải có sự cảnh giác tương tự để tránh việc rò rỉ thông tin quá sớm.

BALL

give you detailed instructions as to how this operation should proceed, but you will also know we will back you to the hilt on actions you take to achieve our objectives.

Needless to say we have held knowledge of this telegram to minimum essential people and assume you will take similar precautions to prevent premature leaks.

BALL

CHIẾN DỊCH TẤN CÔNG CÁC CHÙA, BẮT 1.426 TĂNG NI CƯ SĨ

LỜI NGƯỜI DỊCH

Sau đây là bức Điện văn số 320 trong Hồ sơ đã giải mật "Foreign Relations of the United States, 1961-1963" (Hồ Sơ Đối Ngoại Của Hoa Kỳ, 1961-1963) gửi từ Đại Sứ Hoa Kỳ Henry Cabot Lodge về Bộ Ngoại Giao Mỹ. Điện văn gửi từ Sài Gòn ngày 24-8-1963, mấy ngày sau trận tấn công hàng loạt vào các chùa ở Miền Nam VN.

MỘT SỐ ĐIỂM GHI NHẬN TỪ ĐIỆN VĂN 320

- Ông Nhu đã biến sức mạnh Quân đội và Mật Vụ làm thế lực riêng cho gia đình họ Ngô: triệt tiêu quyền lực Quân đội bằng cách tách riêng Lực Lượng Đặc Biệt và Cảnh sát Dã chiến làm cánh tay để đàn áp Phật tử.
- Các Tướng Lãnh Quân đội không biết gì về chiến dịch tấn công các chùa đêm 20 rạng ngày 21-8-1963, trong đó lính ông Nhu bắt 1426 Tăng Ni Cư Sĩ, trong đó hầu hết là tu sĩ cấp lãnh đạo của Phật giáo.
- Ông Nhu đã gài vũ khí, chất nổ vào chùa để vu vạ.
- Dân chúng đổ tội cho Quân đội, và sinh viên tự kêu gọi biểu tình.

- Quân đội cảm thấy bị tê liệt và có nguy cơ mất khả năng chống Cộng. Ông Nhu đã biến Quân đội, một lực lượng chống Cộng để bảo vệ miền Nam, thành lực lượng riêng bảo vệ gia đình họ Ngô chống lại dân chúng.
- Quân đội đã nghĩ tới giải pháp đẩy ông bà Nhu ra ngoài chính phủ, giữ ông Diệm làm Tổng Thống.

Bản Việt dịch của Cư sĩ Nguyên Giác.

274. ĐIỆN VĂN TỪ TÒA ĐẠI SỨ TẠI VIỆT NAM GỬI VỀ BỘ NGOẠI GIAO[1]

Sài Gòn, 24-8-1963, lúc 6 giờ chiều

Điện văn số 320. *Gửi đến Tư Lệnh Quân Lực Hoa Kỳ tại Thái Bình Dương, cho các Cố vấn Chính trị). Sau đây là bản ghi nhớ cuộc nói chuyện giữa Rufus Phillips, Giám đốc Ủy Ban Hoa Kỳ về Phát Triển Nông Thôn, và Tướng Lê Văn Kim vào ngày 23-8.*

Bắt đầu văn bản: Sau đây là lời Tướng Lê Văn Kim, người hiện giữ chức Phụ tá Quan hệ Cộng đồng cho Tướng Trần Văn Đôn, trong buổi nói chuyện với tôi vào ngày 23-8. Tướng Kim là một bạn thân cũ của tôi và có yêu cầu cuộc nói chuyện này được giữ bí mật.

Tướng Kim mở đầu câu chuyện bằng việc cay đắng nói lên rằng Quân đội hiện giờ hành động như con rối trong tay Cố vấn Nhu, người đã giăng bẫy để quân đội rơi vào việc ban hành thiết quân luật. Quân đội, kể cả các tướng Đính và Đôn, không hề biết gì về các kế hoạch tấn công Chùa Xá Lợi và những chùa khác. Điều này được thực hiện bởi Lực Lượng Đặc Biệt của Đại Tá Tung và cảnh sát dã chiến theo các mật lệnh của Nhu. Nhu hiện đang nắm quyền kiểm soát và Tướng Đôn nhận lệnh trực tiếp từ ông ta.

Theo lời Kim, có 1.426 người (Tăng Ni cư sĩ Phật giáo) đã bị bắt giữ. Tất cả chất nổ và vũ khí tìm thấy

---

[1] Nguồn: Bộ Ngoại Giao Hoa Kỳ, Hồ Sơ Trung Ương, SOC 14-1 S VIET. Mật; Xử lý tức khắc; Phổ biến hạn chế. Gửi bản sao tới Tư Lệnh Quân Lực Hoa Kỳ Thái Bình Dương. Hilsman đã trích dẫn điện văn này trong cuốn To Move a Nation, các trang 484-485, như một phần trong phương pháp các tướng lãnh VNCH tiếp cận với các viên chức Mỹ.

274. TELEGRAM FROM THE EMBASSY IN VIETNAM TO THE DEPARTMENT OF STATE[1]

Saigon, August 24, 1963, 6 p.m.

320. CINCPAC for POLAD. Following is memorandum of conversation between Rufus Phillips, Director of USOM Rural Affairs, and General Le Van Kim held on August 23:

Begin Text: Following are statements made to me by General Le Van Kim, currently acting as Deputy for Public Relations to General Don, during course of a conversation with him on 23 August 1963. General Kim is an old personal friend and asked that this conversation be kept in closest personal confidence.

General Kim opened conversation by saying, bitterly, that Army is now acting as puppet of Counselor Nhu, who tricked it into establishing martial law. The Army, including Generals Dinh and Don knew nothing of plans to raid Xa Loi and other pagodas. This was carried out by Colonel Tung's Special Forces and combat police on Nhu's secret orders. Nhu is now in control and General Don is taking orders directly from him.

According to Kim, 1426 people (Buddhist monks and laymen) have been arrested. All of explosives and arms

[1] Source: Department of State, Central Files, SOC 14-1 S VIET. Secret; Operational Immediate; Limit Distribution. Repeated to CINCPAC. Hilsman cites this telegram in To Move a Nation, pp. 484-485, as part of an approach by Vietnamese Generals to American officials

trong các chùa chỉ là màn dàn cảnh đổ vạ. Hiện nay dân chúng tin rằng Quân đội phải chịu trách nhiệm về việc đàn áp Phật tử và quay sang chống đối Quân đội. Trừ phi có sự cải chính và nói rõ sự thật với công chúng, Quân đội sẽ mất khả năng chiến đấu chống Cộng một cách nghiêm trọng.

Tướng Kim nói, các sinh viên của khoa Y và khoa Dược Khoa thuộc Đại học Sài Gòn đã tổ chức biểu tình vào sáng ngày 23-8. Kim cảm thấy những cuộc biểu tình này sẽ lan rộng, và rằng sinh viên sắp chuyển sang bạo động. Nhật lệnh về kiểm soát bạo động biểu tình đã trao cho các cấp chỉ huy Quân đội VNCH vào sáng ngày 23, và ông hy vọng xung đột bạo lực giữa Quân đội và sinh viên có thể tránh được. Tuy nhiên, Nhu đã ra lệnh cho Cao Xuân Vỹ (Tổng Giám Đốc Thanh Niên) phải tổ chức một cuộc biểu tình khổng lồ của Lực Lượng Thanh Niên Cộng Hòa với khoảng hơn 500.000 người vào ngày 25-8. Kim tin rằng một cuộc biểu tình lớn như thế, nếu được tổ chức, sẽ có thể dẫn tới bạo động ở mức không hình dung nổi, và do đó phải cố tránh. Ông ngờ rằng Nhu sẽ không chịu lắng nghe bất kỳ lời khuyên trái ý nào về chuyện biểu tình.

Tôi hỏi Tướng Kim về việc Quân đội có đoàn kết hay không. Ông nói, Nhu đã cố ý phân chia quyền chỉ huy giữa Đại Tá Tung, Tướng Đính và Tướng Đôn, và đang đối phó với từng người một cách riêng rẽ. Tướng Đôn (là [trang 614] anh rể của Kim) không có được nhiều sự ủng hộ tự nhiên trong các sĩ quan, nhưng ông cảm thấy là hầu hết các tướng lãnh và sĩ quan cao cấp khác có thể liên minh quanh Tướng Đôn. Vấn đề then chốt ở đây là lập trường của Mỹ đứng về bên nào. Nếu

found in pagodas were planted. Now the population believes the Army was responsible for repression of Buddhists and is turning against Army. Unless this situation is corrected and people are told truth, Army will be seriously handicapped in its fight against Communists.

General Kim said students from Faculties of Medicine and Pharmacy had held demonstrations on morning of 23rd. Kim felt these demonstrations were bound to spread, that students were on verge of violence. Riot control briefings had just been given to ARVN unit leaders on morning of 23rd and he hoped violence between Army and students could be avoided. However, Nhu had ordered Cao Xuan Vy (Director General of Youth) to organize a massive demonstration of Republican Youth involving over 500,000 people for 25th of August. Kim believes that such a demonstration, if it could be organized, would produce a riot of unimaginable proportions and, therefore, must be avoided. He said he doubted that Nhu would listen to any contrary advice about demonstrations.

I asked Kim if the Army was united. He said that Nhu had deliberately split the command between Colonel Tung, General Dinh and General Don and was dealing with each separately. Don (who is [Page 614]his brother-in-law) does not command much natural support among officer corps but most of other Generals and senior officers, he felt, could be rallied around him (Don). Key question was where did US stand. If US took clear stand

Mỹ xác định rõ ràng chống lại ông bà Nhu và ủng hộ việc Quân đội hành động để loại họ ra khỏi chính phủ, thì Quân đội (chỉ trừ Đại Tá Tung) sẽ đoàn kết để ủng hộ hành động đó và hẳn là có thể thực hiện được. Mặc dù cá nhân ông không thích Diệm, nhưng ông Kim cảm thấy việc giữ lại ông Diệm làm Tổng Thống hẳn là tốt hơn, miễn là toàn bộ ảnh hưởng của gia đình họ Ngô phải được xóa bỏ vĩnh viễn một cách hiệu quả. Ông nói, không chỉ là vấn đề loại trừ ông bà Nhu, mà còn phải loại bỏ hết bè phái tay chân của họ nữa.

Cuối cùng, Tướng Kim nói rằng ông và 7 tướng lãnh khác đã bị ép buộc phải ký vào một tuyên thệ trung thành với Tổng Thống Diệm hôm 22-8, với nội dung hoàn toàn ủng hộ những hành động của chính phủ chống lại Phật giáo. Ông nói, Hoa Kỳ nhất thiết đừng để bị lừa dối bởi văn bản đó, vì đại đa số trong Quân đội cũng như hầu hết các tướng lãnh đã ký tên vào bản tuyên thệ đều không hề chấp nhận việc đàn áp Phật giáo, nhưng lần này họ buộc phải ký tên vào đó hoặc sẽ trở thành đối tượng bị Cố Vấn Nhu xóa sổ từng người một.

Ký tên: Lodge

against Nhus and in support of Army action to remove them from government, the Army (with exception of Colonel Tung) would unite in support of such an action and would be able to carry it out. He felt that retaining President, even though he personally did not like him, would be preferable providing all Ngo family influence could be permanently and effectively eradicated. It was not just a question of getting rid of Nhus, he said, but of also removing their followers from scene.

Finally, Kim said that he and seven other general officers had been obliged on 22 August to sign an oath of loyalty to President Diem which fully supported actions taken by government against Buddhists. He said US must not be fooled by this document, that vast majority of Army and most of Generals who signed document, did not approve of repression of Buddhists but had to sign at this time or expose themselves to individual elimination by Counselor Nhu.

Lodge

BẢN PHÚC TRÌNH A/5630 CỦA PHÁI ĐOÀN ĐIỀU TRA LIÊN HIỆP QUỐC VỀ ĐÀN ÁP PHẬT GIÁO TẠI NAM VIỆT NAM - NĂM 1963

Nguyễn Minh Tiến

Lời dẫn

Phúc trình mang số hiệu A/5630 là báo cáo của Phái đoàn Điều tra Liên Hiệp Quốc tại Nam Việt Nam (*Report of the United Nation Fact-Finding Mission to South Viet-Nam*) được soạn thảo bằng tiếng Anh, tiếng Pháp và tiếng Tây Ban Nha, là kết quả của một cuộc điều tra khách quan do Liên Hiệp Quốc tiến hành thông qua việc chỉ định các đại diện từ 7 quốc gia thành viên cùng một số nhân viên chuyên môn để hỗ trợ hoạt động điều tra. Phái đoàn điều tra này đã đến Nam Việt Nam ngày 24-10-1963 và đến sáng ngày 1-11 thì dự kiến sẽ hoàn tất công việc vào cuối ngày 3-11. Tuy nhiên, cuộc chính biến diễn ra trong ngày 1-11 đã làm thay đổi phần cuối kế hoạch, cũng như có thể là nguyên nhân khiến cho Phái đoàn không nhận được những tài liệu quan trọng mà Chính phủ ông Diệm đã hứa sẽ cung cấp. Ngoài ra, để chuẩn bị các phương thức và chương trình hành động sao cho khách quan và hiệu quả, trước đó phái đoàn cũng đã có 4 phiên họp trong thời gian từ ngày 14-10 đến 21-10-1963 tại New York.

Bản Phúc trình A/5630, chỉ riêng phần Anh ngữ dài 93 trang khổ lớn, gồm 4 Chương với 191 phân đoạn (paragraphs) và 16 Phụ lục (Annexes), được phái đoàn trình lên Kỳ họp thường niên lần thứ 18 của Đại Hội

Đồng Liên Hiệp Quốc, là tài liệu quan trọng để Đại Hội Đồng thảo luận và xem xét trong phạm vi Đề mục 77 (Item 77) theo Nghị trình Kỳ họp (Agenda) đã được Đại Hội Đồng thông qua trước đó, với tiêu đề chính là *"Vi phạm nhân quyền ở Việt Nam"* (*The violation of human rights in South Viet-Nam*).

Trong thực tế, Đại Hội Đồng đã không tiến hành việc thảo luận Đề mục 77 như trong Nghị trình đã định. Lý do đơn giản là vì đối tượng bị cáo buộc vi phạm nhân quyền, tức Chính phủ Ngô Đình Diệm, đã sụp đổ sau cuộc đảo chính của Quân đội ngày 1-11-1963. Mặc dù vậy, Phúc trình này đã được chính thức công bố và có thể xem là một văn kiện lịch sử quan trọng, bởi đây là sự ghi nhận khách quan và khoa học của một tổ chức quốc tế lớn nhất hành tinh về những gì Chính phủ Ngô Đình Diệm đã làm tại miền Nam Việt Nam, trong phạm vi liên quan đến cuộc vận động đòi bình đẳng tôn giáo năm 1963 của Phật giáo Việt Nam. Một số luận điệu bóp méo và nhào nặn lịch sử với ý đồ xuyên tạc sẽ bị vạch trần thông qua chính những ghi nhận trung thực từ Phúc trình này.

Bản Phúc trình được thực hiện đúng vào thời điểm căng thẳng nhất của các diễn biến liên quan, khi mà trong tâm tưởng những người chứng kiến vẫn chưa hết sự bàng hoàng, căm phẫn, và khi những dòng máu đỏ trong các chiến dịch đàn áp của Chính phủ Ngô Đình Diệm vẫn còn chưa kịp khô hẳn đi trên thân thể những học sinh, sinh viên và tăng ni cư sĩ hoàn toàn vô tội. Một số lớn các vị vẫn còn đang trong vòng tù tội khi Phái đoàn tiến hành cuộc điều tra.

Thông qua những nội dung ghi nhận trong bản Phúc trình, chúng ta thấy được tư tưởng và cảm xúc của chính những nhân chứng vào thời điểm ngay trước khi Chính phủ Diệm sụp đổ, và cũng thông qua bản Phúc trình, chúng ta thấy được những biện pháp dối trá mà Chính phủ Diệm đã áp dụng để cố làm sai lệch kết quả điều tra. Và bất chấp những đề xuất có chủ ý cũng như những cản trở ngầm từ phía Chính phủ Diệm, Phái đoàn Điều tra của Liên Hiệp Quốc đã hết sức khéo léo trong các quyết định hành động của họ, dẫn đến kết quả là một nội dung Phúc trình vô cùng phong phú và đầy đủ cũng như đảm bảo tính chính xác và khách quan. Những lập luận sai lệch nhằm ý đồ "chạy tội" cho Chính phủ Diệm khi cho rằng *"không có đàn áp Phật giáo"* sẽ hoàn toàn bị phá vỡ khi chúng ta đối chiếu với những nội dung thực tế được ghi lại trong Phúc trình này.

Với các ý nghĩa nêu trên, sự xem xét của Đại Hội Đồng Liên Hiệp Quốc về vấn đề này hoàn toàn không cần thiết nữa, bởi không còn bất kỳ biện pháp trừng phạt nào đối với một chế độ có thể xem là nghiêm khắc nặng nề hơn là sự sụp đổ của chính nó. Trong khi đó, tính chất khách quan và trung thực cộng với phương pháp làm việc khéo léo và khoa học mà Phái đoàn điều tra đã áp dụng, tự nó đã là một sự đảm bảo chắc chắn để người đọc bản Phúc trình hoàn toàn có thể tự mình rút ra kết luận.

Khi chọn đưa nội dung giới thiệu bản Phúc trình A/5630 vào tuyển tập này, chúng tôi hy vọng sẽ cung cấp cho độc giả một nguồn tư liệu quý giá và khách quan để hiểu đúng và hiểu rõ về cuộc vận động bình đẳng tôn giáo năm 1963 của Phật giáo Việt Nam. Toàn văn Phúc trình bằng Anh ngữ (và 5 ngôn ngữ khác là tiếng Ả Rập, tiếng Hoa, tiếng Pháp, tiếng Nga và tiếng Tây Ban Nha) có thể tìm đọc trên Internet.[1] Tuy

[1] http://www.un.org/ga/search/viewm_doc.asp?symbol=A/5630

nhiên, trong phần giới thiệu này, ở một số nội dung quan trọng, chúng tôi sẽ in nghiêng và dẫn kèm theo nguyên tác Anh ngữ.

I. THÔNG TIN SƠ LƯỢC

Biến cố đàn áp Phật giáo tại Đài phát thanh Huế ngày 8-5-1963 làm chết 8 Phật tử có thể xem là "giọt nước tràn ly" làm bùng vỡ và vượt quá giới hạn nhẫn nhục chịu đựng của Phật tử đối với sự bất công của Chính quyền Ngô Đình Diệm từ nhiều năm trước đó. Nhiều cuộc biểu tình và các hình thức phản đối khác nhau đã liên tục diễn ra trên phạm vi toàn miền Nam, mà chủ yếu và sôi động nhất vẫn là ở hai thành phố lớn: Huế và Sài Gòn. Sau cuộc tự thiêu của Hòa Thượng Thích Quảng Đức tại Sài Gòn vào ngày 11-6-1963 làm rúng động lương tâm nhân loại, chính quyền Ngô Đình Diệm, hay chính xác hơn là ông Cố vấn Ngô Đình Nhu, đã quyết định dùng vũ lực đập tan phong trào đòi bình đẳng tôn giáo của Phật giáo, bất chấp bản Thông cáo chung ngày 16-6-1963 do Ủy ban Liên bộ của Chính phủ cùng ký kết với Ủy ban Liên phái Phật giáo, có chữ ký duyệt khán của chính ông Tổng thống Ngô Đình Diệm, đã cam kết giải quyết thỏa đáng các nguyện vọng chính đáng của Phật giáo.

Đêm 20 rạng ngày 21-8-1963, ông Nhu ra lệnh cho Lực Lượng Đặc Biệt của Đại tá Lê Quang Tung và Cảnh sát Dã chiến tổng tấn công các chùa trên toàn quốc. Chỉ trong mấy giờ đồng hồ thực hiện chiến dịch, chính quyền đã bắt giam 1.426 Tăng Ni và cư sĩ Phật giáo trên toàn lãnh thổ Nam Việt Nam.[1] Toàn

[1] Xem lại trang 140, Điện văn số 320 (Hồ sơ 274) của Tòa Đại sứ Mỹ tại Sài Gòn gửi cho Bộ Ngoại giao Mỹ ngày 24-8, với lời tự bạch của chính Tướng Lê Văn Kim.

bộ thành phần lãnh đạo Phật giáo chỉ trong một đêm đã bị khống chế bằng bạo lực, giam cầm và khủng bố.

Với những hành vi bất chấp đạo lý cũng như công lý, thách thức lương tri loài người khi sử dụng đến các lực lượng vũ trang tinh nhuệ nhất chỉ để đàn áp, vô cớ bắt giam hàng loạt những con người không có khả năng tự vệ, không có vũ khí trong tay, chính quyền Ngô Đình Diệm đã tự dựng lên bức tường ngăn cách giữa họ với phần còn lại của nhân loại. Do đó, hàng loạt các hành động phản đối đã liên tục diễn ra ở cả trong và ngoài nước. Đặc biệt, trong số những người công khai phản đối mạnh mẽ nhất có cả thân phụ và thân mẫu của bà Nhu là Luật sư Trần Văn Chương (Đại sứ Việt Nam Cộng Hòa tại Hoa Kỳ) và bà Thân Thị Nam Trân (Quan sát viên thường trực của Việt Nam Cộng Hòa tại Liên Hiệp Quốc).

Những tin tức không tốt đẹp về sự đàn áp Phật giáo của chính quyền ông Diệm đã lan truyền nhanh chóng ra khắp thế giới, nhất là sau khi những bức ảnh cuộc tự thiêu của Hòa thượng Thích Quảng Đức được công bố trên báo chí. Vào ngày 4-9-1963, đại diện của 14 nước thành viên Liên Hiệp Quốc bao gồm Afghanistan, Algeria, Cambodia, Ceylon, Guyana, India, Indonesia, Mông Cổ, Nigeria, Pakistan, Rwanda, Sierra Leone, Somalia, Trinidad and Tobago (sau đó có thêm hai nước khác nữa là Mali và Nepal) đã cùng gửi một Thỉnh nguyện thư lên Tổng Thư Ký Liên Hiệp Quốc, yêu cầu đưa thêm vào Nghị trình Kỳ họp thường niên thứ 18 của Đại Hội Đồng Liên Hiệp Quốc một nội dung thảo luận với tiêu đề *"Sự vi phạm nhân quyền ở Nam Việt Nam"* (*The violation of human rights in South Viet-Nam*). Thỉnh nguyện thư này mang số A/5489, được gửi đến cho tất cả các nước thành viên Liên Hiệp Quốc vào ngày 9-9-1963. Một văn bản giải thích về việc này cũng được chuyển đến tất cả các nước thành viên vào ngày 13-9-1963, sau đó đưa vào thành Phụ lục số 1 của Thỉnh nguyện thư nói trên (A/5489/Add.1).

Thỉnh nguyện thư A/5489 đưa ra các cáo buộc cụ thể về sự vi phạm nhân quyền của chính phủ Ngô Đình Diệm, trong đó các sự kiện quan trọng vừa diễn ra tại Việt Nam đều được đề cập đến. Về biến cố ngày 8-5-1963 và hệ quả sau đó, thỉnh nguyện thư nêu rõ:

> *"Nine persons were killed when troops fired on the orders of the Government on the participants. This incident resulted in a request for redress of grievances and the acceptance of responsibility for the killings by the Government. Neither was done, resulting in an increased demand for remedial action. The intensity of feeling against the injustices done by the Government was such that five monks and a nun immolated themselves - a course of action unusual to the followers of the faith."*
>
> *"Chín người đã bị thiệt mạng khi quân đội nổ súng vào đám đông theo lệnh của Chính phủ. Sự cố này đòi hỏi phải có sự giải quyết thỏa đáng và nhận trách nhiệm về hành vi dẫn đến chết người của Chính phủ. Nhưng cả hai đòi hỏi này đều không được giải quyết thỏa đáng, kết quả là càng tăng thêm sự phản kháng đòi hỏi phải có hành động khắc phục hậu quả. Sự phản đối những bất công của Chính phủ đã gia tăng đến mức độ có 5 tăng sĩ và một sư cô đã tự*

thiêu - vốn là một động thái ứng xử không bình thường đối với các tín đồ Phật giáo."

Và cuộc tấn công thô bạo vào các chùa trên khắp phạm vi miền Nam Việt Nam vào đêm 20-8-1963 cũng được ghi nhận chính xác và cụ thể trong bức thỉnh nguyện thư:

> *"The appeal for justice from their subjects was met by threats and ridicule and was followed by an attack, a little after midnight on Tuesday, 20 August 1963, on the venerated Xa-Loi Pagoda, the chief shrine in Saigon of the majority faith. Hordes of armed police equipped with machine-guns and carbines entered the precincts of the pagoda and carried away hundreds of monks and nuns to prisons, after inflicting injury on them. This action was repeated in the early hours of the same day in a number of other pagodas throughout the country. At least 1,000 monks are estimated to be incarcerated at present. The death toll is not known."*

> *"Sự đòi hỏi công bằng của các công dân [Việt Nam] được đáp lại bằng sự đe dọa và thô bạo, tiếp theo là một cuộc tấn công vào chùa Xá Lợi, ngôi chùa tôn nghiêm nhất Sài Gòn, lúc vừa quá nửa đêm ngày thứ Ba, 20 tháng 8, 1963. Nhiều toán cảnh sát trang bị súng máy và súng trường đã xâm nhập khuôn viên chùa và bắt đi hàng trăm tăng ni, đưa vào các nhà tù sau khi đã gây thương tích cho họ. Hành động này cũng được thực hiện cùng lúc ở nhiều ngôi chùa khác trong cả nước. Hiện nay, ước tính ít*

nhất đã có đến 1.000 nhà sư bị bắt giam. Số người chết vẫn chưa được rõ.”

Cuộc biểu tình của sinh viên học sinh và phản ứng đàn áp của Chính phủ ông Diệm cũng được ghi nhận:

> *“Students of Saigon University demonstrating against these arbitrary actions of the Government were arrested by the hundreds on Sunday, 25 August 1963.”*
>
> *“Các sinh viên trường Đại học Sài Gòn đã biểu tình phản đối những hành vi độc đoán của Chính phủ và bị bắt giam lên đến nhiều trăm người vào ngày Chủ nhật, 25-8-1963.”*

Trước những cáo buộc cụ thể và rõ ràng như thế, tại cuộc họp lần thứ 153 của Ủy ban Thường trực (General Committee) Đại Hội Đồng Liên Hiệp Quốc vào ngày 18-9-1963, Ủy ban đã quyết định đề nghị Đại Hội Đồng đưa Đề mục số 77 vào Nghị trình Kỳ họp thường niên lần thứ 18 với tiêu đề là *“Sự vi phạm nhân quyền ở Nam Việt Nam”* (*The violation of human rights in South Viet-Nam*).

Đáp lại những cáo buộc của các nước thành viên Liên Hiệp Quốc, Chính phủ Việt Nam Cộng Hòa không thể im lặng. Vào ngày 4-10-1963, họ đã gửi thư lên Đại Hội Đồng, mời đại diện các nước thành viên Liên Hiệp Quốc đến Việt Nam để tìm hiểu sự thật. Bằng cách này, Chính phủ ông Diệm đã quyết định “tiên hạ thủ vi cường” để chứng tỏ mình “trong sạch”. Hẳn ông đã phải rất tự tin với các chiêu thức để che đậy những việc đã làm, mà trong số đó thì việc kiểm soát chặt các thành phần chính phủ để họ nói theo ý ông cũng như chuẩn bị các nhân chứng giả là điều chúng ta sẽ dễ dàng nhận ra qua thực tế.

Tại phiên họp thứ 1232 vào ngày 7-10-1963, Đại Hội Đồng Liên Hiệp Quốc đã chấp thuận đề nghị của Ủy ban Thường trực, đưa Đề mục 77 vào Nghị trình Kỳ họp Thường niên lần thứ 18.[1] Đại diện của Costa Rica, mặc dù không ký tên trong Thỉnh nguyện thư trước đó, nhưng đã đề xuất trước Đại Hội Đồng là nên chấp nhận lời mời của Việt Nam Cộng Hòa để *"có sự khảo sát hết sức nghiêm túc và cẩn trọng về tất cả những dữ kiện có thể thu thập được"* (*very serious and careful examination of all the available facts*).

Trong phiên họp khoáng đại lần thứ 1234 của Đại Hội Đồng, vị Chủ tịch đã công bố việc chỉ định đại diện của 7 nước thành viên để thành lập một Phái đoàn điều tra, bao gồm: Afghanistan, Brazil, Ceylon, Costa Rica, Dahomey, Morocco và Nepal. Đại diện của Afghanistan là ông Abdul Rahman Pazhwak sẽ giữ cương vị Trưởng đoàn. Đáng chú ý là Chủ tịch Đại Hội Đồng đã xác định nhiệm vụ của phái đoàn một cách cụ thể hơn, đó là *"đến Việt Nam Cộng Hòa để tìm hiểu sự thật về tình trạng thực tế ở nước này trong phạm vi mối quan hệ giữa Chính phủ và cộng đồng Phật tử Việt Nam"* (*to visit the Republic of Viet-Nam so as to ascertain the facts of the situation in that country as regards relations between the Government of the Republic of Viet-Nam and the Viet-Namese Buddhist*

[1] Đại Hội Đồng Liên Hiệp Quốc họp thường niên mỗi năm một lần kể từ năm 1945. Kỳ họp thường niên năm 1963 là lần thứ 18.

community). Như vậy, mục tiêu điều tra về vi phạm nhân quyền đã được khoanh vùng một cách cụ thể hơn là những vi phạm nhắm vào Phật giáo. Hơn thế nữa, Đại Hội Đồng cũng thúc giục *"phái đoàn phải lên đường càng sớm càng tốt để có thể kịp báo cáo kết quả lên Kỳ họp thường niên đang diễn ra"* (*The mission will have to leave as soon as possible so that its report can be submitted to the General Assembly at the present session.*)

Kỳ họp thường niên của Đại Hội Đồng khai mạc từ tháng 9 và thường sẽ kéo dài đến giữa tháng 12. Vì thế, Đại Hội Đồng đã quyết định sẽ xem xét và cho ý kiến về sự việc này ngay trong Kỳ họp thường niên của năm 1963.

Về các thành viên, Chủ tịch Đại Hội Đồng đã đích thân chỉ định 7 quốc gia và Chính phủ của mỗi quốc gia tự đề cử người đại diện tham gia. Ngoài ra, Đại Hội Đồng cũng cử thêm một số thành viên chuyên môn để đảm bảo hiệu quả hoạt động tốt nhất cho phái đoàn, bao gồm một Chánh thư ký *(John P. Humphrey)* và hai phụ tá (*Ilhan Lutem* phụ trách điều hành và *Alain L. Dan-geard* phụ trách tài chánh), một Tùy viên Báo chí (*Valieri J. G. Stavridi*). Cơ quan thường trực của Ủy ban Kinh tế Á châu và Viễn Đông thuộc Liên Hiệp Quốc tại Thái Lan đã cung cấp một trợ lý phụ trách thông dịch Anh-Việt (ông *The Pha Thay Vilai-hongs*) và một người thông dịch Anh-Pháp (cô *G. Bazinet*). Kinh phí dành cho phái đoàn là khoảng 33.600 đô-la Mỹ, do Liên Hiệp Quốc đài thọ.

Tại New York, từ ngày 14 đến ngày 21 tháng 10 năm 1963, Phái đoàn Điều tra này đã tổ chức 4 cuộc họp chuẩn bị trước khi lên đường, để xác định các nguyên tắc làm việc cũng như phác thảo ra kế hoạch hành động. Những chuẩn bị này đã được các thành viên trong đoàn thảo luận kỹ lưỡng và đi đến thống nhất. Mục đích chính cũng được xác định một cách chi tiết và cụ thể tại Nguyên tắc số 12 trong các nguyên tắc đã được Phái đoàn thông qua:

> *"Phái đoàn này là một tổ chức chuyên trách điều tra, được thành lập tìm hiểu sự thật về tình trạng thực tế liên quan đến các cáo buộc vi phạm nhân quyền của Chính phủ Việt Nam Cộng Hòa trong mối quan hệ giữa Chính phủ này với cộng đồng Phật tử tại Việt Nam."*
>
> *("The Mission is an ad hoc fact-finding body and has been established to ascertain the facts of the situation as regards the alleged violations of human rights by the Government of the Republic of VietNam in its relations with the Buddhist community of that country.")*

Nhằm đảm bảo tính trung thực cho hoạt động thu thập thông tin, Phái đoàn đã thảo luận với Chủ tịch Đại Hội Đồng và quyết định giữ kín các nguyên tắc làm việc cũng như kế hoạch hành động. Tuy nhiên, mục đích khái quát sẽ được Chủ tịch Đại Hội Đồng truyền đạt đến đại diện của Việt Nam Cộng Hòa tại Liên Hiệp Quốc, để bảo đảm Chính phủ Việt Nam Cộng Hòa nhận thức đầy đủ về điều này.

Về tiêu chí điều tra, căn cứ vào các cáo buộc đã nhận được, Phái đoàn đã vạch ra những tiêu chí, văn bản pháp lý cần dựa vào để làm căn cứ kết luận về vi phạm nhân quyền. Trong bản Phúc trình, các đoạn văn từ 66 đến 71 đã được dành trọn để nêu rõ các văn bản pháp lý và điều khoản liên quan. Trong số đó, các văn bản sau đây được nhấn mạnh:

- *Bản Hiến chương Liên Hiệp Quốc (Charter of the United Nations), ban hành ngày 26-6-1945.*
- *Bản Tuyên ngôn Quốc tế về Nhân quyền (the Universal Declaration of Human Rights), ban hành ngày 10-12-1948.*
- *Nghị quyết số 1779 của Đại Hội Đồng Liên Hiệp Quốc, ban hành ngày 7-12-1962.*

Bản Phúc trình trích dẫn Điều 1, khoản 3 trong Hiến chương Liên Hiệp Quốc, nhấn mạnh sự *"tôn trọng nhân quyền và các quyền tự do căn bản của tất cả mọi người, không phân biệt chủng tộc, giới tính, ngôn ngữ hay tôn giáo" (respect for human rights and for fundamental freedoms for all without distinction as to race, sex, language, or religion).*

Và trích dẫn nguyên văn Điều 18 trong *Tuyên ngôn Quốc tế về Nhân quyền* nói rằng:

> *"Everyone has the right to freedom of thought, conscience and religion; this right includes freedom to change his religion or belief, and freedom either alone or in community with others and in public or private, to manifest his religion or belief in teaching, practice, worship and observance."*
>
> *"Mọi người đều có quyền tự do tư tưởng, lương tri và tín ngưỡng, bao gồm cả việc tự do thay đổi tôn giáo hoặc niềm tin, và tự do bày tỏ tôn*

giáo hoặc niềm tin của mình bằng các hình thức như thuyết giảng, thực hành, thờ cúng và thực hiện nghi lễ, dù chỉ riêng một mình hay cùng chung với cộng đồng, tại những nơi công cộng hoặc riêng tư."

Về ý nghĩa của cuộc điều tra, Phái đoàn nêu căn cứ ở Điều 13, Đoạn 1, phần b của Hiến chương Liên Hiệp Quốc và trích dẫn nguyên văn:

1. *The General Assembly shall initiate studies and make recommendations for the purpose of:*

a. ...

b. *promoting international co-operation in the economic, social, cultural, educational, and health fields, and assisting in the realization of human rights and fundamental freedoms for all without distinction as to race, sex, language, or religion.*

1. *Đại Hội Đồng [Liên Hiệp Quốc] có quyền tiến hành nghiên cứu và đưa ra các khuyến nghị cho các mục đích:*

a. ...

b. *Thúc đẩy sự hợp tác quốc tế trong các lĩnh vực kinh tế, xã hội, văn hóa, giáo dục, y tế và hỗ trợ trong việc thực hiện các quyền con người và tự do cơ bản cho tất cả mọi người, không phân biệt chủng tộc, giới tính, ngôn ngữ hay tôn giáo.*

Các văn bản khác cũng được trích dẫn từng phần để nhấn mạnh và làm rõ các yêu cầu của cuộc điều tra. Đặc biệt, trong Phúc trình còn *"đề nghị tham chiếu đến các điều số 2, 9, 20, 21, 29* và *30 của Tuyên ngôn Quốc tế về Nhân quyền" (Reference should also be made to articles 2, 9, 20, 21,29 and 30 of the Universal Declaration.)*

Sau quá trình chuẩn bị thận trọng, Phái đoàn chính thức lên đường ngày 21 và đến Phi trường Tân Sơn Nhứt lúc 0 giờ 30 sáng ngày 24-10. Phía Chính phủ Việt Nam Cộng hòa có ông Phạm Đăng Lâm và các quan chức Bộ Ngoại giao ra đón. Trả lời phóng viên báo chí Việt Nam và quốc tế ngay khi đến phi trường, vị Trưởng đoàn đã xác định rằng *"mục đích của phái đoàn là tiến hành những cuộc điều tra tại chỗ, lắng nghe các nhân chứng và tiếp nhận các thỉnh nguyện" (its intention to carry out on-the-spot investigations, to hear witnesses and to receive petitions).*

Phái đoàn về đến chỗ nghỉ là khách sạn Majestic lúc 2 giờ sáng cùng ngày và vị Trưởng đoàn ngay lập tức mở cuộc họp để xem xét đề nghị của Chính phủ Việt Nam Cộng Hòa về chương trình làm việc của Phái đoàn. Theo đề nghị này, Phái đoàn sẽ ở lại Sài Gòn 3 ngày, sau đó đi Vũng Tàu thăm một ngôi chùa "*và tiếp tục đi Đà Lạt để viếng một số chùa, cùng với các cơ sở giáo dục và các trung tâm du lịch*" (*... then to Dalat where visits of pagodas, as well as educational establishments and tourist centres*). Trong chương trình cũng dự kiến Phái đoàn sẽ đến thăm Huế, Phan Rang, Phan Thiết, Ba Xuyên,[1] Vĩnh Bình, và tất nhiên *"cũng bao gồm trong chương trình việc viếng thăm các chùa cùng với một số địa điểm du lịch"* (*also included in the programme with visits to pagodas and some tourist places*).

---

[1] Tỉnh Ba Xuyên cũ ngày nay gần như trùng khớp với địa phận tỉnh Sóc Trăng.

Ý đồ đánh lạc hướng điều tra của Chính phủ Diệm gần như đã lộ rõ trong chương trình do họ đề xuất. Do đó, sau khi xem xét, phái đoàn chỉ chấp nhận duy nhất đề xuất của ngày đầu tiên, 24-10, bao gồm việc viếng thăm mang tính nghi thức đến Bộ Ngoại giao và Bộ Nội vụ, sau đó là nói chuyện ở Bộ Nội vụ về vấn đề Phật giáo Việt Nam, hội đàm với Tổng thống Ngô Đình Diệm và cuối cùng ăn tối ở Bộ Nội Vụ. Về tất cả những ngày còn lại trong chương trình do Chính phủ Việt Nam đề xuất, Phái đoàn trả lời là cần có thêm thời gian để cân nhắc trước khi chấp nhận. Chính phủ Việt Nam cũng ngay lập tức đề xuất chi trả mọi chi phí ăn ở và đi lại cho Phái đoàn trong suốt thời gian lưu trú tại Việt Nam, và đề nghị tiếp một bữa tiệc chiêu đãi khác ở Bộ Ngoại giao vào buổi tối hôm sau, 25-10.

Phái đoàn đã từ chối đề nghị của Chính phủ Việt Nam và nói rằng họ sẽ tự lo mọi chi phí. Phía Việt Nam sau đó nêu lý do an ninh để đề nghị Phái đoàn sử dụng phương tiện đi lại do họ cung cấp. Cuối cùng, Phái đoàn đồng ý với đề nghị này nhưng yêu cầu chỉ sử dụng một lá cờ của Liên Hiệp Quốc kèm theo cờ Việt Nam ở xe hơi đi đầu, thay vì cắm cờ của các nước thành viên tham gia trong phái đoàn như bố trí của phía Việt Nam khi đón đoàn tại sân bay. Khi giải thích về quyết định này, vị Trưởng đoàn nhấn mạnh rằng họ đến Việt Nam với tư cách đại diện cho Liên Hiệp Quốc chứ không phải với tư cách đại diện cho quốc gia của họ.

Trong buổi họp ngày 24-10, phái đoàn tiếp tục xem xét bản chương trình đề xuất của Việt Nam và chấp nhận các đề xuất cho 2 ngày tiếp theo sau đó, 25 và 26 tháng 10, trong đó bao gồm một buổi nói chuyện với Phó Tổng thống Nguyễn Ngọc Thơ, một cuộc hội kiến Cố vấn Ngô Đình Nhu, và sau đó là viếng thăm 3 ngôi chùa tại Sài Gòn để tiếp xúc trực tiếp với nhiều tổ chức Phật giáo. Riêng về bữa tiệc chiêu đãi tối 25-10 ở Bộ Ngoại Giao, Phái đoàn đã khéo léo từ chối và đề nghị hoãn lại cho đến ngày cuối cùng khi Phái đoàn hoàn tất công việc và sắp rời Việt Nam.

Phái đoàn cũng chấp nhận lời mời đến xem một cuộc diễu binh nhân ngày Quốc khánh 26-10 của Việt Nam Cộng Hòa.[1] Tuy nhiên, Phái đoàn đã yêu cầu phía Chính phủ phải bảo đảm là trong bất kỳ diễn văn, phát biểu nào tại buổi lễ cũng không được đề cập đến sự hiện diện của Phái đoàn. Phái đoàn cũng thông báo với Chính phủ rằng họ muốn hạn chế đến mức ít nhất các sự kiện mang tính xã hội và sẽ không tham dự các hoạt động du lịch đơn thuần chỉ để giải trí. Phái đoàn cũng nói rõ rằng, khi tiếp xúc với các thành viên Chính phủ trong 2 ngày đầu theo đề xuất của phía Việt Nam, phái đoàn sẽ chủ động về các nội dung và phương thức trao đổi, thảo luận nhằm phục vụ cho mục đích điều tra. Phái đoàn cũng báo cho Chính phủ Việt Nam biết là họ sẽ tự quyết định chương trình làm việc trong những ngày sau đó.

II. TIẾN TRÌNH ĐIỀU TRA

Trước khi phái đoàn chính thức tiến hành các hoạt động tiếp xúc, điều tra, Chính phủ ông Diệm đã

[1] Ngày ban hành Hiến pháp Việt Nam Cộng Hòa được chọn làm ngày Quốc khánh.

nhiều lần *"hứa sẽ làm tất cả mọi việc để tạo sự dễ dàng cho nhiệm vụ điều tra sự thật của phái đoàn"* (*promised to do everything to facilitate the Mission's task of finding the facts*). Tuy nhiên, ngay hôm sau đó (25-10-1963), khi phái đoàn tiến hành việc thăm viếng các chùa Xá Lợi, Ấn Quang và Giác Lâm theo lịch trình do chính phía Chính phủ Việt Nam Cộng hòa đề xuất thì thực tế đã cho thấy điều ngược lại.

Theo lịch trình, chuyến thăm chùa Ấn Quang *"ban đầu được sắp xếp sớm hơn vào buổi chiều, nhưng phía Việt Nam đã hoãn lại, tự thay đổi thời biểu mà không hề hỏi ý Phái đoàn"* (*originally arranged for earlier in the afternoon, was delayed by the Government which had changed the schedule without consulting the Mission*).

Tệ hơn nữa, *"vào phút cuối thì chuyến thăm chùa Ấn Quang đã bị hủy bỏ" (At the last minute the visit to the An-Quang Pagoda was cancelled)* và khi phái đoàn yêu cầu một lời giải thích chính thức về sự thay đổi này, phía Việt Nam đã nói rằng do Sư cô Diệu Huệ và Hòa thượng Thích Tịnh Khiết *"bị mệt vào chiều hôm đó" (were tired in the late afternoon)*. Tuy nhiên, sau đó thì phái đoàn đã tìm hiểu được rằng trong thực tế Sư cô Diệu Huệ và Hòa thượng Thích Tịnh Khiết đã chờ suốt buổi chiều hôm ấy để tiếp đón phái đoàn. Sự dối trá này quả thật là một khởi đầu không mấy tốt đẹp cho hình ảnh của Chính phủ ông Diệm. Sau đó, Phái đoàn cũng nhận được thông tin từ chùa Ấn Quang đoan chắc rằng phái đoàn có thể đến thăm chùa bất kỳ lúc nào, tốt hơn là vào buổi sáng, và cả hai người (Sư cô Diệu Huệ và Hòa thượng Thích Tịnh Khiết) sẽ có mặt ở chùa. (*the Mission was assured that it could visit the pagoda at any time, preferably in the morning, and that these two personalities would be there).*

Từ thực tế này, ngày 26-10-1963, Phái đoàn đã gửi đến Chính phủ một văn bản nói rõ dự trù chương trình sắp đến của Phái đoàn, trong đó có những điểm đáng lưu ý là:

- Hủy bỏ toàn bộ các hoạt động do Chính phủ đề xuất trong 3 ngày 27, 28 và 29 tháng 10. Thay vào đó, Phái đoàn sẽ tùy ý đến thăm các trại giam thanh thiếu niên, các vị tăng sĩ còn bị giam trong tù, đồng thời tự đến viếng thăm chùa Ấn Quang.
- Phái đoàn sẽ đến Huế vào ngày 30-10-1963 như chương trình đề xuất của Chính phủ, nhưng sẽ dành thời gian viếng thăm chùa Từ Đàm cùng một số chùa khác sau khi tiếp xúc với các đại diện của chính quyền tại Huế. Phái đoàn cũng sẽ tiếp xúc, phỏng vấn trực tiếp một số nhân chứng tại Huế nhưng danh sách những người này sẽ gửi đến Chính phủ sau.
- Phái đoàn quyết định hủy bỏ tất cả các sự kiện có tính giao tiếp xã hội và các đề xuất du lịch ở Huế. Những ngày còn lại trong tuần sẽ được dành trọn để lắng nghe các nhân chứng. Phái đoàn cũng cho biết là họ hy vọng có thể hoàn tất nhiệm vụ và rời khỏi Việt Nam trước ngày thứ Hai, 4-11-1963.

Điều tất nhiên là Chính phủ trả lời đồng ý với các dự tính và quyết định của Phái đoàn. Tuy nhiên, Chính phủ cũng đề nghị thêm là phái đoàn nên viếng thăm tỉnh Vĩnh Bình, nơi có nhiều Phật tử gốc Khmer. Phái đoàn trả lời là tạm thời chưa quyết định việc này.

Ngay trong buổi chiều ngày 26-10, Phái đoàn chính thức đưa ra một thông cáo báo chí, mời gọi tất cả những ai quan tâm đến nội dung điều tra của Phái đoàn đều có thể đến gặp họ để trình bày trực tiếp hoặc trao các kiến nghị, thỉnh nguyện. Các thành viên cùng đồng ý là thông cáo này sẽ cùng lúc đưa ra cho giới báo chí địa phương cũng như quốc tế, đồng thời gửi đến Bộ Ngoại giao VNCH kèm theo một ghi chú bên ngoài cho biết là thông cáo này đã được phổ biến. Phái đoàn đã thực hiện việc này trong phạm vi chức năng của mình và muốn có được sự hợp tác từ Chính phủ trong việc phổ biến rộng ra công chúng. Mặc dù vậy, sau khi nhận được thông tin này từ phái đoàn, *"đại diện Chính phủ tỏ ra ngạc nhiên và thất vọng" (the Government's representative expressed surprise and disappointment)* vì việc này đã được thực hiện mà *"không có sự tham khảo trước ý kiến của Chính phủ" (without prior consultation with the Government).* Đại diện Chính phủ cũng nói thêm rằng, lẽ ra trong thông cáo phải nhắc đến việc Chính phủ VNCH đã chủ động mời phái đoàn của Liên Hiệp Quốc đến. Sau khi thảo luận về việc này, Phái đoàn tuyên bố họ không phản đối việc đưa thêm các thông tin như thế vào khi phổ biến, miễn là phần nội dung chính của bản thông cáo phải được đặt trong ngoặc trích hoàn toàn chính xác như đã được Phái đoàn đưa ra.

Bản thông cáo này sau đó đã xuất hiện trên cơ quan truyền thông chính thức của Chính phủ Việt Nam, bằng cả tiếng Anh và tiếng Pháp. Báo chí địa phương cũng đăng tải lại toàn văn bằng tiếng Anh và tiếng Pháp một ngày sau đó. Trên một vài tờ báo địa phương, Phái đoàn cũng xác nhận bản thông cáo đã được loan tải bằng tiếng Việt. Mặc dù có cáo buộc từ một số nguồn tin quốc tế rằng bản thông cáo không được loan tải đầy đủ trên các báo tiếng Việt, nhưng Phái đoàn đã không có đủ điều kiện để khảo sát một cách hệ thống về điều này, và vẫn cảm thấy đã nhận được sự hợp tác hợp lý từ giới truyền thông địa phương trong việc thông tin đến với công chúng, để những ai muốn làm nhân chứng hay đệ trình thỉnh nguyện đều được biết.

Sau đó, Phái đoàn đã soạn thảo một danh sách các nhân chứng mà họ muốn phỏng vấn, sử dụng tất cả những nguồn thông tin có được nhưng hoàn toàn không tham khảo gì từ phía Chính phủ VNCH, rồi chuyển danh sách này đến cho Chính phủ vào ngày 27-10-1963. Sau đó còn có thêm 2 bản danh sách nữa tiếp tục được chuyển đến Chính phủ.[1] Trong ngày 28-10-1963, phái đoàn cũng chuyển đến cho Chính phủ một bản liệt kê các cáo buộc đối với Chính phủ mà phái đoàn quan tâm và muốn có được những câu trả lời hay giải thích từ phía Chính phủ. Một bản cáo buộc thứ hai dựa trên các thông tin mà phái đoàn nhận được tại Việt Nam được tiếp tục chuyển đến cho Chính phủ vào ngày 31-10-1963.[2]

Ngày 28-10-1963, phái đoàn nhận được một văn thư từ phía Chính phủ, hồi đáp về danh sách các nhân chứng cũng như bản liệt kê các cáo buộc mà Chính phủ đã nhận được. Điểm đáng chú ý là trong nội dung văn thư có đoạn nêu rõ: *"Những thông tin cáo buộc Chính phủ" (communication of charges made against*

[1] Nội dung này được ghi nhận trong phụ lục VII của Phúc trình.

[2] Nội dung này được ghi nhận trong phụ lục VIII của Phúc trình.

the Government) cần phải được chuyển đến cho Chính phủ để *"so sánh với những dữ kiện và chứng cứ mà Chính phủ Việt Nam có quyền trưng dẫn" (compare them with the facts and evidence which the Viet-Namese Government is entitled to present).* Nội dung văn thư này nhấn mạnh: *'Nếu không thì những cáo buộc hay chứng cứ được đưa ra đó sẽ không có giá trị gì cả." (Otherwise these allegations or testimonies would have no validity whatsoever.)* Bằng lập luận này, rõ ràng Chính phủ ông Diệm từ một đối tượng của cuộc điều tra đã muốn tham gia vào ngay cả tiến trình điều tra đó với tư cách của một thành viên có quyền thay đổi kết quả.

Trong buổi làm việc với Bộ trưởng Ngoại giao ngày 28-10-1963,[1] vị Trưởng đoàn Điều tra đã hết sức khéo léo khi trả lời về điểm này. Ông nói, tất cả các cáo buộc sẽ được chuyển đến cho Chính phủ, *"nhưng sẽ không có thông tin về nguồn cáo buộc" (would not, however, contain any references to the sources from which the accusations came)*, nghĩa là về những ai đã đưa ra các cáo buộc đó. Vị Trưởng đoàn cũng nhấn mạnh, *"phái đoàn mong muốn tìm ra sự thật và phải tự mình tiếp cận với mọi quan điểm" (the Mission wanted to find the facts and had to acquaint itself with all points of view).*

Về danh sách các nhân chứng mà Phái đoàn muốn gặp để phỏng vấn, Bộ trưởng Ngoại giao VNCH nói rằng: *"Chính phủ không thể ép buộc các nhân chứng đến gặp Phái đoàn, nhưng sẵn sàng mời những người ấy đến gặp nếu họ muốn." (The Government was in no*

[1] Nội dung buổi làm việc được ghi nhận trong Phụ lục X của Phúc trình.

position to force them to appear before the Mission, but it offered to invite them to do so if they wished.) Đáp lại điểm này, vị Trưởng đoàn đồng ý rằng không nên ép buộc bất kỳ nhân chứng nào. Tuy nhiên, nếu một nhân chứng nào đó không đến gặp phái đoàn sau khi Chính phủ đã có lời mời, thì *"Phái đoàn có thể sẽ cố tìm cách đến gặp họ để xác nhận việc họ không muốn làm nhân chứng". (The Mission would try to get in touch with them and obtain confirmation of their desire not to testify).*

Cuối cùng, Bộ trưởng Ngoại giao VNCH truyền đạt rằng Chính phủ VNCH sẽ không đáp ứng đối với một số nhân chứng *"được xem là đối lập chính trị" (considered as political opponents).*

Như vậy, từ ngày 24-10 đến 28-10-1963, Phái đoàn điều tra đã xác lập rõ ràng phương thức làm việc độc lập, khách quan, né tránh được mọi tác động từ phía Chính phủ VNCH. Phái đoàn cũng đã chuẩn bị xong danh sách các nhân chứng cần phỏng vấn và hệ thống tất cả các cáo buộc đã nhận được từ nhiều nguồn khác nhau. Ngày 27-10, Phái đoàn tự tìm đến chùa Ấn Quang để tiếp xúc và phỏng vấn một số các vị lãnh đạo Phật giáo tại đó. Bất chấp sự ngăn trở cố ý của Chính phủ như vào ngày 25-10, Phái đoàn cuối cùng cũng đã tìm gặp được những nhân vật quan trọng mà họ cần gặp.

Ngày 28-10-1963, Phái đoàn đến gặp và phỏng vấn 17 sinh viên đang bị tạm giam ở Trại Lê Văn Duyệt, thông qua sự chọn lựa ngẫu nhiên giữa tất cả những sinh viên họ được gặp.

Ngày 29-10, các cuộc phỏng vấn được thực hiện ở trại giam của Trung tâm Thẩm vấn Nha Tổng Giám Đốc Cảnh Sát Quốc Gia, nơi có nhiều vị tăng sĩ mà phái đoàn muốn phỏng vấn hiện vẫn còn bị giam giữ. Thời gian còn lại trong ngày, Phái đoàn đã tiếp đón và phỏng vấn 3 nhân chứng tại khách sạn Majestic, nơi phái đoàn đang tạm trú. Hai người trong số này tự nguyện tìm đến và người thứ ba đã nhận lời mời từ Chính phủ chuyển đến theo yêu cầu của Phái đoàn. Cũng trong ngày 29-10, Phái đoàn ra thông cáo báo chí nhắc lại lời mời gọi những người quan tâm hãy tìm đến để cung cấp thông tin cho phái đoàn. Phái đoàn cũng thông tin đến báo chí về chương trình làm việc chi tiết tại Việt Nam.

Căn cứ vào khối lượng công việc cần xử lý tại Sài Gòn, Phái đoàn đã quyết định vào ngày 30-10-1963 chỉ cử 3 thành viên ra Huế, các thành viên còn lại tiếp tục công việc tại Sài Gòn. Trong ngày này, Phái đoàn đã phỏng vấn một số thành viên Chính phủ thuộc Bộ Nội vụ, Phủ Tổng Thống và Bộ Quốc Phòng, với tư cách họ là những thành viên của Ủy ban Liên bộ trong cuộc đàm phán với Ủy ban Liên phái của Phật giáo. Cũng trong ngày 30-10, Phái đoàn phỏng vấn 2 nhân chứng khác, một người do Phái đoàn mời và một người tự nguyện tìm đến. Sáng ngày 31-10, Phái đoàn tiếp tục phỏng vấn thêm 2 nhân chứng khác trước khi các thành viên ở Huế quay về.

Về chuyến đi Huế, các thành viên đã tiếp xúc với đại diện Chính phủ tại miền Trung, Tư lệnh Quân đoàn 1, các quan chức đầu ngành của Chính quyền Tỉnh, Hiệu trưởng và Khoa trưởng trường Đại học.

Sau khi nghe trình bày sơ lược về vấn đề Phật giáo, Phái đoàn đã chủ động đặt câu hỏi với cá nhân các vị này. Tiếp đó, Phái đoàn yêu cầu được tiếp xúc với các nhân chứng đã được nêu tên trong danh sách gửi đến Bộ Ngoại giao trước đó. Tuy nhiên, các viên chức Chính phủ cho biết trong số này có một nhân chứng được xem là "đối lập chính trị" và vì thế không được phép tiếp xúc với Phái đoàn.

Khi viếng thăm chùa Từ Đàm, Phái đoàn đã phỏng vấn 3 tăng sĩ và 1 sư cô, là những người đã được nêu tên trong danh sách trước đó. Ngoài ra còn có một vị tăng sĩ tự nguyện đến gặp. Khi về nghỉ tại khách sạn, Phái đoàn gặp và phỏng vấn tiếp nhân chứng thứ 5 trong danh sách, là một tăng sĩ. Có ba nhân chứng khác đã chuẩn bị thỉnh nguyện thư trình lên Phái đoàn và cũng được phỏng vấn. Sau đó, Phái đoàn tiếp tục phỏng vấn thêm 2 nhân chứng khác có tên trong danh sách yêu cầu. Phái đoàn trở về Sài Gòn bằng máy bay vào sáng ngày 31-10-1963 với tiền vé do họ tự chi trả.

Cũng trong ngày 31-10, Phái đoàn viếng thăm Bộ Ngoại giao và lặp lại đề nghị phỏng vấn Thượng tọa Thích Trí Quang, mặc dù trước đó Chính phủ Việt Nam đã từ chối. Phản ứng của Bộ Ngoại giao là vẫn giữ nguyên quan điểm, rằng Phái đoàn không thể tiếp xúc với một người đang ở tình trạng "tỵ nạn" trong Tòa Đại sứ Mỹ. Cách *"duy nhất để cuộc tiếp xúc có thể tiến hành là Thượng tọa Thích Trí Quang phải được giao cho phía Chính phủ Việt Nam" (it could only agree to such contact if the monk was delivered to the authorities)*. Tuy nhiên, phía Mỹ không chấp nhận.

Một số người đã liên lạc với phái đoàn qua điện thoại và trình bày rằng họ không dám đến khách sạn Majestic để gặp phái đoàn, bởi có nhiều cảnh sát thường xuyên canh giữ ở đó. Phái đoàn đã đề nghị họ có thể gửi các cáo buộc qua thư. Trong thực tế, phái đoàn đã nhận được rất nhiều cáo buộc được gửi qua đường bưu điện. Một nhân chứng đề nghị được gặp người của phái đoàn và cho điểm hẹn tại một nhà hàng. Phái đoàn đã cử một thành viên đến gặp đúng hẹn nhưng không hiểu lý do vì sao người này đã không đến. Về trường hợp của Thượng tọa Thích Trí Quang, phái đoàn đã quyết định ghi nhận thái độ của Chính phủ Việt Nam và không làm gì thêm nữa.

Một điều đáng chú ý là vào hôm 29-10-1963, Bộ Nội vụ Việt Nam thông báo với phái đoàn rằng có 10 vị sư đã lên kế hoạch tự thiêu trong thời gian phái đoàn hiện diện tại Việt Nam. Trong thực tế, có một người đã tự thiêu trong ngày 27-10-1963, 5 người khác đã bị Chính phủ phát hiện và bắt giữ trước khi họ thực hiện việc tự thiêu. Phái đoàn yêu cầu được gặp 5 người bị bắt này và chiều 30-10, Chính phủ đã thu xếp để phái đoàn phỏng vấn một người trong số đó. Cũng trong chiều hôm đó, phái đoàn đã viếng thăm Bệnh viện Duy Tân, nơi nạn nhân của các vụ đàn áp trước đó đã được đưa vào điều trị. Phái đoàn cũng phỏng vấn thêm một nhân chứng khác tại khách sạn Majestic.

Cuộc họp cuối cùng giữa phái đoàn với các đại diện Chính phủ trước khi cuộc đảo chính diễn ra là để thu xếp một chuyến viếng thăm thứ hai đến Trại giam thuộc Trung tâm Thẩm vấn của Nha Tổng

Giám Đốc Cảnh Sát Quốc Gia. Sau khi thu thập thêm nhiều chứng cứ mới ở Sài Gòn và Huế, phái đoàn thấy rằng việc quay trở lại nơi này là cần thiết. *"Buổi sáng ngày 1-11, phái đoàn đã thực hiện cuộc viếng thăm và phỏng vấn thêm một số các vị tăng sĩ tại đây." (where the Mission went on the morning of 1 November to interview some more monks.)* Phái đoàn cũng *"quyết định gửi một số thành viên đến Vĩnh Bình trong ngày 2-11 để tiếp xúc với cộng đồng Phật giáo gốc Khmer, thuộc hệ phái Tiểu thừa." (decided to send a delegation to Vinh-Binh on 2 November to visit the religious community of Khmer origin, belonging to the "Lesser Vehicle*) Phái đoàn cũng đã quyết định sẽ hoàn tất nhiệm vụ vào buổi tối ngày 3-11 và rời khỏi Sài Gòn cùng ngày. Sau đó, tất cả thành viên đồng ý sẽ có mặt tại New York chậm nhất là vào thứ Bảy, 9-11-1963, để Phái đoàn có thể tổ chức buổi họp toàn thể vào ngày thứ Hai, 11-11-1963, lúc 3 giờ chiều.

Trong thực tế, sau buổi phỏng vấn sáng ngày 1-11-1963, Phái đoàn trở về khách sạn Majestic và chỉ đến 2 giờ chiều họ mới nhận được thông tin đầu tiên để biết về cuộc đảo chánh đang diễn ra. Đại diện Chính phủ lúc đó đề nghị họ ở yên trong khách sạn, vì đã xảy ra giao tranh ở một số nơi trong thành phố. Kể từ lúc đó cho đến sáng ngày 2-11-1963, Phái đoàn hoàn toàn không thể liên lạc với phía Chính phủ.

Sáng sớm ngày 2-11-1963, Đại diện đặc biệt của Việt Nam tại Liên Hiệp Quốc, ông Bửu Hội, đến gặp Phái đoàn tại khách sạn Majestic để chuyển lời của Hội đồng Quân nhân Cách mạng lúc đó vừa lên nắm quyền. Hội đồng này muốn gửi lời chào đến Phái đoàn và có lời mời Phái đoàn có thể tiếp tục ở lại Việt Nam bao lâu tùy thích, đồng thời cũng bày tỏ mong muốn được tiếp đón Phái đoàn vào chiều hôm đó. Vị Trưởng đoàn hồi đáp rằng Phái đoàn đã có quyết định rời Việt Nam vào ngày 3-11-1963 và sẽ đánh giá cao sự trợ giúp của Hội đồng Quân nhân Cách mạng để Phái đoàn có thể ra đi dễ dàng.

Chiều hôm đó, 2-11-1963, vị Trưởng đoàn đã thay mặt Phái đoàn đến thăm xã giao các tướng Dương Văn Minh, Trần Văn Đôn và Lê Văn Kim. Tướng Minh đã nhắc lại lời mời rằng Phái đoàn có thể ở lại tùy ý để hoàn tất nhiệm vụ. Trưởng đoàn cho biết nhiệm vụ của Phái đoàn đã hoàn tất và ngày ra đi đã được quyết định. Ngày 3-11-1963, Phái đoàn ra thông cáo báo chí trước khi rời Sài Gòn và có đề cập đến cuộc viếng thăm Hội đồng Quân nhân Cách mạng. Trong thông cáo báo chí này, Phái đoàn đã công khai cho biết một số lãnh đạo Phật giáo mà họ đã phỏng vấn, bao gồm các vị Thích Trí Thủ, Thích Quảng Liên, Thích Tam Giác, Thích Tâm Châu, Thích Đức Nghiệp, Thích Tiến Minh và Cư sĩ Mai Thọ Truyền.

Phái đoàn rời Sài Gòn lúc 6 giờ chiều ngày 3-11-1963, có tướng Lê Văn Kim, đại diện Hội đồng Quân nhân Cách mạng và ông Phạm Đăng Lâm, đại diện Bộ Ngoại giao, cùng ra đưa tiễn.

III. KẾT QUẢ ĐIỀU TRA

Như đã nói, kết quả điều tra của Phái đoàn được ghi nhận đầy đủ trong bản Phúc trình mang số hiệu A/5630 để chuẩn bị trình lên Kỳ họp thường niên lần thứ 18 của Đại Hội Đồng Liên Hiệp Quốc. Tuy nhiên, do đối tượng cáo buộc là Chính phủ Ngô Đình Diệm đã sụp đổ, nên Đại Hội Đồng Liên Hiệp Quốc thấy rằng việc xem xét vấn đề này không còn cần thiết nữa.

Tuy nhiên, trong phần này chúng ta sẽ xem xét các kết quả điều tra được ghi nhận trong bản Phúc trình, không nhằm mục đích đưa ra bất kỳ kết luận nào, mà là để nhận hiểu rõ ràng và chính xác hơn về những gì đã diễn ra trong năm 1963 tại miền Nam Việt Nam, được phản ánh rất trung thực và chính xác trong bản Phúc trình này.

1. Hợp tác điều tra từ phía Chính phủ

Bản Phúc trình cho biết, trong suốt quá trình điều tra, phía Chính phủ VNCH nhiều lần nhắc lại cam kết sẽ tạo mọi điều kiện dễ dàng cho công việc điều tra của Phái đoàn. Trong buổi họp đầu tiên của Phái đoàn với Bộ Ngoại giao VNCH vào ngày 24-10, đại diện Chính phủ đã *"cam kết là Phái đoàn có thể tự do đi đến bất cứ nơi đâu tùy ý và hứa sẽ làm tất cả mọi việc để tạo điều kiện dễ dàng cho nhiệm vụ điều tra sự thật của Phái đoàn" (assured the Mission that it would be free to go anywhere it wished and promised to do everything to facilitate the Mission's task of finding the facts).*

Tuy nhiên, song song với cam kết này là một số hạn chế mà Phái đoàn đã thực sự vấp phải trong thực tế như được ghi nhận sau đây:

- Ngày 25-10-1963, chuyến viếng thăm chùa Ấn Quang bị hoãn lại và sau đó hủy bỏ, với lý do Hòa thượng Thích Tịnh Khiết và Sư cô Diệu Huệ "không được khỏe". Tuy nhiên, sau đó sự thật được biết rõ là cả hai vị đều đã chờ suốt buổi chiều 25-10 để tiếp đón Phái đoàn.

- Chính phủ từ chối việc tiếp xúc của phái đoàn với các nhân chứng được xem là *"đối lập chính trị" (political opponent)*, nhưng tiêu chí để phân loại không được xác định rõ. Vì thế, chính phủ có thể dựa vào lý do này để ngăn cản sự tiếp xúc của Phái đoàn với bất cứ ai. Trong thực tế, một số nhân chứng tại Huế và Sài Gòn đã không được Chính phủ cho phép tiếp xúc dựa vào lý do này.
- Chính phủ nhiều lần từ chối việc Phái đoàn tiếp xúc Thượng tọa Thích Trí Quang với lý do đang trong tình trạng *"tỵ nạn chính trị" (asylum)*. Ngoài việc lên tiếng đòi hỏi quyền bình đẳng tôn giáo theo một phương thức ôn hòa, bất bạo động, Thượng tọa Thích Trí Quang chưa hề tham gia bất kỳ hoạt động chính trị, đảng phái nào và cũng chưa chính thức bị kết án bởi bất kỳ tòa án nào. Việc Thượng tọa vào tỵ nạn trong Tòa Đại sứ Hoa Kỳ là kết quả của cuộc truy bắt, bố ráp hoàn toàn vô cớ của Chính phủ trong đêm 20-8-1963, chứ không phải do hoạt động đấu tranh chính trị. Một số vị tăng sĩ ở chùa Xá Lợi cũng phải trốn vào Trụ sở Ngoại giao đoàn Hoa Kỳ trong khi họ không có tội gì cả. Như vậy, lý do từ chối của Chính phủ là không chính đáng.
- Chính phủ nhấn mạnh việc tiếp xúc với Thượng tọa Thích Trí Quang chỉ có thể thực hiện nếu Tòa Đại sứ Mỹ *"giao nộp Thượng tọa cho Chính quyền"* (*if the monk was delivered to the authorities*). Trong khi "chiến dịch tấn công các chùa" đêm 20-8 đang là một trong các mục

tiêu điều tra của Phái đoàn, thì Chính phủ cho thấy họ không hề thay đổi quan điểm, không hề thừa nhận hành vi vô cớ bắt giữ tăng ni và Phật tử là sai trái, mà vẫn tiếp tục giữ ý định bắt giam Thượng tọa Thích Trí Quang.

- Việc Chính phủ công khai cho cảnh sát vũ trang bảo vệ quanh khách sạn Majestic, nơi Phái đoàn cư ngụ, có thể là ý tốt để bảo vệ an ninh cho Phái đoàn, nhưng đã là rào cản khiến cho rất nhiều nhân chứng e ngại không dám đến gặp. Trong thực tế, các lực lượng canh gác có vũ trang của Chính phủ đã chặn lại và xét hỏi tất cả những ai đi vào khách sạn trong thời gian Phái đoàn hiện diện ở đó.

Ngoài những điều kể trên, việc đề xuất chương trình làm việc của Chính phủ ngay khi Phái đoàn vừa đến Sài Gòn cũng là một điểm đáng chú ý. Phụ lục V của bản Phúc trình ghi lại chi tiết chương trình đề xuất do Chính phủ gửi đến (kèm theo đề nghị chi trả mọi chi phí ăn ở, đi lại), được ghi nhận chi tiết như sau:

- Sau 2 ngày làm việc với các bộ ngành của Chính phủ (kể cả ngày vừa đến: 24 và 25), ngày 26 được đề xuất dự lễ Quốc khánh và sau đó nghỉ trọn ngày.
- Ngày 27-10-1963 đi Vũng Tàu, thăm Chùa Mới và các điểm du lịch trong vùng *(Visit to Chua Moi Pagoda and to tourist spots in the region)*, sau đó ăn trưa với Tỉnh trưởng và trở về Sài Gòn, dự tiệc chiêu đãi buổi tối ở Bộ Ngoại giao. Ngoài ra không có hoạt động nào khác.
- Ngày 28-10 đi Đà Lạt bằng máy bay đặc biệt (special plane), dự lễ khai trương Viện Nghiên

cứu Ứng dụng hạt nhân. 3 giờ chiều nghe báo cáo ngắn gọn về tình hình Phật giáo. 5 giờ đi thăm một ngôi chùa và tiếp xúc với Phật tử. 8 giờ dự tiệc tối do Thị trưởng Đà Lạt chiêu đãi.

- Ngày 29-10 viếng thăm đập Đa Nhim (du lịch) trọn ngày. Không có hoạt động nào khác.
- Ngày 30-10 đi Huế bằng máy bay đặc biệt. Thăm xã giao (*courtesy call on*) các đại diện Chính phủ tại Huế. 3 giờ chiều nghe báo cáo ngắn gọn về Phật giáo. 5 giờ thăm chùa Từ Đàm. 8 giờ dự tiệc buổi tối do đại diện Chính phủ chiêu đãi. Ngoài ra không có hoạt động nào khác.
- Ngày 31-10 viếng thăm Hoàng thành và các điểm du lịch *(Visit to the Imperial City and to tourist sites)* gồm có chùa Thiên Mụ, Văn miếu, Lăng Tự Đức, Lăng Minh Mạng. Buổi tối đi dạo ven bờ sông Hương. Ngoài ra không có hoạt động nào khác.
- Ngày 1-11, đi Phan Rang bằng máy bay đặc biệt. 10 giờ sáng nghe trình bày ngắn gọn về tình hình chung và Phật giáo. 12 giờ bay đi Phan Thiết, ăn trưa với Tỉnh Trưởng. 3 giờ chiều viếng thăm một ngôi chùa và tiếp xúc Phật tử. 5 giờ 30 bay về Sài Gòn. Buổi tối nghỉ.
- Ngày 2-10 đi Ba Xuyên và Vĩnh Bình bằng máy bay. 9 giờ sáng nghe báo cáo ngắn gọn về tình hình chung và Phật giáo. 12 giờ 30 dùng cơm trưa do Tỉnh trưởng Ba Xuyên chiêu đãi, kết hợp tiếp xúc với tăng ni Phật tử gốc Khmer. 5 giờ bay về Sài Gòn. Buổi tối giải trí tại Nhà hàng vũ trường Anh Vũ.
- Ngày 3-11 - Nghỉ trọn ngày.

- Ngày 4-11 - Buổi sáng thăm Ấp chiến lược Củ Chi, chiều gặp gỡ chia tay với Tổng thống. 8 giờ tối lên đường về New York.

Trong toàn bộ chương trình này, dự kiến chỉ có 4 lần nghe báo cáo ngắn gọn về tình hình Phật giáo, mỗi lần không quá 2 giờ đồng hồ. Ngoài ra đều là các hoạt động du lịch, chiêu đãi, thăm viếng, giải trí và... nghỉ trọn ngày. Các ngày 27, 29, 31 tháng 10 và ngày 3, 4 tháng 11 hoàn toàn không có hoạt động nào liên quan đến công việc điều tra của Phái đoàn.

Nếu chấp nhận chương trình đề xuất này, chắc chắn Phái đoàn sẽ chẳng ghi nhận được bất kỳ một kết quả điều tra trung thực nào. Rất may là Phái đoàn điều tra đã nhận ra ngay điều đó và có 2 quyết định sáng suốt. Thứ nhất, không chấp nhận đề nghị chi trả mọi phí tổn ăn ở và đi lại từ phía Việt Nam. Thứ hai, không chấp nhận bản chương trình đề xuất này mà tự nghiên cứu đưa ra chương trình làm việc chi tiết và phù hợp. Chỉ riêng điểm này cũng đã cho chúng ta thấy được tính khách quan và đáng tin cậy của hoạt động điều tra. Với chương trình làm việc thực tế đã được Phái đoàn áp dụng, chúng ta thấy rõ những hoạt động điều tra, tiếp xúc, phỏng vấn, thu thập thông tin đã diễn ra liên tục. Thậm chí phái đoàn còn quyết định chia đôi nhân sự để cùng lúc thu thập thông tin ở Huế nhưng vẫn tiếp tục hoạt động điều tra tại Sài Gòn.

2. Thu thập thông tin từ phía Chính phủ

Thông tin từ phía Chính phủ được cung cấp qua hai nguồn chính: một văn bản Chính thức do Thiếu tướng Trần Tử Oai trực tiếp trao cho Phái đoàn và các buổi tiếp xúc tuần tự được ghi nhận nội dung với Tổng thống Ngô Đình Diệm, Cố vấn Ngô Đình Nhu, Phó Tổng thống Nguyễn Ngọc Thơ, Bộ trưởng Nội vụ Bùi Văn Lương, Bộ trưởng Phủ Tổng thống Nguyễn Đình Thuần, các thành viên Đại diện Chính phủ tại Huế, Tư lệnh Quân đoàn 1 và một số quan chức khác. Riêng cuộc tiếp xúc với Bộ trưởng Ngoại giao nhằm mục đích thu xếp một cuộc phỏng vấn với Thượng tọa Thích Trí Quang, được vị Trưởng đoàn kể lại nội dung trong một báo cáo riêng.

VĂN BẢN CHÍNH THỨC

Văn bản do Thiếu tướng Trần Tử Oai chuyển đến Phái đoàn thể hiện quan điểm chính thức của Chính phủ Việt Nam Cộng hòa. Vì thế, trong các buổi phỏng vấn trực diện với những thành viên cao cấp khác trong Chính phủ, nội dung ghi nhận hầu như cũng đều xoay quanh những quan điểm này. Một số điểm nổi bật được nêu ra là:

- Vấn đề bất ổn giữa Chính phủ và Phật giáo Việt Nam *"bắt nguồn từ các sự kiện xảy ra ở Huế vào đầu tháng 5-1963" (originated in the incidents which occurred in Hue at the beginning of May 1963).* Nói cách khác, Chính phủ Việt Nam Cộng hòa phủ nhận những cáo buộc về phân biệt đối xử với Phật giáo trước thời điểm này.
- Những người chết và bị thương trong sự kiện ở Huế là do *"Cộng sản đã lợi dụng cơ hội cho nổ 2 quả mìn plastic làm 8 người chết" (Communist elements took advantage of it to explode two plastic charges which caused the death of eight*

persons), và do đó không có sự đàn áp của quân đội bằng súng máy, xe tăng và lựu đạn như các nguồn tin loan truyền.

- Phong trào đấu tranh Phật giáo không hoàn toàn do người Phật tử đứng lên, mà có sự núp bóng xúi giục của *"những kẻ đối lập chính trị và Việt cộng" (with the co-operation of political adventurers and of Communists).*
- Do sự kích động của Việt cộng nên những cuộc biểu tình dần phát triển vượt quá giới hạn cho phép của luật pháp, gây ảnh hưởng nghiêm trọng đến an ninh trật tự xã hội và nhất là làm suy giảm khả năng của Chính phủ trong cuộc chiến tranh chống Cộng. *"Trong giai đoạn từ ngày 8-5 đến 19-8-1963, có 159 cuộc biểu tình đã diễn ra: Huế: 25, Sài Gòn: 32, Đà Nẵng: 10, Quảng Trị: 8, Quảng Nam: 7, Quảng Ngãi: 18, Nha Trang: 13, v.v..." (during the period from 8 May to 19 August 1963, 159 demonstrations were staged: 25 in Hue, 32 in Saigon, 10 in Tourane, 8 in Quang-Tri, 7 in Quang-Nam, 18 in Quang-Ngai. 13 in Nha-Trang, etc.)*, có sự trợ giúp của bộ máy tuyên truyền khoa học khổng lồ của cộng sản *(supported from both within and without by the huge and scientific communist propaganda machinery)*, được đẩy lên đến đỉnh điểm vào ngày 18-8-1963 khi các lãnh đạo Phật giáo đưa ra tối hậu thư yêu sách đối với Chính phủ trước một đám đông 20.000 người tụ tập trước chùa Xá Lợi. Mặt khác, theo một kế hoạch định trước thì các lãnh đạo Phật giáo sẽ tổ chức những cuộc biểu tình đẫm máu với một tốc độ phát triển khá nhanh tiếp nối

trên các địa phương từ Huế đến Sài Gòn, như Đà Nẵng, Quảng Nam, Khánh Hòa, Bình Thuận *(according to a definite plan, the Buddhist leaders would stage bloody demonstrations, which were to take place at a rather fast pace successively in various provinces and main localities from Hue to Saigon, namely in Danang, Quang- Nam, Khanh-Hoa, Binh-Thuan).* Để đối phó với nguy cơ này, các tỉnh miền Trung đã yêu cầu Sài Gòn tăng viện *(Central Viet-Nam provinces would have to request Saigon to send in police reinforcements).* Nguy cơ bị Việt cộng tấn công ngay tại Sài Gòn lên cao do thiếu lực lượng bảo vệ.

- Trước tình hình nguy hiểm đến an ninh quốc gia, ngày 20-8-1963, các tướng lãnh đã đồng tâm nhất trí đề nghị và thúc ép Tổng thống ban hành tình trạng thiết quân lực, giao cho Quân đội trách nhiệm bảo vệ nền Cộng hòa và đất nước *(the President would entrust to it for the defence of the Republic and the country).* Trong khi đó, Cộng sản đã sẵn sàng tấn công Sài Gòn để lật đổ chế độ ngay khi phong trào đấu tranh của Phật giáo tạo thành một sự hỗn loạn lan rộng. Họ dự kiến điều này sẽ diễn ra vào cuối tháng 8-1963. *(The Communists were ready for a drive on Saigon to overthrow the Government when the Buddhist movement would degenerate into popular riots. They expected this to take place by the end of August 1963.)*

- Những lý do nêu trên buộc Chính phủ phải đồng ý cho Quân đội tiến hành chiến dịch đêm 20-

8-1963. *"Quân đội đã khám phá được trong nhiều ngôi chùa một số lượng lớn vũ khí và tài liệu quan trọng, thêm một lần nữa chứng tỏ rằng các nhà sư quá khích đang theo đuổi một mục đích chính trị với sự trợ giúp của một bên là Việt cộng và một bên khác nữa là các nhóm đối lập chính trị."(The Army had discovered in several pagodas an important lot of weapons and documents which demonstrated once more that the extremist bonzes were pursuing a political goal with the support of the Viet-Cong on one hand, and of political opposition groups on the other hand).*

- Mặc dù chiến dịch được tiến hành quyết liệt nhưng không hề gây đổ máu và thương vong. *(although they were drastic, resulted in no bloodshed or loss of life).* Qua đó, quân đội đã thành công trong việc tái lập trật tự, mang lại sự bình yên cho các chùa, giải phóng tăng ni Phật tử thuần thành khỏi sự khống chế của các nhà sư cực đoan *(the Army had successfully restored security, brought back calm in the pagodas, and liberated the bonzes, nuns and Buddhist faithful from the grip of the extremist bonzes).*
- Trên khắp nước có hàng loạt những cuộc biểu tình, tụ tập của Phật tử, các tầng lớp trí thức và bình dân, các giai tầng xã hội khác nhau, bày tỏ niềm tin và sự ủng hộ Chính phủ *(Throughout the country demonstrations had been organized by Buddhist groups, professional and popular groups, and by all the social classes to express confidence and support for the Government),*

lên án những kẻ phản quốc *(to denounce the traitors to the nation)*. Cụ thể là ở Huế có hơn 80.000 người, ở Sài Gòn có hơn 120.000 người, và ở các tỉnh thành khác đều có nhiều chục ngàn người. *(In Hue, more than 80,000 people, in Saigon more than 120,000 people, and in the provincial capitals, tens of thousands of people).*

- Cuối cùng, nhờ các biện pháp sử dụng quân đội như đã trình bày trên, Chính phủ đã tái lập được trật tự, giải quyết mọi bất ổn, và do đó Chính phủ đã cho phép mở cửa lại những chùa chiền bị phong tỏa, trả tự do cho tất cả các tăng sĩ bị bắt, đưa trả các sinh viên học sinh bị bắt giữ về với gia đình. *(The Government has ordered the reopening to worship of the pagodas, which had been under temporary surveillance ; it has authorized the arrested monks to go back to the places of worship and it has returned the detained students to their parents.)*

Văn bản của Chính phủ được kết luận một cách lạc quan và phủ nhận hoàn toàn những bất ổn đang tồn tại:

> *The Government deems itself entitled to hope that the nations friendly to Viet-Nam will help it enlighten the public opinion of the Free World on this affair which it considers already settled.*
>
> *Chính phủ [Việt Nam Cộng Hòa] tự xét thấy có quyền hy vọng rằng các quốc gia thân thiện với Việt Nam sẽ giúp làm sáng tỏ công luận trong Thế giới Tự do về vấn đề này, vì Chính phủ xem như đã giải quyết xong.*

Bản văn do ông Trần Tử Oai trực tiếp trao cho Phái đoàn dài hơn 5.000 chữ, có nhiều đoạn trình bày chi tiết về các sự kiện, biện pháp xử lý bất ổn v.v... Tuy nhiên, nội dung chính yếu có giá trị bác bỏ những cáo buộc mà Phái đoàn của điều tra Liên Hiệp Quốc đã ghi nhận và chuyển đến cho Chính phủ thì không ngoài các ý chính đã được chúng tôi tóm lược như trên. Trong thực tế, nếu Chính phủ có khả năng chứng tỏ một cách khách quan những gì trình bày trên đây là đúng thật, thì cuộc điều tra của Phái đoàn hẳn không cần phải tiếp tục nữa. Tuy nhiên, hầu hết, nếu không muốn nói là tất cả, những gì Chính phủ nêu ra đều chỉ có giá trị một chiều, tự biện và không có bất kỳ một chứng cứ cụ thể nào. Giả thuyết về sự can thiệp của Việt cộng là một ví dụ. Chính phủ không xem đây là một giả thuyết, mà xác quyết như vậy, nhưng lại không đưa ra bất kỳ chứng cứ nào.

Khi Chính phủ nói rằng theo kết quả giám định của các chuyên gia y tế thì các nạn nhân [của sự kiện Đài Phát thanh Huế] bị chết do chất nổ plasstic [của Việt cộng] *(to the findings of the medical experts, all the wounds on the victims' bodies were caused by the explosion of plastic charges)* thì Phái đoàn đồng thời cũng nhận được các cáo buộc ngược lại từ phía các nhân chứng là Chính phủ đã bỏ tù Bác sĩ Lê Khắc Quyến chỉ vì ông từ chối không chịu ký vào các biên bản giám định không đúng sự thật được làm sẵn. *(Dr. Le Khac Quyen of the Hue Hospital, was subsequently imprisoned for refusing to sign a medical certificate prepared by Government authorities).* Câu hỏi đặt ra ở đây là, cáo buộc của các nhân chứng có thể thiếu chứng cứ là điều dễ hiểu, nhưng tuyên bố chính thức của Chính phủ tại sao không kèm theo chứng cứ xác nhận (chẳng hạn như biên bản giám định) khi họ có thừa khả năng làm điều đó?

Chính phủ cũng có sự mâu thuẫn khi cáo buộc các cuộc biểu tình ôn hòa của Phật giáo là *"gây rối loạn trật tự"*, trong khi tự cung cấp thông tin là có biểu tình ủng hộ Chính phủ lên đến 120.000 người ở Sài Gòn (gấp 6 lần số người họ cho là đã tụ tập trước chùa Xá Lợi vào thời điểm căng thẳng nhất) nhưng lại không ảnh hưởng gì đến trật tự trị an. Sự cường điệu của Chính phủ về con số người ủng hộ đã lộ rõ khi cuộc đảo chính diễn ra thành công ngay sau đó và điện văn số 875 của Đại sứ Cabot Lodge gửi về Bộ Ngoại Giao Mỹ ngày 2 tháng 11 năm 1963 đã mô tả không khí Sài Gòn như sau:

> *"Believe the very great popularity of this coup should be stressed. Every Vietnamese has a grin on his face today. I'm told that the jubilation in the streets exceeds that which comes every new year."*
>
> *"Hãy tin rằng cần nhấn mạnh đến sự ủng hộ của dân chúng đối với cuộc đảo chính này. Hôm nay, mọi người Việt Nam đều tươi cười. Người ta bảo tôi rằng, niềm hân hoan được thấy trên đường phố còn vượt hơn cả niềm vui ngày Tết."*

Và sau khi cái chết thê thảm của hai anh em ông Diệm và ông Nhu được xác nhận có cả hình ảnh, ngày 4-11-1963, Cabot Lodge gửi điện văn số 917 trả lời Bộ Ngoại giao Mỹ về tình trạng ông Ngô Đình Cẩn như sau:

> *"On the question of Ngo Dinh Can, they said that their General in Hue had just telephoned that there was a very large and hostile crowd*

around the house where Can lives with his mother and that he was obviously thoroughly loathed for all his many cruelties in the past and that the crowd wanted his skin..."

"Về vấn đề ông Ngô Đình Cẩn, tướng lãnh Việt Nam ở Huế vừa điện báo rằng một đám đông rất lớn và đầy thù nghịch đang vây quanh ngôi nhà ông Cẩn sống với người mẹ, rõ ràng ông ta bị căm thù vì sự tàn ác của ông trong quá khứ và đám đông này đang muốn lột da ông..."

Cáo buộc về những cuộc *"biểu tình đẫm máu"* cũng hoàn toàn vô căn cứ vì trong thực tế tuy đã có rất nhiều cuộc biểu tình xảy ra khắp nơi, nhưng tất cả đều ôn hòa và chỉ có thương vong khi bị Chính phủ đàn áp, còn tự thân những người tham gia biểu tình chưa từng có hành vi bạo động.

CÁC BUỔI TIẾP XÚC TRỰC TIẾP

Phần lớn các buổi tiếp xúc không nhận thêm được thông tin gì khác hơn nhiều so với đã nêu trong văn bản chính thức. Chúng tôi chỉ ghi nhận lại dưới đây những điểm khác biệt, bổ sung. Tổng thống Ngô Đình Diệm khi tiếp xúc với Phái đoàn và nói về cuộc đấu tranh của Phật giáo đã đưa ra hai thông tin không được nhắc đến ở bất kỳ một nguồn tư liệu nào khác:

1. Phật tử đòi hỏi cờ Phật giáo phải được treo cao hơn quốc kỳ Việt Nam. *(The Buddhists wanted their flag to fly at a higher level than the national flag of Viet-Nam.)*
2. Tổng hội Phật giáo Việt Nam đang cố ép buộc các bộ phái khác phải chấp nhận cùng một lá

cờ Phật giáo quốc tế. *(The National Buddhist Association was trying to force other sects of the same religion to accept the international banner of Buddhism.)*

Không biết ông Diệm đã nhận những báo cáo như thế nào để hiểu về phong trào Phật giáo theo cách như thế. Điểm thứ nhất về việc đòi hỏi treo cờ cao hơn là quá ngây ngô, chưa từng có. Điểm thứ hai là một sự ngộ nhận hoàn toàn, vì cờ Phật giáo được đồng thuận sử dụng ở tất cả các nước trên thế giới, không riêng gì Việt Nam, nên không phải là lựa chọn riêng của bất kỳ tông phái Phật giáo nào.

Buổi tiếp xúc với Cố vấn Ngô Đình Nhu ghi nhận nhiều thông tin hơn, nhưng hầu hết là những giải trình chi tiết của ông Nhu về các chính sách của Chính phủ hơn là trả lời thẳng vào các vấn đề cáo buộc do Phái đoàn đưa ra. Vị Trưởng đoàn đã đặt những câu hỏi nhằm khai thác thông tin đúng hướng. Căn cứ vào báo cáo của Chính phủ là qua đợt bố ráp 20-8-1963 đã triệt phá được hết *"những phần tử kích động"*, ông đặt vấn đề về sự cải thiện mối quan hệ giữa Chính phủ với Phật giáo như vậy liệu đã có hy vọng tốt hơn hay chưa? *(If all the organizations were destroyed the situation should be better than before and there should be greater hope for an improvement in the relations between the Government and the Buddhists. Do you share this hope?)* Ông Nhu đã trả lời hết sức mơ hồ: "Chính phủ không bắt hết được những kẻ âm mưu. Hầu hết bọn chúng được điều khiển từ nước ngoài và chúng tôi không thể bắt hết được chúng." *(The Government did not arrest all the plotters. Most of them are controlled from abroad and we are not able to arrest them.)* Trong văn bản chính thức nói rằng Chính phủ đã bố ráp thành công và *"vấn đề đã được giải quyết"*, thì bây giờ ông Cố vấn lại đưa ra một viễn cảnh đấu tranh mở rộng đối tượng buộc tội không chỉ là Việt cộng mà còn có yếu tố "nước ngoài". Và khi vị Trưởng đoàn hai lần gặn hỏi về số người thực sự đã bị bắt vẫn còn bị giam trong tù, ông Cố vấn đã trả lời "Khoảng 200 đến 300 người. Việc này hãy hỏi ông Bộ trưởng Nội vụ." *(About 200 to 300; ask the Minister of the Interior.)* Trong văn bản của Chính phủ thì tuyên bố Chính phủ đã trả tự do cho tất cả những người bị bắt!

Phó Tổng thống Nguyễn Ngọc Thơ không có thêm thông tin mới vì ông này tuyên bố không có ý kiến gì khác hơn đã nêu trong văn bản của Chính phủ *(I have no other point of view to express than that of the Government of Viet-Nam).* Tuy nhiên, khi vị Trưởng đoàn đặt câu hỏi tại sao Phật giáo cáo buộc Chính phủ không tôn trọng bản Thông cáo chung thì ông thừa nhận: Họ *"cáo buộc rằng Chính phủ tiếp tục bắt giữ các nhà sư và ngăn cản những buổi lễ cầu siêu cho các nạn nhân..." (alleged that the Government continued to arrest bonzes and to prevent ceremonies for the repose of the souls of the victims, and so on).* Những cáo buộc này là hoàn toàn có thật theo quan sát trong thực tế của Phái đoàn, cũng như qua thông tin được cung cấp từ chính các thành viên Chính phủ.

Khi được yêu cầu nhận định về phong trào đấu tranh của Phật giáo, ông Phó Tổng thống cũng không kiên định theo lập trường của Chính phủ là do Việt cộng can thiệp từ đầu trong sự kiện ngày 8-5-1963, mà nói một cách mơ hồ hơn rằng *"ban đầu đó là một phong trào đấu tranh thuần túy tôn giáo, nhưng cuối cùng có lẽ đã có một số liên hệ nào đó với cộng sản" (At the beginning it was strictly religious. At the end, it may be that some contacts were made with the communists").* Có lẽ ông Thơ đã thực sự nghĩ như vậy.

Phái đoàn đã lặp lại yêu cầu cung cấp các chứng cứ với ông Bộ trưởng Nội vụ Bùi Văn Lương:

> *There was one statement made by the officials of the Government of Viet-Nam to the effect that certain documents were discovered by the Government and the Army in the pagodas and Buddhist institutions. These documents undoubtedly are of importance in establishing certain facts or at least in bringing about the possibility of due consideration that should be given to the situation in establishing objectively the facts that the Mission is seeking to ascertain.*
>
> *Nhiều quan chức của Chính phủ Việt Nam đều tuyên bố rằng có một số tài liệu đã được Chính phủ và quân đội tìm thấy trong các ngôi chùa và cơ sở Phật giáo. Những tài liệu này chắc chắn là có tầm quan trọng trong việc xác định những sự thật nhất định, hoặc ít nhất là mang đến khả năng xem xét thích hợp đối với tình hình trong việc xác định sự thật mà Phái đoàn đang tìm kiếm.*

Yêu cầu này đã được đưa ra nhiều lần, với nhiều chứng cứ khác được nêu trong những lần tiếp xúc với các quan chức Chính phủ, và Phái đoàn luôn nhận được lời hứa là sẽ được cung cấp đầy đủ. Ông Lương trả lời rằng các giấy tờ này đang được photocopy hoặc đánh máy lại, và tất cả sẽ được trao cho Phái đoàn trước ngày thứ Hai tuần sau đó, ngày mà Phái đoàn dự tính rời Việt Nam. (*They are now being photocopied or typed, so that before the Mission leaves next Monday, I shall be pleased to hand to the Mission all the documents discovered in the pagodas.*) Vị Trưởng đoàn lưu ý rằng nếu Phái đoàn hoàn tất được việc điều tra và rời Việt Nam ngay, có thể sẽ sớm hơn dự tính *(the Mission may, after the completion of its work, leave immediately and this may happen to be before Monday).* Vì thế, ông mong rằng sẽ nhận được các giấy tờ này trước để Phái đoàn *"không phải chờ đợi chỉ vì những văn bản mà Chính phủ đã đồng ý trao cho" (will not be delayed simply for certain documents which it has requested and that the Government has agreed to give it).* Ông Lương đã đồng ý về điều này.

Một điểm quan trọng khác trong buổi nói chuyện với ông Bộ trưởng Nội vụ là vị Trưởng đoàn đã đặt câu hỏi nguyên văn như sau:

> *There are certain rights and freedoms referred to in paragraph 2 of the document "L'Affaire bouddhiste au VietNam", which are normally considered normal rights and freedoms as long as they do not incite to violence. How is it that the Government refers to these as conspiracy?*
>
> *(Có một số quyền tự do được đề cập đến trong đoạn văn thứ nhì của tài liệu "Vấn đề Phật giáo ở Việt Nam" vốn được xem là những quyền tự do thông thường, miễn là không có sự kích động bạo lực. Làm sao Chính phủ lại có thể đề cập đến [việc thực hiện] những quyền tự do thông thường này như là một âm mưu?)*

Trả lời câu hỏi này, ông Lương nói rằng Chính phủ đã bắt một người tên Đặng Ngọc Lựu và ông này khai rằng những gì Phật giáo thể hiện là một âm mưu của cộng sản đã được chuẩn bị trước từ năm 1960,và đó là lý do Chính phủ xem đây như một âm mưu *(he said that the conspiracy and this is the reason why the word "conspiracy" is used in the document, which is a communist conspiracy, dates back to 1960)*. Một lần nữa, để xác thực những thông tin này, Phái đoàn tiếp tục đưa ra yêu cầu được nhìn thấy tờ khai của Đặng Ngọc Lựu. Ông Lương đã hứa sẽ đáp ứng tất cả yêu cầu của Phái đoàn gồm nhiều văn bản liên quan khác nữa.

Trong thực tế, Phái đoàn xác nhận trong Phúc trình là họ không nhận được bất kỳ văn bản nào từ phía Chính phủ như đã hứa *(the Mission never received certain documents promised by the Government)*, mặc dù thời gian lưu lại của Phái đoàn trước ngày đảo chính là thừa khả năng để Chính phủ đáp ứng việc này, chưa xét đến yếu tố Chính phủ đã chủ động mời Phái đoàn đến thì những văn bản liên quan thuộc loại *"chứng cứ"* hẳn phải được chuẩn bị từ trước mới hợp lý.

Không nhận được những giải thích rõ ràng và hợp lý từ các thành viên đã tiếp xúc, vị Trưởng đoàn đã tiếp tục nêu một câu hỏi có phần cụ thể hơn với ông Nguyễn Đình Thuần, Bộ trưởng Phủ Tổng thống: *"Chính phủ nói rằng không bao giờ bắt giữ những người theo đạo Phật chỉ vì lý do duy nhất rằng họ là Phật tử. Chúng tôi muốn biết, vậy thì làm thế nào mà tất cả những người bị bắt, các sinh viên và những*

thành phần khác, lại chỉ toàn là người theo đạo Phật, bao gồm cả các vị tăng sĩ đã tham gia đàm phán cùng Chính phủ trước đó? (...the Government never arrested Buddhist followers solely because they were Buddhists. We would like to know how it is then that all those people who have been detained, whether students or others, are only Buddhists, including the monks, who took part in previous negotiations?)

Ông Thuần đã loanh quanh không giải thích được điểm này và đẩy vấn đề trở lại cho ông Bộ trưởng Nội vụ, rằng ông Bộ trưởng Nội vụ nhất định là đã đưa ra cho Phái đoàn tất cả những giải thích cần thiết về vấn đề này. *(I am convinced that the qualified person to answer this is the Minister of the Interior who must have given the Mission all necessary explanations in this respect.)* Trong thực tế, Phái đoàn đã gặp ông Bộ trưởng Nội vụ trước đó và không nhận được lời giải thích thỏa đáng về việc bắt giữ hàng loạt tăng ni Phật tử trong đêm 20-8-1963.

Ngày 31-10-1963, vị Trưởng đoàn cùng một thành viên trong đoàn là ông Correa da Costa đến gặp Bộ trưởng Ngoại giao để cố gắng thu xếp việc phỏng vấn Thượng tọa Thích Trí Quang. Nỗ lực không thành vì quan điểm của Chính phủ vẫn không thay đổi, khăng khăng là Tòa Đại sứ Mỹ phải giao nộp Thượng tọa Thích Trí Quang cho Chính phủ trước khi bất kỳ cuộc tiếp xúc nào có thể được thực hiện. Tuy nhiên, trong buổi tiếp xúc này, vị Trưởng đoàn đã ghi nhận lại trong báo cáo một số quan điểm của Chính phủ do ông Bộ trưởng Ngoại giao trình bày. Trước hết, phía Chính phủ nhất định cho rằng Thượng tọa Thích Trí Quang là người của Việt cộng vì các lý do:

- Ông có tham gia phong trào cộng sản vào năm 1945. Ông cũng có thành lập một Hội Phật giáo có quan hệ chặt chẽ với Mặt trận của Cộng sản.
- Ông có 2 lần bị người Pháp bắt, đồng thời có biểu lộ ủng hộ tư tưởng cộng sản. Trong một lần thuyết giảng trước đám đông ở Huế, ông nói rằng không có gì khác biệt giữa Phật giáo và chủ nghĩa cộng sản. Đây là dấu hiệu đầu tiên cho thấy ông có khuynh hướng nghiêng về chủ nghĩa Marx.
- Mặc dù những điểm trên chưa đủ yếu tố để kết luận, nhưng Chính phủ còn có những dữ kiện chính xác khác. Trước hết, cách đây khoảng 25 năm, Thích Trí Quang từng có liên hệ với Lê Đình Thám, một người hiện làm việc cho cộng sản ngoài Bắc. Thứ hai, năm 1954 ông có tiếp xúc với một bác sĩ cộng sản người Pháp tại Đà Lạt. Thứ ba, tất cả các thỉnh nguyện thư mà Chính phủ nhận được hiện nay đều phản ánh một cách chính xác lối suy nghĩ của Thích Trí Quang, chứng tỏ ông là người đứng sau mọi việc chứ không phải Hòa thượng Thích Tịnh Khiết.

Những lập luận này của Chính phủ rõ ràng cố gắng làm vững thêm cáo buộc của họ rằng ngay từ đầu biến cố ngày 8-5-1963 ở Huế vốn đã là một âm mưu được tính trước của Việt cộng. Tuy nhiên, thực tế cho thấy là người dân cũng như giới lãnh đạo Phật giáo không ai tin vào lập luận buộc tội này, bởi chúng hoàn toàn mang tính chủ quan và thiếu chứng cứ cụ thể. Chúng ta đều biết, đạo luật 10/59 cho phép Chính phủ ông Diệm thẳng tay trừng trị bất cứ ai có dính líu đến Cộng sản và hình phạt nặng nhất có thể là tử hình. Vì thế, việc họ chấp nhận chỉ "đấu võ mồm" với Thượng tọa Thích Trí Quang đã là một chứng cứ rõ ràng cho thấy họ không có đủ căn cứ để buộc tội.

Về các vụ tự thiêu của Phật giáo, ông Bộ trưởng Ngoại giao đưa ra những lập luận của Chính phủ như sau:

- Các vụ tự thiêu vừa qua phải được xem là những vụ giết người có tổ chức *(these suicides should be considered organized murders)*, bởi vì các nạn nhân tự thiêu bị cung cấp những thông tin sai lệch, rằng Chính phủ đã giết chết Hòa thượng Thích Tịnh Khiết, đã giết chết Sư bà Diệu Huệ, đã dìm chết trong nước hàng trăm nhà sư, đã đốt cháy chùa Xá Lợi, và vì thế nạn nhân bị thúc bách phải tự thiêu để phản đối những hành động này. *(The victims were told that the Government had killed Reverend Khiet, that the Government had killed Dieu Hue, had drowned hundreds of monks, that it had burned the Xa-Loi Pagoda, and therefore that they should commit suicide in protest against these acts of the Government.)*
- Về trường hợp tự thiêu của Hòa thượng Thích Quảng Đức, ông Bộ trưởng được báo trước một tuần và đã muốn ngăn chặn. *(The Minister said he had been informed a week before the incident, and wanted to prevent it.)* Ông Bộ trưởng tiếp tục dựng lên những mô tả hoàn toàn vô căn cứ về một diễn tiến mà ông cũng thừa nhận là Chính phủ không biết gì lúc xảy ra. *(Everybody knew about it except the Government.)* Dù vậy, ông

> Bộ trưởng đã kể giống như tận mắt chứng kiến: *"Ông sư không tự đi mà được trợ giúp bởi hai ông sư khác, họ xốc nách ông đưa đi. Trông ông ấy như say thuốc. Mấy ông sư kia tưới xăng lên người ông ta." (The monk did not walk by himself but was helped by the two monks who held him under his arms. He looked drugged. The monks poured gasoline on him.)* Chưa hết, ngoài những chi tiết tô vẽ không biết do ai kể lại, ông Bộ trưởng còn thêm vào những suy diễn của mình: *"Nạn nhân lấy ra một cái bật lửa để tự châm lửa, nhưng bật lửa không cháy. Một trong hai ông sư kia đánh một que diêm và đốt lửa bùng lên. Tại sao cái bật lửa không cháy? Đây là điều chúng ta phải tự đặt nghi vấn. Phải chăng ông sư đã lấy đá lửa ra trước đó?" (The victim took out a lighter to burn himself but the lighter did not work. One of the other two monks lit a match and set the fire. Why didn't the lighter work? This is a question which we should ask ourselves. Had the flint been taken by the monk?)*

Với cách nhìn nhận về việc tự thiêu của chư tăng ni như thế, chúng ta có thể dễ dàng hiểu được vì sao việc thương thảo giữa Phật giáo với Chính phủ không đi đến kết quả. Chỉ có điều đáng nói là, qua sự ghi nhận của rất nhiều nhân chứng trong cũng như ngoài nước, thì những gì mà Chính phủ nhận hiểu, hay cố ý nhận hiểu, đều hoàn toàn không đúng với sự thật. Bởi vì cuộc tự thiêu của Hòa thượng Thích Quảng Đức có hàng trăm người trực tiếp chứng kiến nên sự thật không khó tìm hiểu. Ngoài ra, cũng không thấy chính phủ có nỗ lực nào tìm hiểu thêm cuộc tự thiêu nầy thông qua hai thông tín viên quốc tế có mặt tại hiện trường là *Malcolm Browne* của *Associated Press* và *David Hamberstam* của *New York Times*.

3. Tiếp nhận và xử lý cáo buộc bằng văn bản

Mặc dù hoạt động chính của Phái đoàn được diễn ra cụ thể qua chuyến đi điều tra tại Việt Nam, nhưng các nguồn thông tin thu thập được rất đa dạng, không chỉ giới hạn trong phạm vi thu thập tại Việt Nam. Bức tranh đa dạng này sẽ cho chúng ta thấy rõ sự quan tâm của rất nhiều người đến các sự kiện bất ổn tại miền Nam Việt Nam vào lúc đó.

Trong suốt thời gian hoạt động, bên cạnh việc trực tiếp thu thập thông tin từ những người được phỏng vấn, Phái đoàn điều tra cũng nhận được cả thảy 116 nguồn thông tin bằng văn bản. Trong số này, có 49 văn bản cáo buộc nhận được tại Việt Nam trong thời gian điều tra. 67 văn bản còn lại đã được gửi đến Trụ sở Liên Hiệp Quốc tại New York. Trong số 67 văn bản này, có 24 được gửi từ Việt Nam, ngoài ra là được gửi từ các quốc gia khác, cụ thể là: Hoa Kỳ: 16, Ấn Độ: 6, Nhật Bản: 5, Belgium: 3, Ceylon: 3; và Anh, Úc, Canada, Tiệp Khắc, Pháp, Đức, Malaysia, Nepal, New Zealand, Venezuela, mỗi nước đều có 1 văn bản.

Trong số 49 văn bản cáo buộc nhận được tại Việt Nam, có cáo buộc cho biết người gửi đã cố đến gặp nhưng *"anh ta đã bị ngăn cản không cho tiếp xúc với các thành viên của Phái đoàn"* (*he had been prevented from contacting the members of the Mission*). Hai trường hợp khác, người gửi *"nhấn mạnh những khó khăn trong việc đến gặp Phái đoàn"* (*the petitioners stressed the difficulties of getting in touch with the Mission*).

Toàn bộ 116 văn bản đều đã được Phái đoàn xem xét, phân tích kỹ về nội dung và hệ thống hóa thành các nhóm như sau:

CÁO BUỘC VỀ NHỮNG SỰ KIỆN TRƯỚC NGÀY 8-5-1963:

a. Dụ số 10 ban hành từ năm 1950 (vẫn còn hiệu lực) cho phép Chính phủ áp dụng theo cách thiên vị, dành nhiều ưu đãi cho Thiên Chúa giáo trong khi siết chặt và gây nhiều khó khăn cho các hoạt động tín ngưỡng của Phật giáo. *"Cộng đồng Phật giáo phải xin phép Chính quyền khi tổ chức các buổi lễ, trong khi Thiên Chúa giáo thì không chịu ảnh hưởng quy định đó." (Buddhist community had to obtain government permission to hold public ceremonies, while the Catholic Church, not subject to that Ordinance).* Thiên Chúa giáo có nhiều ngày lễ được công nhận chính thức hơn. *"Nhiều vấn đề hôn nhân gia đình đang dần dần được luật hóa theo hướng gần với Thiên Chúa giáo và đi ngược với tập tục, niềm tin của người Phật tử" (Marriage and family matters had been the subject of Catholic-oriented legislation, contrary in some respects to Buddhist customs and beliefs).*

b. Trong thực tế, sự phân biệt đối xử được thể hiện qua nhiều hình thức: *"Tín đồ Thiên Chúa giáo được bổ nhiệm giữ tất cả các vị trí quan chức quan trọng" (Catholics were appointed to all the important public offices)*; nhiều phương tiện, quyền lợi như *"đất đai được ưu tiên dành cho người Thiên Chúa giáo và từ chối người Phật tử" (granted to the Catholic Church* *for the acquisition of land, and denied to Buddhists). "Các vật phẩm cứu trợ cũng phân phối ưu tiên cho người Thiên Chúa giáo, thông qua các tổ chức Thiên Chúa giáo (relief goods were distributed in preference to Catholics and through Catholic agencies).*

c. Các ngày lễ của Thiên chúa giáo được tổ chức lớn, *"cờ Vatican tung bay khắp nơi, tất cả các viên chức Chính phủ, ngay cả những người không theo Thiên Chúa giáo cũng bị buộc phải đến tham dự. Ngược lại, các ngày lễ Phật giáo tổ chức ở nơi công cộng luôn bị hạn chế và quấy nhiễu bằng đủ mọi cách." (the Vatican flag being largely displayed, and all Government employees, even non-Catholics, being required to attend; in contrast, Buddhist ceremonies in public places were subjected to all kinds of restrictions and harassments).* Năm 1957, Chính phủ đã cố *"loại bỏ lễ Phật đản ra khỏi các ngày lễ chính thức" (remove Wesak from the list of official holidays).* Mặc dù từ năm 1954 đến nay có nhiều chùa được xây mới hoặc tu sửa, nhưng tất cả đều *"là nỗ lực của tín đồ Phật giáo, không có bất kỳ trợ giúp đáng kể nào của Chính phủ" (this was due to the generosity of Buddhist believers and not to any substantial grants from the Government).*

d. Từ tháng 10-1960, chủ yếu tại các tỉnh Quảng Nam, Quảng Ngãi, Phú Yên, Bình Định, các quan chức Chính quyền địa phương đã *"cố ép buộc một số tín đồ Phật giáo cải đạo theo Thiên Chúa giáo bằng cách đe dọa đưa vào các trại cải huấn, hoặc trở thành đối tượng bị cưỡng bức lao* *động vì nghi ngờ là theo cộng sản" (attempted to compel a number of Buddhist believers to become Catholics either by threats of being sent to re-education camps and of being subjected to forced labour as suspected pro-communists).* Đối với những người đã bị đưa vào trại cải huấn, họ dụ dỗ *"bằng cách hứa sẽ được tha sớm nếu chịu cải đạo" (by the promise of an earlier release in case of conversion)*, hoặc bằng cách *"đe dọa sẽ gây khó khăn cho gia đình họ" (by threats of persecution against their families). Những Phật tử chống lại bị bắt buộc phải giao nộp thẻ căn cước cho Chính quyền, một số khác bị ép buộc di cư đi nơi khác. (Some Buddhists who resisted these attempts were forced to surrender their identity cards to the authorities, and some were ordered to migrate to other regions).* Một số trường hợp tồi tệ hơn, những người Phật tử *"bị bắt cóc, bị giam giữ, tra tấn, và có một trường hợp ở tỉnh Quảng Ngãi được kể lại là đã bị chôn sống." (Others were kidnapped, arrested and tortured, and one, in Quang-Ngai province, was said to have been buried alive.)* Nhiều lãnh đạo Phật giáo bị bắt và sau đó không ai biết họ ở đâu. Một vị sư ở tỉnh Phú Yên phản đối rất mạnh mẽ và đã bị sát hại. Với sự áp đặt các biện pháp như thế, kết quả là *"trong giai đoạn 1956-1963, có đến 208.000 người bị buộc phải cải đạo theo Thiên Chúa giáo" (208,000 persons had been converted to Catholicism from 1956 to 1963)*, trong khi *"trên toàn lãnh thổ Việt Nam Cộng Hòa vào năm 1954 chỉ có tổng cộng 450.000 người theo Thiên Chúa giáo" (in 1954 there had*

000 Catholics in the Republic of

SỰ KIỆN VÀO CÁC NGÀY 6, 7 VÀ

ban đầu của các vụ phản đối được cho là bắt nguồn từ Công điện số 9195 ngày 6-3-1963 của Tổng Thống, nghiêm cấm việc treo cờ và các biểu tượng tôn giáo. Mặc dù chỉ thị nêu việc nghiêm cấm đối với các tôn giáo nói chung, nhưng việc ban hành ngay trước ngày Phật đản có ý nghĩa rõ ràng là nhắm vào Phật giáo.

- Thông tin phù hợp trong tất cả các văn bản nhận được là vào sáng ngày 8-5-1963 có một số biểu ngữ phản đối các hạn chế áp đặt đối với Phật giáo và Thượng tọa Thích Trí Quang đã có bài diễn văn được ghi âm nêu rõ sự phản đối này cũng như bày tỏ những nguyện vọng, yêu cầu hợp pháp. Chính quyền đã từ chối việc phát sóng bài diễn văn này vào buổi tối như thông lệ hằng năm. Đám đông đã tụ tập khi biết được điều này. Chính quyền đã sử dụng vòi rồng phun nước nhưng không giải tán được đám đông. Sau đó là súng máy, lựu đạn và xe tăng được dùng đến.
- Xe tăng của quân đội đã cán trực tiếp lên người dân gây thảm sát. *"Bác sĩ Lê Khắc Quyến của bệnh viện Huế được yêu cầu ký giấy xác nhận sai lệch là nạn nhân chết do chất nổ plastic của Việt cộng. Ông này từ chối không chịu ký và đã bị bắt giam." (Dr. Le Khac Quyen of the Hue Hospital, was subsequently imprisoned for refusing to sign a medical certificate prepared by Government authorities; and that the Government falsely*

claimed that the wounds on the victi
made by the explosion of plastic bom
type used by the Viet-Cong).

CÁO BUỘC VỀ GIAI ĐOẠN TỪ THÁNG 5 ĐẾN THÁNG NĂM 1963

- **Từ ngày 8-5 đến ngày ra Thông cáo chung 16-6-1963:** Rất nhiều cuộc biểu tình phản đối ôn hòa của Tăng Ni Phật tử đã diễn ra ở Sài Gòn, Huế và nhiều địa phương khác, và đã bị đàn áp nghiêm trọng bởi cảnh sát và quân đội, nhiều ngôi chùa bị phong tỏa bằng dây kẽm gai bao quanh, nhiều tín đồ Phật giáo bị ngăn cản không được đến chùa. Rất nhiều Phật tử bị bắt giam chỉ vì đã ủng hộ Tuyên bố ngày 10 tháng 5 của Phật giáo đòi hỏi thực thi 5 nguyện vọng bình đẳng tôn giáo. Các lãnh đạo Phật giáo đã hết sức nỗ lực để kêu gọi sự kiềm chế của đám đông.
- **Từ ngày 16-6 đến cuộc tấn công các chùa đêm 20-8-1963:** Chính phủ không hề thực thi các điểm nêu trong Thông cáo chung mà họ đã thỏa thuận với các lãnh đạo Phật giáo. Chính phủ còn phát động một chiến dịch rộng khắp để thuyết phục người dân rằng phong trào đấu tranh của Phật giáo là do cộng sản kích động. Nhiều người ở các địa phương khác nhau đã bị buộc phải tham gia chống lại Phật giáo. Các quy định khắt khe trong Dụ số 10 vẫn tiếp tục được áp dụng nhắm vào Phật giáo. Việc treo cờ Phật giáo vẫn chỉ được chấp nhận duy nhất trong phạm vi các chùa và không được treo ở những nơi khác. Các vị tăng sĩ bị hạn chế việc đi lại. Nhiều Phật tử bị bắt trước đó vẫn chưa

được thả ra, một số khác trước khi được thả ra đã bị buộc phải ký tên vào một số giấy tờ do nhà cầm quyền viết sẵn nội dung. Ngày 17-7-1963, một cuộc biểu tình ôn hòa của Tăng ni Phật tử diễn ra trước chùa Xá Lợi đã bị đàn áp thô bạo, rất nhiều người bị bắt trong đó có cả phụ nữ và trẻ em.

- **Cuộc tấn công các chùa đêm 20-8-1963 và sau đó:** Hầu hết các vị lãnh đạo Phật giáo, trừ Thượng tọa Thích Trí Quang, đều bị bắt trong trận tấn công này hoặc ngay sau đó. Có ít nhất 2 vị sư bị giết tại Sài Gòn trong đêm đó và 2 vị sư khác cũng bị giết tại Huế. Nhiều lãnh đạo Phật giáo đã bị đánh đập, tra tấn. Một số vị sư được thả ra sau đó nhưng bị quản thúc trong phạm vi chùa và bị người của Chính phủ canh gác. Rất nhiều Kinh sách, pháp khí, tượng thờ cùng tiền bạc, vật dụng của nhà chùa bị đập phá hoặc cướp mang đi. Những cuộc biểu tình của sinh viên bắt đầu trong tháng 7 và phát triển mạnh mẽ nhất vào tháng 8, đã bị đàn áp rất thô bạo. Có khoảng 3.000 sinh viên đã bị bắt. Một số trong đó bị đánh đập, tra tấn và bị giam giữ ở những nơi rất tồi tệ. Vào thời điểm Phái đoàn đến Việt Nam, vẫn còn khoảng 2.000 sinh viên đang bị giam giữ. Các sinh viên cho biết có một số sinh viên Thiên Chúa giáo cũng bị bắt nhưng họ được thả ra dễ dàng và được yêu cầu hợp tác với cảnh sát. Một số bản cáo buộc nói rằng Chính phủ đã ngăn cản khiến cho người dân không thể đến gặp Phái đoàn và cảnh báo việc *có thể có nhiều thông tin sai lệch được gửi đến nhằm đánh lạc hướng điều tra* của Phái đoàn. Một số cáo buộc khẳng định rằng ngay trong thời gian Phái đoàn đang ở Việt Nam vẫn xảy ra những vụ bắt bớ sinh viên đấu tranh được thực hiện vào ban đêm.

NHỮNG THÔNG TIN TRÁI CHIỀU

Trong tổng số 116 văn bản nhận được, có 12 văn bản không hề cáo buộc Chính phủ, ngược lại chỉ gồm toàn những lời lẽ phủ nhận tất cả các cáo buộc trên. Các văn bản này nói rằng Chính phủ hoàn toàn không có sự phân biệt và đàn áp Phật giáo *(the Buddhist community was ever the victim of discrimination and persecution by the Government)*, rằng hiện nay tín đồ Phật giáo hoàn toàn tự do sống theo tín ngưỡng của mình *(Buddhist believers were entirely free to worship and propagate their faith)*...

Một câu hỏi đặt ra ở đây là, nếu bản thân những người này không thấy có điều gì bất ổn thì vì sao họ phải cất công viết và gửi các văn bản này đến Phái đoàn điều tra của Liên Hiệp Quốc? Một người không bị Tòa án buộc tội thì không thể tự nhiên tìm đến tòa chỉ để nói rằng tôi hoàn toàn vô tội! Điều này hết sức vô lý. Vì thế, chúng ta có thể hiểu được ngay là những nguồn thông tin như thế đã phát xuất từ đâu.

NHẬN XÉT CỦA PHÁI ĐOÀN ĐIỀU TRA

Bản Phúc trình có đoạn nêu rõ, Phái đoàn *"không có đủ phương tiện cũng như thời gian để xác minh các cáo buộc chi tiết đã nhận được" (The Mission had neither the means nor the time to verify the detailed allegations)*. Tuy nhiên, Phái đoàn đã ghi nhận tất cả và dựa vào những nội dung cáo buộc này để *"thiết lập danh sách các nhân chứng cần phỏng vấn" (drawing*

...sts of prospective witnesses), cũng như "soạn thảo các câu hỏi để đưa ra với các quan chức Chính phủ và các nhân chứng khi phỏng vấn" (*formulating certain questions which it put to government officials and witnesses during the interviews*). Nội dung ghi nhận được qua những cuộc phỏng vấn trực tiếp các nhân chứng sẽ được giới thiệu sơ lược ở phần kế tiếp.

Về những gì được trực tiếp mắt thấy tai nghe, Phái đoàn cũng ghi nhận lại trong Phúc trình này kèm theo với những mô tả và nhận xét khách quan.

Tại chùa Xá Lợi, một ngôi chùa lớn, Phái đoàn đã gặp "rất nhiều phóng viên báo chí địa phương và quốc tế, nhưng không nhìn thấy vị sư hay tín đồ nào cả" (*there were many members of the international and local press and press photographers, but there were no monks or worshippers*). Sau khi chờ khoảng 10 phút, một vị sư già và một vị trẻ hơn xuất hiện, nhưng hầu như hoàn toàn im lặng không nói gì. Mặc dù vị Trưởng đoàn nhấn mạnh rằng cuộc trò chuyện sẽ được giữ bí mật, nhưng các vị sư tỏ ra rất e dè, không nêu tên và cũng không đồng ý ghi âm cuộc nói chuyện. Phái đoàn đã quan sát thấy rõ cấu trúc của một ngôi chùa lớn, như rất nhiều phòng ngủ, phòng ăn lớn, hội trường, thư viện... Trong hội trường có rất nhiều ghế đặt quanh bàn lớn, cho thấy đã từng sử dụng cho nhiều người tham dự. Tất cả hoàn toàn trái ngược với quang cảnh vắng vẻ tiêu điều trong hiện tại. "Phái đoàn cũng quan sát thấy những cuộn dây kẽm gai ở cả hai bên cổng chùa, chứng tỏ ngôi chùa đã từng bị phong tỏa bằng kẽm gai" (*The Mission observed the presence of barbed-wire piled on either side of the gate suggesting that the pagoda had been barricaded*).

như phủ nhận cáo buộc về sự kích động của Cộng sản đối với phong trào đấu tranh của Phật giáo. Đặc biệt, khi được hỏi về các vụ tự thiêu, cả hai nhân chứng thứ tư và thứ năm đều khẳng định mục đích duy nhất của những vị đã tự thiêu là cầu nguyện cho sự thực thi các nguyện vọng của Phật giáo. Họ có để lại các di thư khẳng định nguyện vọng này.

Nhân chứng thứ sáu bị bắt vào đêm 20-8-1963 khi cảnh sát và quân đội phá sập cổng chùa để xông vào, bắt và đánh đập vị này, sau đó đưa đi một nơi rất xa nhưng ông không biết được là nơi nào vì lúc đó là 2 giờ khuya, trời rất tối. Ông đã bị giam riêng một phòng trong thời gian khoảng 1 tuần. Cả chùa có 10 vị tăng sĩ, tất cả đều bị bắt.

Nhân chứng thứ bảy là một vị tăng bị bắt tại chùa Ấn Quang cũng trong đêm 20-8-1963, khoảng 1 giờ khuya. Cảnh sát vũ trang đã phá cửa phòng xông vào để bắt ông đi, mang về đồn cảnh sát giữ khoảng 2 giờ đồng hồ, rồi chuyển đến một trại cải huấn, nơi ông bị giam đến 67 ngày. Theo lời vị này, chùa Ấn Quang có khoảng 50 vị tăng sĩ và tất cả đều bị bắt đi trong đêm 20-8. Một điều đáng chú ý là nhân chứng này xác nhận ông thường xuyên gặp gỡ, nói chuyện với Hòa thượng Thích Quảng Đức mỗi đêm trước khi ngài tự thiêu. Ông khẳng định tâm nguyện của ngài là tự thiêu để yêu cầu chính phủ thực hiện bình đẳng tôn giáo.

Lời khai của các nhân chứng có nhiều trùng lặp về các dữ kiện đã biết như việc tấn công vào các chùa và bắt giam tăng ni, Phật tử. Riêng nhân chứng thứ mười là một người bị thương trong cuộc tấn công vào chùa Xá Lợi đêm 20-8-1963 và vẫn còn đang phải điều trị lúc được Phái đoàn phỏng vấn. Vị này cho biết chỉ riêng ở chùa Xá Lợi có 3 vị tăng và một sư cô bị thương trong vụ này. Trong khi phỏng vấn nhân chứng, Phái đoàn trực tiếp nhìn thấy được hai vết thương đang còn băng bó ở gót chân và trên bắp vế. Những thương tích này đã phải điều trị trong bệnh viện suốt hai tháng qua. Khi được hỏi về thương tích của những người khác, nhân chứng trả lời không được biết nhiều, nhưng trong số đó có một người đứt lìa 4 ngón chân và một người khác bị bỏng cả 2 chân. Khi được hỏi về quyền tự do sau khi ra khỏi bệnh viện và được trở về chùa, nhân chứng trả lời: "Khi quý vị đến chùa Ấn Quang, tôi có mặt ở đó với 3 người bị thương khác, nhưng tôi không được phép đến gặp. Tôi không có tự do tín ngưỡng." *(When you visited An-Quang I was there and three others who were also injured but I was not given permission to welcome the Mission. I do not have freedom of worship.)* Phái đoàn đã gạn hỏi: "Điều gì ngăn cản ông đến gặp chúng tôi lúc ở chùa Ấn Quang?" *(What prevented you from coming to see us at An-Quang?)* "Tôi nhìn thấy các vị đi qua cửa, nhưng nhân viên an ninh lập tức đóng cửa lại." *(I saw you coming through the door but the security people just closed the door.)*

Các nhân chứng thứ 11, 12, 13 và 14 được phỏng vấn cùng lúc tại một ngôi chùa cổ hơn 300 năm tuổi ở Huế. Một trong các nhân chứng đã trao cho Phái đoàn nhiều văn bản khác nhau, trong đó có một lá thư. Ông Amor, một thành viên Phái đoàn, đã đọc lên đoạn sau đây:

> *"I the undersigned... beg you to shed the light of justice on the situation of the Buddhists in Viet-Nam.*

N

Nh

Nh
tranh
điều h
giải th
đa số
thành
trong
"Người
đường
told t
which

Ph
đã và
vào ch
đã ph
Bệnh
vị sư
đêm 2
viện b
nhẹ n
nghiêm

sự kiểm s
Chính phủ
"Theo Điều
tôn giáo, ng
nhận tiền đ
thích hợp, và
chất khi hết s
"Hơn thế nữa, t
từ Văn phòng T
những bất động
gồm Phật giáo) dù
được sự cho phép
thì tổ chức sở hữu
các chủ sở hữu cá n
"Theo các điều khoả
rõ rằng có sự bất bìn
độ dân chủ này và th
mục đích theo đuổi của
sách Ấp Chiến Lược, đu
sự bất hòa.
"Dụ số 10 ban hành năm 1
chủ. Từ khi chế độ ấy bị l
chúng tôi đã đặt vấn đề tạ
không phù hợp với Hiến p
vẫn tiếp tục được duy trì?
Chính phủ phải hủy bỏ Dụ s
bằng đạo luật khác.
"Ở Việt Nam, đặc biệt là các vù
chức Chính phủ hành xử sai
cách phân biệt tôn giáo. Chúng
việc này lên Tổng Thống và Qu
thật đáng tiếc, chúng tôi không h
câu trả lời. Chúng tôi đã yêu cầu

lùng
dịch

giáo. Ở miền quê có những ngôi làng do các cha xứ kiểm soát và duy trì quân đội riêng của họ. Quân đội này trực tiếp chịu trách nhiệm trước cha xứ và nhiệm vụ chính là bảo vệ nhà thờ và cha xứ. Họ được vũ trang bằng vũ khí của Hoa Kỳ và được huấn luyện ít nhất là một phần bởi các cố vấn Mỹ.

Nguồn cung cấp thực phẩm cứu trợ khổng lồ của Hoa Kỳ (gồm lúa mì, bột mì, gạo, dầu ăn...) được phân phối ở miền Nam thông qua các Cơ quan Cứu trợ Thiên Chúa giáo đến cha xứ ở các tỉnh. Một số người Việt Nam tin rằng rất nhiều trong số nguồn thực phẩm này không bao giờ đến tay người nhận như dự tính. Thay vì vậy chúng được đưa ra bán ở thị trường chợ đen."

Nhân chứng này cũng trích nguyên văn một văn bản quan trọng khác là Thông Cáo của Đại diện Chính phủ mới tại Trung phần được công bố vào ngày 2-6-1963, trong đó có 5 điểm nghiêm cấm cho thấy rõ không khí kiểm soát hết sức căng thẳng vào thời điểm đó:

1. Mọi hình thức hội họp đều bị nghiêm cấm.
2. Việc sử dụng hệ thống loa phóng thanh phải xin phép trước từ Thị trưởng.
3. Việc xin phép hội họp phải được chấp thuận trước từ Thị trưởng.
4. Tất cả các tài liệu, khẩu hiệu, bích chương hoặc diễn văn đều phải được kiểm duyệt trước khi đưa ra trước công chúng.
5. Việc tàng trữ hay lưu hành bất kỳ ấn phẩm, truyền đơn hay tài liệu nào đều là bất hợp pháp.

Phản ứng theo sau bản Thông Cáo đầy áp chế này là cuộc biểu tình ở Huế ngay hôm sau đó, 3-6-1963. Hàng trăm sinh viên học sinh đã tham gia biểu tình ôn hòa đòi hỏi Chính phủ đáp ứng các nguyện vọng chính đáng của Phật giáo. Chính quyền giải tán bằng vòi rồng phun nước nhưng thất bại vì người biểu tình ngồi yên tại chỗ để cầu nguyện. Họ liền thay thế các vòi nước bằng a-xít với nồng độ mạnh. 54 người bị thương tổn nghiêm trọng, những người còn lại phải bỏ chạy tan hàng. Ngay hôm đó, Thượng tọa Thích Tâm Châu, Chủ tịch Ủy ban Liên phái Bảo vệ Phật giáo đã gửi một lá thư lên Tổng Thống Ngô Đình Diệm, trong đó nêu rõ 10 hành vi đàn áp của Chính phủ đang diễn ra. Những điểm này cũng được nhân chứng trích dẫn nguyên văn trong cáo buộc gửi Phái đoàn Điều tra Liên Hiệp Quốc:

1. Nhiều tổ chức, hội đoàn Phật giáo đã bị ép buộc phải ký vào những bản kiến nghị lên án phong trào đấu tranh của Phật giáo với những từ ngữ hung hăng, thô bạo.
2. Việc đi lại của tăng ni giữa các vùng trong nước với thủ đô bị cản trở trên nhiều tuyến đường để ngăn chặn không cho họ về điều trị ở các bệnh viện thuộc Sài Gòn.
3. Hành lý mang theo của các vị tăng ni từ Sài Gòn trở về các tỉnh sau khi tham gia tuyệt thực đã bị lục soát và tất cả những ai mang theo các tài liệu của Phật giáo đều bị bắt giam.
4. Nhân viên an ninh được bố trí khắp các nhà hàng, quán nước và trên đường phố để dò xét và bắt giữ bất cứ ai đề cập đến vấn đề Phật giáo.
5. Cảnh sát dã chiến, nhân viên an ninh, chiến sĩ

thanh niên cộng hòa, quân cảnh và quân nhân trang bị súng trường, máy truyền tin đóng chốt quanh các ngôi chùa để khám xét chư tăng và đe dọa khủng bố những Phật tử muốn đến chùa.

6. Tất cả quân nhân là Phật tử không được ra khỏi phạm vi doanh trại.
7. Những ai tham gia tích cực vào cuộc vận động đấu tranh của Phật giáo đều bị truy tố và bắt giam.
8. Các tài liệu của Việt cộng được lén lút đưa vào trong xe của Phật tử hoặc vào trong các chùa để tạo chứng cứ giả nhằm bỏ tù tăng ni, Phật tử.
9. Những cuộc biểu tình chống Phật giáo được tổ chức với nhiều nhân viên an ninh giả dạng chư tăng và Phật tử.
10. Thành viên của các ủy ban Phật giáo bị ép buộc phải ký tên vào những kiến nghị này khác...

Một nội dung quan trọng khác được trích dẫn trong văn bản của nhân chứng này là bản Chương trình hành động của Ủy ban Sinh viên Ủng hộ Phật giáo, được phân phát rộng rãi trong giới sinh viên học sinh. Nhân chứng nhận được văn bản này vào ngày 16-9-1963. Theo nội dung trong bản Chương trình hành động này thì phong trào đấu tranh của sinh viên học sinh được phác thảo qua 5 giai đoạn:

- **Giai đoạn 1:** Sinh viên, học sinh viết thỉnh nguyện thư gửi đến Nguyên thủ quốc gia, Tổng thư ký và các vị tướng lãnh, nêu rõ 5 nguyện vọng [của Phật giáo].
- **Giai đoạn 2:** Sinh viên, học sinh bắt đầu đấu tranh bằng cách tuyệt thực trong phạm vi sân trường, thời gian 12, 24 hoặc 48 giờ, tùy theo tình hình.

a. Trong thời gian tuyệt thực 12 giờ, các khẩu hiệu tranh đấu sẽ được viết trên giấy và dán lên tường hoặc bất cứ nơi nào dễ được nhìn thấy.

b. Trong thời gian tuyệt thực 48 giờ và sau đó, ngoài các khẩu hiệu đã có, những câu sau đây sẽ được dùng như khẩu hiệu:

1. Ai đã tấn công vào các chùa và bắt giam tăng ni, Phật tử?

2. Ai đã giết chết những sinh viên đầy lòng yêu nước?

3. Có phải Chính phủ đang bảo vệ tự do báo chí bằng cách tống giam các phóng viên báo Tự Do và phóng viên nước ngoài?

4. Phụ nữ Việt Nam tự hào có được những người như Mai Tuyết An, Lê Thị Hạnh, và vô cùng xấu hổ khi đứng chung hàng ngũ với bà Ngô Đình Nhu.

5. Quân nhân không thể bị lạm dụng để bảo vệ ngai vàng chế độ.

Những khẩu hiệu nêu trên sẽ được sinh viên dán lên bất cứ nơi nào.

Cảnh báo:

- Trong suốt thời gian đấu tranh tuyệt thực, cổng trường phải được đóng chặt và có người canh giữ.
- Nếu bị người của Chính phủ tấn công, hãy giữ bình tĩnh. Dùng khăn vải tự trói tay mình và lặng lẽ lên xe cho họ bắt.
- Khi bị đưa vào trại tập trung, hãy tiếp tục cuộc đấu tranh. Chỉ chấp nhận về nhà khi tất cả mọi người khác đều được thả ra.
- Nếu trường học bị đóng cửa, hãy biến các

Ủy ban Liên khoa không?' 'Không, không... cũng giống như các sinh viên khác, tôi chỉ đi đến Phân khoa Khoa học thôi.' 'Thẻ căn cước của mày đâu?' "Trong túi sau của tôi.' Ông ta sờ soạng trong túi tôi một lát rồi nói: 'Tốt lắm... mày có cần đến tờ một trăm đồng trong ví không?' 'Không, không... thưa ông.' 'Vậy thì tốt, ở yên đây nhé. Mày mà chạy là tao bắn bỏ.'

"Một lát sau, chiếc xe jeep vọt đi. Tôi giật cái khăn bịt mắt ra. Tôi đang ở trong một đồn điền cao su. Tôi cố hết sức la lớn: 'Xin chào, có ai ở đây không?' Có tiếng trả lời: 'Chúng tôi ở đây.' Tôi chạy về phía đó và hết sức vui mừng khi gặp được hai sinh viên khác. Không nói được lời nào, chúng tôi ôm chầm lấy nhau mừng rỡ. Hai người bạn tôi áo rách bươm và vấy máu. "Sao các bạn đến nỗi này?' Một người giải thích: 'Họ xé áo tôi, rồi dùng dao găm rạch trên ngực tôi. Xem này.' Vừa nói anh ta vừa mở nút áo vạch ngực ra cho tôi xem, máu tươi vẫn còn rỉ chảy từ các vết cắt trên ngực anh. Tôi hỏi hai người: 'Còn một bạn nữa đâu rồi?' 'Chúng tôi không biết.' Người bị thương nói: 'Bây giờ tôi phải băng bó vết thương, rồi chúng ta sẽ đi tìm bạn ấy.'

"Tôi đã học được cách sơ cứu khi tham gia hướng đạo sinh. Tôi liền cởi áo thun, xé ra và tìm ít lá cây có tác dụng cầm máu rồi băng bó vết thương cho bạn. Xong, chúng tôi cùng nhau đi tìm anh bạn còn lại nhưng vô ích, không thấy chút dấu vết nào của anh ấy. Mặt trời bắt đầu lặn dần xuống khuất sau những cây cao su. Một người bạn tôi *nói: 'Có lẽ anh ấy bị bọn lính bắt đi theo. Bây giờ chúng ta phải rời khỏi rừng cao su này thôi.'*

"Chúng tôi đi bộ về hướng tây dọc theo đường lô cao su, sau hơn một giờ đồng hồ thì gặp quốc lộ 15. Chúng tôi đang ở cách Sài Gòn 50 ki-lô-mét, trên con đường Sài Gòn-Vũng Tàu. Lát sau, chúng tôi đón được một chiếc xe khách và lên xe. Khi về đến Sài Gòn, chúng tôi chẳng còn đồng nào để trả tiền xe, vì bọn Tình báo quân đội đã cướp sạch tiền của chúng tôi. Thấy tình cảnh chúng tôi như thế, người chủ xe cũng thôi không hỏi tiền.

"Khi tôi về đến nhà thì đã 7 giờ tối, mới phát hiện ra là [mấy cú đấm đã làm] cả vùng da quanh mắt tôi bầm tím."

Câu chuyện do chính nhân chứng kể lại đã cho chúng ta nhiều chi tiết rõ nét về thực trạng diễn ra trong phong trào đấu tranh vào lúc đó. Bức tranh đàn áp của Chính phủ Diệm không chỉ có những nét phản dân chủ, mà còn bị bôi đen một cách thê thảm bởi cách hành xử của những người thi hành công vụ theo lối côn đồ, công khai hành hạ và cướp giật tiền bạc của người dân một cách thô bạo, thiếu văn hóa. Điều này giải thích vì sao mỗi ngày người dân thủ đô đều phải "suy tôn Ngô Tổng Thống" nhưng chỉ ngay sau khi chế độ sụp đổ thì họ lập tức bày tỏ niềm vui mừng vô hạn và công khai bày tỏ sự ủng hộ những người đảo chính.

NHỮNG THÔNG TIN TRÁI CHIỀU

Trong số 47 nhân chứng được phỏng vấn, ngoài những người do chính Phái đoàn chọn lựa và tìm gặp, còn có một số tự nguyện tìm đến gặp Phái đoàn để cung cấp thông tin. Đó là các nhân chứng từ số thứ tự 36 đến 43. Chúng ta có thể tìm thấy những thông tin trái chiều được cung cấp từ một số trong các nhân chứng này. Tuy nhiên, có vẻ như các thông tin này chiếm tỷ lệ quá ít để có thể làm thay đổi nhận thức về sự thật. Hơn nữa, hầu hết các thông tin này đều được đưa ra theo cách võ đoán, một chiều và không có những chứng cứ xác thực đi kèm. Thông tin trái chiều cũng được thấy ở một vài nhân chứng thuộc nhóm đối tượng khác, thường là biểu lộ sự vô cảm, không quan tâm đến cuộc đấu tranh đang diễn ra của Phật giáo. Chúng tôi đặc biệt lưu ý thấy điều này ở các nhân chứng là thành viên của Ủy ban Liên hiệp Bảo vệ Phật giáo Thuần túy, vốn là một Ủy ban gồm 7 thành viên do Chính phủ Diệm vận động dựng lên vào ngày 24-8-1963, ngay sau khi họ đã tiến hành chiến dịch bố ráp và bắt giam hầu hết các vị lãnh đạo Phật giáo.

Khi được hỏi rằng Chính phủ và quân đội có can thiệp gì trong hoạt động ở chùa của họ không, các vị sư này đã trả lời là không. Dù vậy, họ thừa nhận là vào đêm 20-8-1963, cả thảy 30 vị sư trong chùa đều bị bắt đi. Tuy nhiên, sau đó tất cả đều được thả ra sau một cuộc xét hỏi ngắn. Khi được hỏi về nội dung tra xét, họ cho biết Chính phủ đã hỏi họ đứng về phía những người biểu tình hay về phía Chính phủ. Họ trả lời họ không tham gia gì, không có quan hệ gì với những người biểu tình và họ muốn duy trì quan hệ tốt với Chính phủ.

The CHAIRMAN: When you were asked whether you were sympathetic with the demonstrators, what was your answer? And when you were asked about your relations with the Government, what was your answer?

WITNESS: Our answer to the first question was that we hadn't done anything; we had no part to play. Our answer to the second question was that we have good relations with the Government and we intend to keep them that way.

Khi được hỏi về tự do tôn giáo, họ nói: *"Không có trở ngại hay áp lực gì cả. Chúng tôi hoàn toàn được tự do." (No obstacles or pressure in any way. We had complete freedom.)*

Một thông tin trái chiều khác được đưa ra bởi nhân chứng thứ 18, đặc biệt với sự hiện diện của nhiều người nhưng chỉ duy nhất nhân chứng này là người trả lời các câu hỏi của Phái đoàn *(A number of witnesses were present and only one of them would answer the Mission's questions).*

Mr. CORREA DA COSTA: Have any of your rights been violated?

WITNESS: There have been no restrictions whatsoever here. We have full liberty to practise our religion.

The CHAIRMAN: Has there been any restriction in other pagodas elsewhere in the country?

WITNESS: Up until now there has been no trouble at all.

The CHAIRMAN: Anywhere?

WITNESS: Since the establishment of the Republic of Viet Nam, Buddhism in this country has grown to a great extent. There are already 1,000 pagodas in this country.

Ông *Mr. Correa Da Costa: Có bất cứ quyền tự do nào của quý vị bị xâm phạm hay không?*

Nhân chứng: Ở đây không có bất kỳ sự hạn chế nào cả. Chúng tôi được tự do hoàn toàn trong sự tu tập theo tôn giáo của mình.

Trưởng đoàn: Có hạn chế nào ở những chùa khác thuộc những nơi khác trong nước hay không?

Nhân chứng: Cho đến lúc này thì không có bất kỳ khó khăn nào cả.

Trưởng đoàn: Ở đâu cũng vậy sao?

Nhân chứng: Từ khi thành lập Chính phủ Việt Nam Cộng hòa, Phật giáo ở đất nước này đã phát triển hết sức mạnh mẽ. Hiện đã có đến 1.000 ngôi chùa trên khắp nước.

Khi được hỏi về các vấn đề đang diễn ra với Phật giáo Việt Nam, nhân chứng này bộc lộ rõ sự thờ ơ vô cảm. Ngôi chùa này không có ai bị bắt.

The CHAIRMAN : What is the feeling here about the arrests which have taken place elsewhere?

WITNESS: Our feeling is just that if they are arrested, that is their affair. They may have trouble with the Government - maybe they have violated the law. We can only accept the fact and it does not affect us.

The CHAIRMAN: Is it a fact that some monks have burned themselves?

WITNESS : Like you, we have only heard about this. We have not seen it.

The CHAIRMAN: The whole world knows this and the Government admits it. What is your feeling about it ?

WITNESS: The monks that burned themselves belonged to sects other than this one. This one is a long-established sect; it goes back 200 years. Those people burned themselves in the name of their sect. There is no connexion between those suicides and this particular sect.

The CHAIRMAN: As human beings, what are your feelings about these suicides?

WITNESS : Perhaps they had a reason to burn themselves, but we do not understand this reason. In recent history, there have been no cases of suicidal burning. This may have occurred in the past, but not recently,

The CHAIRMAN : What were your feelings when you heard that these monks and co-religionists had burned themselves?

WITNESS: According to our belief, of course, whenever we hear about such things, we are sorry and we pray that their souls will go to heaven.

Vị Trưởng đoàn: Quý vị ở đây cảm thấy thế nào về những vụ bắt bớ diễn ra ở nhiều nơi khác?

Nhân chứng: Chúng tôi chỉ cảm thấy là, nếu họ bị bắt thì đó là chuyện của họ. Có thể họ có vấn đề với Chính phủ - có thể họ vi phạm pháp luật. Chúng tôi chỉ có thể chấp nhận thực tế ấy và điều đó không ảnh hưởng đến chúng tôi.

Vị Trưởng đoàn: Có phải thực tế là đã có một số vị tăng tự thiêu?

Nhân chứng: Cũng giống như các ông, chúng tôi chỉ nghe nói thôi. Chúng tôi không nhìn thấy điều đó.

Vị Trưởng đoàn: Cả thế giới đều biết việc này và

Chính phủ cũng đã thừa nhận. Ông cảm thấy thế nào về việc này?

Nhân chứng: Vị sư tự thiêu thuộc về một tông phái khác, không phải tông phái này. Tông phái này được thành lập từ rất lâu, đến 200 năm trước. Những người tự thiêu nhân danh tông phái của họ. Không có mối liên hệ nào giữa những vụ tự thiêu đó với tông phái này.

Vị Trưởng đoàn: Từ góc độ con người, các vị cảm thấy thế nào về những vụ tự thiêu này?

Nhân chứng: Có lẽ họ có một lý do để tự thiêu, nhưng chúng tôi không hiểu được lý do này. Trong lịch sử gần đây, không có trường hợp tự thiêu nào cả. Điều này có thể đã từng xảy ra trong quá khứ, nhưng không phải gần đây.

Vị Trưởng đoàn: Cảm xúc của ông thế nào khi nghe biết việc những vị sư này, những người đồng đạo của mình đã tự thiêu thân?

Nhân chứng: Tất nhiên, theo niềm tin của chúng tôi, mỗi khi nghe những chuyện như thế thì chúng tôi lấy làm tiếc và chúng tôi cầu nguyện cho hương linh của họ được siêu thoát.

Nhân chứng thứ 36 là một người tự nguyện đến gặp Phái đoàn. Anh ta cung cấp một loạt thông tin hoàn toàn lặp lại những quan điểm của Chính phủ mà chúng ta đã tìm hiểu. Đó là, Việt cộng đã lợi dụng vấn đề của Phật giáo, đã xen vào kích động, xúi giục người Phật tử. Đây là lời khai của nhân chứng này:

> *The Communists, as you know, are trying to infiltrate this country and since you are seeking the truth there is no doubt that following the Buddhist incidents the communist Viet-Cong has been trying to take advantage of the situation...*

Những người Cộng sản, như quý vị đã biết, đang cố xâm nhập vào đất nước này, và vì quý vị đang điều tra sự thật, rõ ràng không nghi ngờ gì nữa, theo sau những biến cố của Phật giáo, Việt cộng đã cố lợi dụng tình thế này...

... As to the suicides by burning and the demonstrations, that was inspired by the Communists. The Government has given freedom of worship; the Government has not oppressed the Buddhists.

... Còn về những vụ tự thiêu và biểu tình, đó là do sự kích động của những người Cộng sản. Chính phủ đã ban hành tự do tín ngưỡng; Chính phủ không có đàn áp Phật giáo.

Tuy nhiên, phái đoàn không chỉ lắng nghe một chiều, họ cũng chất vấn những điểm không hợp lý. Vì nhân chứng cho rằng Chính phủ hoàn toàn tôn trọng tự do tín ngưỡng, một thành viên Phái đoàn đã đặt câu hỏi:

Mr. KOIRALA: We know, and the Government has admitted it, that there are hundreds of Buddhists in prison. How do you account for this ?

WITNESS : The priests and monks have only one thing to do, to stay in their temples and say their prayers; if they come out and cause disturbances, it is normal that they are placed in a quiet place so that they cannot carry out such activities.

Mr. KOIRALA: Thich Tinh Khiet, a most respected Buddhist, was he not also arrested?

WITNESS : During a time when the Government is fighting for its freedom and liberty in this country, whoever creates a threat to the security of the nation must be put in jail.

Mr. Koirala: Chúng tôi được biết, và Chính phủ cũng đã thừa nhận, rằng hiện có hàng trăm Phật tử còn bị giam trong tù. Ông giải thích điều này thế nào?

Nhân chứng: Các thầy tu chỉ có một việc duy nhất để làm là ở yên trong chùa lo tụng kinh. Nếu họ đi ra ngoài và gây rối, điều tự nhiên là phải nhốt họ vào một nơi để họ không thể gây rối nữa.

Mr. Koirala: Chẳng phải Hòa thượng Thích Tịnh Khiết, một bậc thầy đáng kính nhất của Phật giáo cũng bị bắt đó sao?

Nhân chứng: Trong lúc Chính phủ đang nỗ lực chiến đấu cho tự do ở đất nước này, thì bất cứ ai tạo ra mối đe dọa đến an ninh quốc gia đều phải bị nhốt hết vào tù.

Có vẻ như tính khách quan của nhân chứng đã bị nghi ngờ sau những thông tin một chiều mà anh ta cung cấp. Vì thế, một thành viên trong đoàn chất vấn:

Mr. GUNEWARDENE: You have repeated no less than six times that you are a Buddhist. What was the necessity for you to impress on us that you are a Buddhist, so many times?

WITNESS : Because I want to impress you with the fact that I am a Buddhist and that in this country Buddhists can practise their religion.

Mr. Gunewardene: Ông đã lặp lại không ít hơn 6 lần rằng ông là Phật tử. Có gì cần thiết để ông phải nhấn mạnh với chúng tôi quá nhiều lần việc ông là Phật tử?

Nhân chứng: Bởi vì tôi muốn nhấn mạnh với các ông sự thật rằng tôi là Phật tử và rằng ở đất nước này Phật tử có thể thực hành tôn giáo của họ.

Hầu hết những thông tin trái chiều chỉ là sự lặp lại các lập luận do Chính phủ đã đưa ra trước đó về sự can thiệp của những người Cộng sản, đồng thời phủ nhận hoàn toàn sự phân biệt và đàn áp của Chính phủ đối với Phật giáo. Và như đã nói, theo như ghi nhận trong bản Phúc trình thì những thông tin loại này chiếm một tỷ lệ rất thấp và không có tính thuyết phục.

IV VÀI SỰ THẬT LỊCH SỬ

Lịch sử luôn có những diễn tiến bất ngờ và ngoài dự tính của chúng ta. Cuộc điều tra của Phái đoàn Liên Hiệp Quốc diễn ra ngay sau thời điểm mà cuộc đấu tranh đòi bình đẳng của Phật giáo tại miền Nam Việt Nam bị đàn áp đến mức độ khốc liệt nhất bởi trận càn quét của Chính phủ ông Diệm vào đêm 20-8-1963. Tất cả các vị lãnh đạo chủ chốt của Phật giáo đều bị bắt giam, đe dọa; thậm chí sinh viên học sinh tham gia biểu tình ôn hòa ủng hộ Phật giáo cũng bị bắt giam và "cải huấn". Thế rồi ngay trong thời gian Phái đoàn vẫn còn lưu trú tại Sài Gòn thì chế độ đàn áp Phật giáo này đã sụp đổ sau cuộc đảo chính của chính những tướng lãnh quân đội từng phục vụ trong lòng chế độ.

Trước sự thật lịch sử đó, đối với những người Việt Nam đã từng sống trong thời gian diễn ra những biến động này thì câu hỏi "Có đàn áp Phật giáo hay không" là một câu hỏi quá thừa. Tuy nhiên, đối với thế hệ những người đi sau không được trực tiếp chứng kiến, cũng như từ góc nhìn của những người sống ngoài nước, thì sự thật này cũng như nhiều vấn đề liên quan khác tinh tế hơn đã và đang bị một số người cố tình nhận thức theo hướng bóp méo và sai lệch. Điều đó khiến cho vai trò thực sự của phong trào Phật giáo năm 1963 cũng như của nhiều vị lãnh đạo phong trào bị hiểu sai hoặc quy chụp theo hướng hoàn toàn không đúng với sự thật lịch sử.

Bằng vào những ghi chép khách quan và chính xác trong Phúc trình A/5630, chúng ta có thể xác định được một số nét cơ bản nhất về giai đoạn đầy biến động này, thông qua đó nhận thức được một cách chính xác và đầy đủ hơn về những gì đã diễn ra trong lịch sử. Tuy nhiên, trước khi có thể đặt niềm tin vào những gì ghi chép trong bản Phúc trình như một cứ liệu lịch sử, chúng ta cần khách quan nhận hiểu một vài giá trị thực tế về chính bản Phúc trình này.

Một trong các tài liệu bằng Anh ngữ có đề cập đến bản Phúc trình này, hay nói chính xác hơn là đến cuộc điều tra của Phái đoàn Liên Hiệp Quốc, là tập Khảo luận đã xuất bản mang tựa đề *"A United Nations High Commissioner For Human Rights"* (Một Cao Ủy Liên Hiệp Quốc về Nhân Quyền) của Giáo sư Roger Stenson Clark, do Martinus Nijhoff (Hà Lan), xuất bản năm 1972.

Tác giả của công trình khảo luận, Giáo sư Roger Stenson Clark, là người New Zealand, giảng sư về Luật học tại trường Victoria University of Wellington. Ông nhận được học bổng nghiên cứu của Đại học Luật Columbia tại New York trong hai năm 1968 và 1969. Đây cũng là thời gian ông quan tâm đến một cơ chế bảo vệ nhân quyền ở cấp độ quốc tế (International Protection of Human Rights) khi làm nội trú tại cơ quan Human Rights Division thuộc Văn phòng Tổng Thư ký Liên Hiệp Quốc vào tháng 8 năm 1968.

Từ đó, ông thu thập tài liệu, nghiên cứu, thảo luận với nhiều bạn đồng nghiệp và hoàn thành khảo luận *"A United Nations High Commissioner For Human Rights"*. Những ý kiến của ông trong khảo luận này đã góp phần vào sự hình thành Văn phòng Cao ủy Liên Hiệp Quốc về Nhân quyền (Office of the United Nations High Commissioner for Human Rights - OHCHR) vào ngày 20-12-1993, tức là hơn 20 năm sau khi tập sách ra đời.

Tập khảo luận gồm 7 chương. Trong Chương III, *The Function of the Commissioner*, mục a, trang 67, ông có đề cập đến Phái đoàn Điều tra Liên Hiệp Quốc tại Việt Nam vào năm 1963 với đoạn văn sau:

> *"It arrived in Saigon in late October and heard a number of witnesses. Unfortunately for the scholar, the affair ended inconclusively as a result of the successful coup against President Diem that took place while the Mission was in Saigon."*
>
> *(Phái đoàn đến Sài Gòn vào cuối tháng 10 [năm 1963] và đã nghe một số nhân chứng. Không may cho nhóm nghiên cứu, công việc đã kết thúc không đi đến kết quả cuối cùng vì cuộc đảo chánh Tổng thống Diệm thành công khi Phái đoàn đang ở Sài Gòn.)*

Uy tín của Giáo sư Roger Stenson Clark và giá trị tự thân của tập khảo luận tất nhiên mang lại cho đoạn trích trên một mức độ xác tín cao và thuyết phục người đọc. Tuy nhiên, dựa vào nội dung của chính bản Phúc trình như chúng ta đã trích dẫn và phân tích trên, đoạn văn này cũng cần được xem xét lại. Hơn thế nữa, ông Nguyễn Văn Lục, một trí thức Công giáo ở Mỹ, trong một bài viết mang tựa đề "Liên Hiệp Quốc và cuộc khủng hoảng Phật giáo 1963", còn đẩy xa hơn mức độ sai lệch khi trích dẫn gián tiếp và không đầy đủ đoạn văn trên:

> *"Theo Clark thì cuộc điều tra, bắt đầu vào cuối tháng 10 và kết thúc khi cuộc đảo chánh TT Ngô Đình Diệm thành công, không có kết luận, "the affair ended inconclusively".*

Nói rằng cuộc điều tra không có kết luận là một sự võ đoán sai lầm, và cố tình lạc dẫn người đọc, bởi nhiệm vụ của Phái đoàn điều tra là Phúc trình kết quả điều tra lên Đại Hội Đồng Liên Hiệp Quốc, như đã được đề ra từ đầu. Nếu họ được giao thẩm quyền kết luận, thì việc đưa vấn đề ra thảo luận trong Đề mục 77 tại Kỳ họp Thường niên thứ 18 của Đại Hội Đồng Liên Hiệp Quốc như dự tính sẽ là một việc làm thừa. Hơn thế nữa, Clark có lẽ đã dựa vào diễn tiến bất ngờ của sự kiện đảo chính nằm ngoài dự tính nên cho rằng cuộc điều tra chưa đạt đến kết quả cuối cùng, nhưng bản thân những người thực hiện cuộc điều tra lại hoàn toàn không nói như thế. Vào buổi sáng ngày 1 tháng 11, Phái đoàn đã có quyết định đánh giá là sẽ hoàn tất mọi việc liên quan đến Việt Nam vào chiều tối ngày 3-11-1963 và rời Sài Gòn trong cùng ngày. *(Finally, the Mission had decided on the morning of 1 November, that it was in a position to complete its task regarding Viet-Nam by the evening of 3 November, and set that date for its departure from Saigon.)* Vào lúc đó, mọi việc đang diễn tiến bình thường và Phái đoàn chưa hề hay biết gì về cuộc đảo chính. Chỉ đến 2 giờ chiều ngày 1-11, Phái đoàn mới nhận biết được những dấu hiệu đầu tiên về cuộc đảo chính, ngay sau khi đã hoàn tất buổi phỏng vấn và trở về từ nhà tù của Trung tâm Thẩm vấn Nha Tổng Giám Đốc Cảnh sát Quốc gia. *(The first indications of the insurrection reached the Mission at the Hotel Majestic at about 2 p.m. on 1 November. The Mission had just returned from the Trung-Tam Tham-Van Cua Nha Tong-Giam-Doc Canh-Sat-Quoc-Gia Prison.)* Như vậy, có thể kết luận là cuộc điều tra đã bước vào giai đoạn cuối cùng, khi những người thực hiện xét thấy đã hoàn tất được tất cả những công đoạn cần thiết.

Vị Trưởng đoàn cũng khẳng định điều này một lần nữa khi từ chối lời mời tiếp tục ở lại của Hội đồng Quân nhân Cách mạng, nêu rõ là công việc điều tra của Phái đoàn theo dự kiến đã hoàn tất và việc ở lại thêm quá ngày khởi hành đã định là không cần thiết. *(The Chairman stated that he did not consider it necessary for the Mission to remain in Viet-Nam beyond the day it had fixed for its departure, because it had completed its investigations as contemplated by its terms of reference.)*

Một đoạn văn khác trong bản Phúc trình cho thấy Phái đoàn không chỉ hoàn tất nhiệm vụ điều tra tại Việt Nam, mà sau khi rời Việt Nam vẫn tiếp tục nỗ lực chuẩn bị văn bản để trình lên Đại Hội Đồng Liên Hiệp Quốc đúng như nhiệm vụ đã được giao. *"Sau khi trở về Trụ sở Liên Hiệp Quốc, Phái đoàn đã tổ chức một số cuộc họp để xem xét bản báo cáo sẽ trình lên Đại Hội Đồng." (After its return to United Nations Headquarters, the Mission held a number of meetings to consider its report to the General Assembly.)* Nói cách khác, không có ghi nhận nào trong bản Phúc trình nói rằng cuộc đảo chính ngày 1-11-1963 đã làm gián đoạn hay trở ngại cho nhiệm vụ điều tra của Phái đoàn.

Theo một cách nhìn nhận khác, khi phân tích toàn bộ Phúc trình A/5630, chúng ta thấy rõ tính hoàn chỉnh của văn bản, không chỉ ở những phần trình bày sự chuẩn bị cũng như phương thức làm việc của Phái đoàn, mà còn thể hiện rất rõ trong các phần ghi nhận kết quả phỏng vấn các nhân vật liên quan mà Phái đoàn đã chọn lựa, đồng thời cũng ghi nhận cả việc Phái đoàn hoàn tất việc tổng hợp và hệ thống tất cả các cáo buộc nhận được và đã chuyển đến Chính phủ Việt Nam Cộng Hòa. Bản Phúc trình cũng ghi nhận cả những ý kiến trả lời cáo buộc từ phía Chính phủ, trong đó có việc phủ nhận cái chết của nữ sinh Quách Thị Trang trong cuộc biểu tình ngày 25-8-1963, rằng Chính phủ Việt Nam không hề nhận được báo cáo nào về sự việc này. *(No young girl was killed during the demonstration of 25 August 1963; the Viet-Namese authorities have not received any report of such an incident.)* Tất nhiên, tất cả chúng ta đều biết đây là một sự phủ nhận hoàn toàn dối trá, bởi cái chết của Quách Thị Trang có sự chứng kiến của hàng ngàn người và đã gây xúc động sâu xa trong lòng hàng triệu người khác nữa, nên Chính phủ không thể nói là "hoàn toàn không biết", trừ phi họ cố tình nói dối như thế.

Những ghi nhận chi tiết và hoàn chỉnh với đầy đủ các quy trình cần thiết của một cuộc điều tra cho phép chúng ta tin chắc rằng Phái đoàn đã hoàn tất được nhiệm vụ của họ và không chịu ảnh hưởng gì đáng kể từ sự kiện đảo chính. Tính hoàn chỉnh này cũng được Giáo sư Clark ghi nhận và đánh giá cao trong khảo luận của ông, ngay trong cùng đoạn văn vừa trích dẫn trên. Ông viết: *"Tuy nhiên, việc bổ nhiệm Phái đoàn điều tra này đã đóng góp một tiền lệ quý giá, và bản Phúc trình đồ sộ ghi chép nhiều tiến trình điều tra của Phái đoàn là những giá trị quý báu cho bất kỳ phái đoàn quốc tế điều tra sự thật nào trong tương lai." (However, the appointment of the Mission constituted a valuable precedent and its voluminous report contains much on the Mission's procedures that is of value to any future international fact-finder.)*

Như vậy, với các yếu tố phân tích trên, chúng ta có thể tin chắc rằng Phúc trình A/5630 là một công trình hoàn chỉnh, thể hiện đầy đủ kết quả của những nỗ lực điều tra có phương pháp khoa học, được thực hiện bởi một Phái đoàn bao gồm nhiều thành viên từ các nước khác nhau do Liên Hiệp Quốc chỉ định và giao phó nhiệm vụ một cách khách quan đối với vấn đề vi phạm nhân quyền, mà cụ thể là đàn áp Phật giáo tại Việt Nam. Với mức độ xác tín như thế, chúng ta có thể ghi nhận một số sự thật quan trọng từ nội dung Phúc trình này như sau:

1. Bất bình đẳng tôn giáo là có thật

Một trong các Phụ lục được đưa kèm theo bản Phúc trình là nội dung Dụ số 10. Qua đó, cáo buộc của các nhân chứng là đúng thật, vì có thể đối chiếu rõ ràng với văn bản này. Sau khi quy định hàng loạt các biện pháp kiểm soát khắt khe của Chính phủ đối với tất cả các tôn giáo (bị xem như các hội đoàn), Điều 44 đã công khai tách riêng Thiên Chúa giáo ra khỏi tầm ảnh hưởng của Dụ số 10 như một ngoại lệ.

Phái đoàn cũng ghi nhận đa số tuyệt đối tín đồ Phật giáo trong những người bị giam giữ mà họ tiếp xúc. Trước sự thật này, vị Trưởng đoàn đã chất vấn ông Nguyễn Đình Thuần, Bộ trưởng Phủ Tổng Thống: "Chúng tôi muốn biết tại sao tất cả những người bị giam giữ, dù là sinh viên hay các thành phần khác, đều chỉ toàn là tín đồ Phật giáo, bao gồm cả các vị tăng sĩ đã từng tham gia đàm phán [với Chính phủ] trước đây?" (*We would like to know how it is then that all those people who have been detained, whether students or others, are only Buddhists, including the monks, who took part in previous negotiations?*)

2. Đàn áp Phật giáo là có thật

Việc bắt giam hàng loạt tăng ni Phật tử Việt Nam mà không đưa ra được chứng cứ phạm tội nào là một sự thật không thể phủ nhận. Phái đoàn đã tiếp xúc và ghi nhận sự thật này từ các sinh viên học sinh còn đang bị giam trong trại "cải huấn" và các vị tăng sĩ đang còn bị giam trong tù. Chính phủ cũng công khai thừa nhận có đến khoảng 300 người vẫn còn bị giam giữ. Đặc biệt, Phái đoàn đã tiếp xúc được với một số vị lãnh đạo Phật giáo đang còn bị giam giữ là Thích Trí Thủ, Thích Quảng Liên, Thích Tâm Giác, Thích Tâm Châu, Thích Đức Nghiệp, Thích Tiến Minh và cư sĩ Chánh Trí Mai Thọ Truyền. Phái đoàn cũng xác nhận được việc tăng ni Phật tử bị thương tích trong cuộc tấn công các chùa đêm 20-8-1963 qua việc viếng thăm Bệnh viện Duy Tân. Rất nhiều nhân chứng khác là những người trực tiếp bị bắt bớ, đánh đập, đã cung cấp cho Phái đoàn những chứng cứ không thể phủ nhận về việc đàn áp Phật giáo, kể cả những dấu vết thương tật do bị tấn công và đánh đập.

3. Phật giáo không tham gia chính trị

Trong văn bản chính thức cũng như qua những cuộc phỏng vấn các thành viên Chính phủ, luận điệu xuyên tạc được lặp lại nhiều lần nhất là cho rằng cuộc đấu tranh của Phật giáo mang mục đích chính trị và bị kích động từ những người Cộng sản. Phái đoàn đã liên tục lặp lại yêu cầu phía Chính phủ đưa ra chứng cứ. Tuy nhiên, bất chấp những lời hứa từ các thành viên Chính phủ, cho đến phút cuối Phái đoàn vẫn không nhận được bất kỳ văn bản nào trong số các văn bản quan trọng mà họ đã hứa sẽ cung cấp, bao gồm các *"tài liệu của Cộng sản được tìm thấy trong các chùa"*, *"lời khai của ông Đặng Ngọc Lựu về âm mưu chuẩn bị trước của cộng sản trong vụ Đài Phát Thanh Huế"*, *"chứng nhận của chuyên gia y tế rằng các nạn nhân bị chết vì chất nổ plastic của Việt cộng"* v.v... Nói cách khác, theo thông tin Phái đoàn thu thập được thì lập luận của Chính phủ chỉ là những cáo buộc một chiều và hoàn toàn không có chứng cứ.

Trong thực tế, bản Phúc trình không ghi nhận bất kỳ trường hợp nào cho thấy có mối liên hệ giữa cuộc đấu tranh đòi quyền bình đẳng tôn giáo của Phật giáo với các yếu tố chính trị, càng không có bất kỳ liên quan nào đến cuộc đảo chính của các tướng lãnh quân đội ngày 1-11-1963. Trong suốt thời gian diễn ra đảo chính và sau đó, Phật giáo không có bất kỳ một vai trò nào liên quan dù là rất nhỏ.

4. Lãnh đạo Phật giáo hoàn toàn độc lập

Hệ quả của những cáo buộc trên là việc quy chụp cho các lãnh đạo Phật giáo, đặc biệt là Thượng tọa

Thích Trí Quang, một động cơ chính trị, cho rằng họ đã sử dụng phong trào Phật giáo như một công cụ phục vụ mưu đồ chính trị.

Tuy nhiên, như đã nói trên, Chính phủ ông Diệm không thực sự đưa ra được bất kỳ yếu tố chứng minh nào mà chỉ cáo buộc một chiều như thế. Việc Phái đoàn không tiếp xúc được với Thượng tọa Thích Trí Quang vì lý do đang tỵ nạn trong Tòa Đại sứ Mỹ có thể xem như một chứng cứ ngược lại, cho thấy Thượng tọa không có bất kỳ mối liên quan nào đến cuộc đảo chính, vì trước và trong khi đảo chính diễn ra thì Thượng tọa vẫn luôn trong tình trạng bị cô lập hoàn toàn, không được tiếp xúc với bất kỳ ai bên ngoài Tòa Đại sứ Mỹ.

Đối với tất cả các vị lãnh đạo Phật giáo khác, chúng ta cũng không thấy họ giữ bất kỳ một vai trò nào liên quan đến lực lượng đảo chính, kể cả trước và sau khi đảo chính diễn ra.

Cuối cùng, lực lượng đảo chính được xác định rõ ràng là quân đội dưới quyền các tướng lãnh, còn nguyên nhân đảo chính là sự bất mãn ngày càng gia tăng trong dân chúng đối với Chính phủ ông Diệm vì những chính sách độc tài, áp chế. Điều này thể hiện rõ qua cái chết thê thảm của hai anh em ông Diệm, ông Nhu cùng với sự vui mừng của người dân Sài Gòn sau ngày đảo chính, và ngay sau đó nữa là sự phẫn nộ của người dân miền Trung đối với ông Ngô Đình Cẩn... Tất cả những điều đó hoàn toàn không liên quan gì đến cuộc đấu tranh đòi bình đẳng tôn giáo của Phật giáo.

Nói một cách chính xác hơn thì vai trò duy nhất của Phật giáo nếu có, đơn giản chỉ nằm ở việc Phật giáo chiếm một tỷ lệ cao trong dân số, và vì thế mà đa số quân nhân tham gia đảo chính đều có người thân, gia đình là Phật tử. Đó có thể là một phần trong những nguyên nhân và động lực thúc đẩy họ tham gia đảo chính, nhưng tuyệt đối không thể vì thế mà cho rằng phong trào vận động của Phật giáo có liên quan hay bị chi phối bởi những người đảo chính. Tương tự, cáo buộc về sự kích động của phe Cộng sản cũng hoàn toàn vô căn cứ và là một sự xuyên tạc sự thật.

V. MỘT VÀI NHẬN ĐỊNH

Các tác giả của Phúc trình A/5630 là những điều tra viên hết sức khách quan và đầy tinh thần trách nhiệm. Hơn thế nữa, phương pháp làm việc của họ cũng khách quan và khoa học, nên những kết quả có được là vô cùng khả tín. Mặc dù đã xảy ra cuộc đảo chính bất ngờ và chế độ Ngô Đình Diệm sụp đổ, nhưng Phái đoàn vẫn hoàn tất cuộc điều tra và tiếp tục chuẩn bị đầy đủ văn bản, bao gồm toàn bộ nội dung Phúc trình và các phụ lục, để đệ trình lên Kỳ họp Thường niên thứ 18 của Đại Hội Đồng Liên Hiệp Quốc đúng như nhiệm vụ được giao.

Có vẻ như đây là Phái đoàn Điều tra đầu tiên của Liên Hiệp Quốc đã tạo ra được *"một tiền lệ quý giá"* và "*những giá trị quý báu cho bất kỳ phái đoàn quốc tế điều tra sự thật nào trong tương lai*", theo như cách nói của Giáo sư Clark trong khảo luận đã dẫn. Tuy nhiên, điều đặc biệt nhất xảy ra với Phái đoàn này là những kết quả điều tra tận tụy như thế đã không còn cần thiết phải đưa ra thảo luận trước Đại Hội Đồng Liên Hiệp Quốc theo như dự kiến. Điều này được quyết định và ghi lại trong biên bản phiên họp lần thứ 1280 vào ngày 13-12-1963 của Đại Hội Đồng ở tiểu mục 5:

> *In the light of recent events in South Viet-Nam, those who proposed Agenda Item 77 have informed me that they do not feel it would be useful to discuss the item of this time. Can I take it that, in the circumstances, the General Assembly feels it is not necessary to continue the consideration of item 77?*
>
> *It was so decided.*
>
> *Trong bối cảnh những biến cố gần đây ở Nam Việt Nam, những người đề xuất Đề mục 77 trong Nghị trình đã thông báo với tôi rằng họ thấy việc thảo luận đề mục ấy trong Kỳ họp này không còn hữu ích nữa. Trong trường hợp này, liệu tôi có thể xem như Đại Hội Đồng thấy rằng không còn cần thiết phải tiếp tục xem xét Đề mục 77?*
>
> *Và Đại Hội Đồng đã quyết định như thế.*

Như vậy, nguyên nhân đưa đến nhận định rằng Đề mục 77 không còn cần thiết phải xem xét nữa chính là vì *"những biến cố gần đây"*, tức là cuộc đảo chính và sự sụp đổ của chế độ Ngô Đình Diệm. Mặc dù vậy, ở tiểu mục 4 trước đó, vị Chủ tọa đã không quên xác nhận việc công bố kết quả điều tra trong Phúc trình A/5630:

> *Its report has just been issued [A/5630]. In this connexion, I must sincerely thank Mr. Pazhwak and Mr. Amor and all the members of*

the mission for the full and detail report which they have submitted and which they adopted unanimously.

Phúc trình của [Phái đoàn] vừa được công bố [với số hiệu A/5630]. Trong bối cảnh này, tôi phải chân thành cảm ơn ông Pazhwak và ông Amor cùng tất cả thành viên của Phái đoàn vì đã đệ trình một bản Phúc trình chi tiết và đầy đủ với sự đồng thuận tuyệt đối.

Điều này một lần nữa cho thấy tính hoàn chỉnh và giá trị xác thực của bản Phúc trình này, cũng như tái khẳng định việc không đưa bản Phúc trình ra thảo luận xem xét chỉ đơn giản vì điều đó không còn cần thiết nữa, chứ hoàn toàn không phải do kết quả của việc điều tra.

Mặc dù vậy, chúng tôi hết sức ngạc nhiên khi đọc thấy đoạn sau đây trong cùng bài viết của ông Nguyễn Văn Lục mang tựa đề *"Liên Hiệp Quốc và cuộc khủng hoảng Phật giáo 1963"*, đã dẫn trong một phần trước. Nếu như ở đoạn trước ông Lục chỉ trích dẫn một cách gián tiếp và không đầy đủ, thì phần trích dẫn dưới đây lại sai lệch hoàn toàn và khiến cho người đọc phải hoang mang vì không hiểu được ông đang sử dụng tài liệu theo phương thức nào. Ông Nguyễn Văn Lục vừa nhận định mang tính kết luận vừa trích dẫn như sau:

"Cho nên, bản Phúc trình của Phái đoàn điều tra LHQ được công bố vào ngày 13-12-1963 đã có đoạn kết luận như sau ra khỏi mọi mong muốn của cấp lãnh đạo Phật giáo tranh đấu:

"Những tố cáo đệ trình lên Đại Hội Đồng LHQ nhằm chống chính quyền Ngô Đình Diệm không

đứng vững sau khi phái đoàn điều tra một cách khách quan. Không hề có kỳ thị cũng như đàn áp tôn giáo cũng không hề có sự đụng chạm đến tự do tín ngưỡng. Không thể có một cách nào khác để phán đoán những dữ kiện thực tế, những va chạm giữa một hệ phái, mà không phải là toàn thể cộng đồng Phật tử Việt Nam với chính quyền Ngô Đình Diệm hoàn toàn có tính cách chính trị. Đa số thành viên của phái đoàn điều tra đều đồng ý với Chủ tịch Ủy ban." Report of the United Nations Facts Finding Mission to South Viet Nam. Washington: US government printing office, 1964, 254 trang Bản Phúc trình này được LHQ công bố ngày 13-12-1963, hơn hai tháng sau ngày đảo chính 1-11-1963.

"Trích bản dịch tiếng Việt của Nguyễn Vy Khanh trong cuốn "Nỗ lực hòa bình dang dở" (Une autre paix manquée). Biến cố Phật giáo 1963 chẳng những là một thất bại thê thảm về mặt chính trị, quân sự mà còn là một thất bại cả về mặt tôn giáo nữa." (Hết trích)[1]

Trước hết, chúng ta hãy nói về phương thức sử dụng văn bản. Ông Lục nói rằng *"bản Phúc trình... ... có đoạn kết luận như sau"*, nên hàm ý phần trích dẫn tiếp theo được rút ra từ Phúc trình A/5630. Tiếp theo, ở cuối đoạn trích, ông ghi nguồn: *"Report of the United Nations Facts Finding Mission to South Viet Nam. Washington: US government printing office, 1964, 254 trang"*. Như vậy, có thể hiểu đây là một

[1] Có thể xem bài viết của ông Nguyễn Văn Lục tại đây: http://motgoctroi.com/DienDan/Dd_Chinhtri/LHQ_VudanapPG.htm

bản in lại, vì bản do Liên Hiệp Quốc công bố không có nguồn từ *"Washington: US government printing office"* và được in trang khổ lớn, chỉ đánh số đến trang 93 là hết. Tiếp theo nữa, ông lại ghi *"Trích bản dịch tiếng Việt của Nguyễn Vy Khanh trong cuốn 'Nỗ lực hòa bình dang dở' (Une autre paix manquée)*. Như vậy, người đọc phải hiểu là cả hai phần ghi nguồn ở trên ông Lục đều ghi lại theo bản dịch tiếng Việt của ông Nguyễn Vy Khanh, và ông Khanh thì trích lại tài liệu này trong tập sách của mình. Điều khó hiểu ở đây là tên sách của ông Khanh được chú thêm bằng tiếng Pháp, trong khi tên tài liệu trước đó ghi bằng tiếng Anh. Như vậy, rốt cuộc người đọc không thể hiểu được là ông Lục đã sử dụng lại tài liệu này dịch từ tiếng Anh hay từ tiếng Pháp?

Do điểm thắc mắc này, chúng tôi đã đi tìm quyển sách mà ông Nguyễn Văn Lục trích dẫn và thấy tên sách đầy đủ là *"Ngô Đình Diệm và nỗ lực hòa bình dang dở"*, nguyên bản của tác giả Nguyễn Văn Châu với tên là *"Ngô Đình Diệm en 1963, une autre paix manquée"*. Như vậy, ông Nguyễn Vy Khanh đã dịch từ bản tiếng Pháp của ông Nguyễn Văn Châu; ông Nguyễn Văn Châu thì trích lại nội dung bản Phúc trình vào trong sách của mình, và rồi ông Nguyễn Văn Lục trích lại từ bản dịch tiếng Việt của Nguyễn Vy Khanh. Thật là một quy trình phức tạp khiến chúng tôi hoàn toàn không hiểu được vì sao ông Nguyễn Văn Lục không sử dụng trực tiếp nguyên bản tiếng Anh (hoặc tiếng Pháp) của Phúc trình A/5630, vốn được lưu hành rộng rãi và rất dễ dàng tiếp cận?

Mặt khác, toàn bộ đoạn trích dẫn của ông Nguyễn Văn Lục không được tìm thấy ở bất kỳ phần nào trong

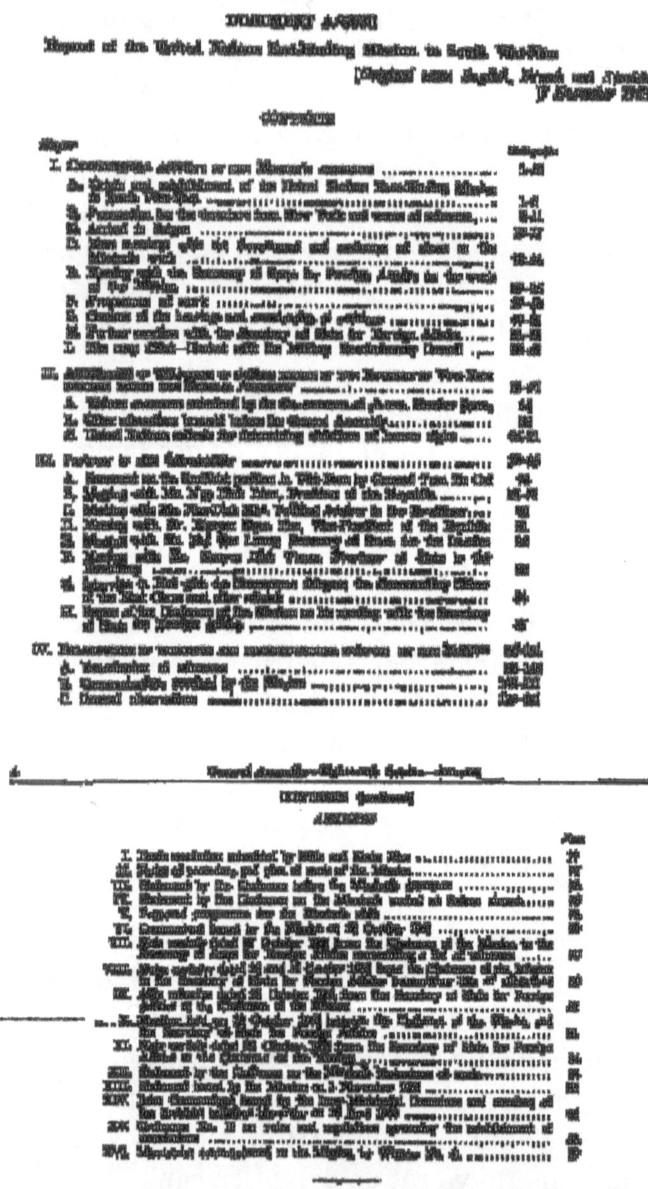

Nội dung Phúc trình A/5630 - bản Anh ngữ

(Phóng ảnh từ trang 3 và trang 4 của tài liệu gốc)

nội dung bản Phúc trình A/5630. Với cách sử dụng tài liệu "hỗn hợp" như vừa phân tích trên, chúng ta không thể biết được sự sai lệch này đã có từ bản in lại của *"US government printing office"* hay từ sự trích dẫn của ông Nguyễn Văn Châu, hay sai lệch qua bản dịch của Nguyễn Vy Khanh, mà cũng có thể từ chính sự trích dẫn của ông Nguyễn Văn Lục. Một khả năng suy đoán khác nữa là ông Nguyễn Văn Lục (hay ông Nguyễn Văn Châu) có thể đã trích đoạn văn trên từ một tài liệu nào khác nhưng đã ghi nguồn sai lệch là bản Phúc trình A/5630 này của Liên Hiệp Quốc. Cho dù là bắt nguồn từ đâu thì kết quả cuối cùng vẫn là một sự sai lầm hoàn toàn, khiến cho những người đọc không có điều kiện tiếp cận nguyên bản sẽ hiểu sai về nội dung Phúc trình A/5630.

Như vậy, về mặt văn bản thì đoạn trích trên đây của ông Nguyễn Văn Lục hoàn toàn không có giá trị xác tín, bởi khi tham chiếu đến văn bản gốc thì hoàn toàn không có.

Xét về ý nghĩa thì đoạn trích này cũng có hàng loạt những điểm sai lầm rõ rệt. Chẳng hạn như câu: "*Những tố cáo đệ trình lên Đại Hội Đồng LHQ nhằm chống chính quyền Ngô Đình Diệm*" là hoàn toàn sai lầm. Văn bản tố cáo duy nhất được đệ trình lên Đại Hội Đồng Liên Hiệp Quốc vào ngày 4-9-1963 là Thỉnh nguyện thư của của 16 nước thành viên, và họ chỉ nêu ra những cáo buộc vi phạm nhân quyền để yêu cầu tìm hiểu sự thật, chứ không *"nhằm chống chính quyền Ngô Đình Diệm"*. Tất cả những cáo buộc khác mà Phái đoàn điều tra đã thu thập và gửi đến Chính phủ Ngô Đình Diệm là một phần trong tiến trình điều tra và chỉ được đệ trình lên Đại Hội Đồng

Liên Hiệp Quốc sau khi soạn thảo hoàn chỉnh Phúc trình A/5630. Mục đích điều tra của Phái đoàn được xác định từ đầu là để tìm hiểu sự thật về những cáo buộc đã nhận được, hoàn toàn không có ý đồ "*chống chính quyền Ngô Đình Diệm*".

Và khi đoạn trích này nói "*Những tố cáo... ...không đứng vững sau khi phái đoàn điều tra một cách khách quan*" thì rõ ràng chỉ là kiểu kết luận một chiều, vô căn cứ và cố tình xuyên tạc. Một kết luận như thế chẳng những hoàn toàn không có trong bản Phúc trình, mà những độc giả sáng suốt cũng không thể tự rút ra kết luận như thế từ những gì được trình bày trong bản Phúc trình. Hơn thế nữa, câu tiếp theo lại càng đi xa hơn khi khẳng định: "*Không hề có kỳ thị cũng như đàn áp tôn giáo cũng không hề có sự đụng chạm đến tự do tín ngưỡng.*" Độc giả đã xem qua những trích dẫn từ bản Phúc trình này, với những sự thật mà chính Chính quyền Ngô Đình Diệm cũng phải thừa nhận như bắt giam tăng ni Phật tử (300 người vẫn còn bị giam khi Phái đoàn đến Việt Nam), đánh đập gây thương tích (Phái đoàn đã trực tiếp gặp những người bị thương và cả bác sĩ điều trị tại Bệnh viện Duy Tân) v.v... vậy phải hiểu như thế nào về lời khẳng định trên? Điều này chỉ có thể được đưa ra bởi một người chưa từng đọc qua bản Phúc trình này, hoặc có đọc qua nhưng cố tình bóp méo sự thật vì một ý đồ nào đó.

Nhưng đối với những ai đã được xem qua nội dung Phúc trình A/5630 thì một lời khẳng định như trên sẽ không thể làm thay đổi được gì trong nhận thức của họ về sự thật, mà chỉ có thể gợi lên ấn tượng về một lời nói dối hoàn toàn không có sức thuyết phục.

Chính từ những khẳng định vô căn cứ như thế, ông Nguyễn Văn Lục đã đi đến một kết luận cũng hoàn toàn vô căn cứ: *"Biến cố Phật giáo 1963 chẳng những là một thất bại thê thảm về mặt chính trị, quân sự mà còn là một thất bại cả về mặt tôn giáo nữa."*

Qua những gì chúng ta đã tìm hiểu trong các phần trên, câu văn này hoàn toàn sai lầm bởi nó phê phán và kết luận về những gì không thực sự hiện hữu. Phong trào Phật giáo 1963 không có bất kỳ mối liên hệ nào đến chính trị, quân sự, bởi thế không thể có sự thất bại hay thành công trong những lãnh vực này. Còn về mặt tôn giáo, Phật giáo đưa ra 5 nguyện vọng có thể quy chiếu về một phạm trù duy nhất là bình đẳng tôn giáo. Sự bình đẳng đó không thể đạt được từ chính phủ Ngô Đình Diệm, bởi nó đã sụp đổ, nhưng qua những gì mà Phật giáo đã phải chịu đựng như đau thương, mất mát, đàn áp, tù đày... thì chắc chắn những người kế nhiệm ít nhất cũng phải rút ra được một bài học rằng: đàn áp bằng bạo lực không thể là giải pháp để đạt được quyền lực chính trị bền vững. Phật giáo đã phải hy sinh quá nhiều để có được bài học quý giá đó, nhưng chắc chắn một điều nó sẽ vô cùng hữu ích trong việc hạn chế sự lặp lại của một chính sách đàn áp khác. Phật giáo chưa từng và cũng sẽ không bao giờ xem đây là một thành công của cuộc đấu tranh, nhưng ít nhất thì với kết quả tất yếu đó, phong trào Phật giáo 1963 cũng không phải là vô nghĩa.

Đã có những nhận định sai lầm khi liên kết phong trào đấu tranh đòi bình đẳng của Phật giáo năm 1963 với những mục đích chính trị, hoặc kết hợp những biến cố chính trị của năm 1963 và sau đó để đánh giá và phê phán về Phật giáo. Những điều này là hoàn toàn vô lý và bất công, bởi xét cho cùng thì cuộc đấu tranh của Phật giáo năm 1963 chỉ là một cuộc đấu tranh tự vệ, khi những những người Phật tử sau nhiều năm nhẫn nhục chịu đựng đã không còn khả năng tiếp tục chịu đựng được nữa. Và như thế, họ không còn lựa chọn nào khác, không có con đường nào khác, ngoài việc phải nói lên tiếng nói của mình một cách ôn hòa, cho dù điều đó đã dẫn đến hàng loạt những đau thương mất mát, đàn áp, tù đày... như chúng ta đã thấy.

Sai lầm lớn nhất của Chính phủ Ngô Đình Diệm là họ đã không chịu nhìn nhận Phật giáo như một phần không thể tách rời của dân tộc. Và vì thế, khi họ thẳng tay đàn áp Phật giáo thì điều tất yếu là họ cũng đang làm thương tổn cả dân tộc này, với hơn 80% là tín đồ Phật giáo vào thời điểm đó. Chính vì vậy, tuy họ nhắm đến đối tượng đàn áp là Phật giáo, nhưng hệ quả tất yếu mà họ phải nhận lãnh lại là sự mất hẳn lòng dân. Do đó, Chính quyền Diệm đã sụp đổ mà không có được dù chỉ một giọt nước mắt thương tiếc của người dân, mà chỉ có những nụ cười mãn nguyện với "*niềm hân hoan được thấy trên đường phố còn vượt hơn cả niềm vui ngày Tết*".[1]

---

[1] Trích từ Điện văn số 875 của Đại sứ Cabot Lodge gửi về Bộ Ngoại Giao Mỹ ngày 2 tháng 11 năm 1963. Ông đã viết: "I'm told that the jubilation in the streets exceeds that which comes every new year." (Người ta bảo tôi rằng, niềm hân hoan được thấy trên đường phố còn vượt hơn cả niềm vui ngày Tết.)

PHẦN II

TÌNH HÌNH CHÍNH QUYỀN NGÔ ĐÌNH DIỆM TRONG NĂM 1963

NHIỀU NGÀN SĨ QUAN VIỆT NAM CỘNG HÒA CẢI ĐẠO ĐỂ TIẾN THÂN

Lời người dịch: Bản Ghi Nhớ này trích từ kho hồ sơ đã giải mật của Bộ Ngoại Giao Hoa Kỳ, kể về cuộc nói chuyện trong tháng 1-1962 với Giáo sư Tiến Sĩ Wesley Fishel, trong nhóm chuyên gia của Đại Học Michigan State University, nói về tình hình chế độ ông Diệm ngày càng xa lìa dân tới mức nguy hiểm. Buổi nói chuyện tại nhà ông Mendenhall, Cố vấn Chính trị Tòa Đại Sứ Mỹ, và Bản Ghi Nhớ này được Mendenhall thực hiện. Người thứ 3 có mặt là ông Corcoran, thuộc Bộ Tư Lệnh Quân Lực Hoa Kỳ ở Thái Bình Dương.

Giáo sư Fishel là bạn thân của Tổng thống Ngô Đình Diệm. Ông Diệm khi sống lưu vong ở Hoa Kỳ những năm đầu thập niên 1950 đã gặp và kết thân với Fishel, Phó giáo sư Khoa học Chính trị tại Michigan State University (MSU). Một thời gian sau, khi giữ chức Phó Giám Đốc Viện Nghiên Cứu Công Quyền của MSU, Fishel đã mời ông Ngô Đình Diệm giữ chức tham vấn Đông Nam Á cho viện.

Nhờ kết thân với Fishel và trong chức vụ tham vấn ở Đại học MSU, ông Diệm tìm được nhiều hỗ trợ chính trị từ quan hệ Thiên Chúa giáo Hoa Kỳ và giới công quyền để được đưa về làm Thủ Tướng Nam VN vào tháng 7-1954. Để trả ơn, ông Diệm mời Fishel làm cố vấn, và Fishel trở thành người thân tín nhất của ông Diệm ngoài gia tộc.

Khi Sở Hợp Tác Quốc Tế Hoa Kỳ (U. S. International Cooperation Administration, USICA) viện trợ, ông Diệm yêu cầu phải có viện trợ kỹ thuật từ MSU, và Fishel đã tổ chức một nhóm chuyên gia sang giúp Việt Nam ổn định kinh tế, sắp xếp hệ thống công quyền, kể cả huấn luyện cảnh sát cận vệ và cảnh sát chống phiến loạn. Từ 1955 tới 1962, nhóm chuyên gia Đại học MSU cố vấn cho nhiều Bộ, Nha, Sở của Việt Nam Cộng Hòa.

Đôi nét về tình hình năm 1962 từ Bản Ghi nhớ (Memorandum of Conversation) này:

- Trong số quân, cán, chính Việt Nam Cộng Hòa mà Giáo sư Fishel đã quen biết, cố vấn và huấn luyện nhiều năm trước, chỉ còn 3% là ủng hộ ông Diệm.
- Nhiều viên chức nói với Giáo sư Fishel họ sẵn sàng chiến đấu cho đất nước, nhưng không muốn chiến đấu cho nhà Ngô.
- Nhiều ngàn sĩ quan Quân lực Việt Nam Cộng Hòa đã cải đạo, theo Thiên Chúa giáo để tiến thân. Chính Linh Mục Giải Tội của Tổng thống Diệm cũng kể lại điều này với vẻ "hết sức đau buồn".
- Giáo sư Fishel nói, có 3 Bộ trưởng cải đạo sang Thiên Chúa giáo.

Tác giả soạn thảo là ông Mendenhall, bản Việt dịch của Cư sĩ Nguyên Giác, được trình bày song ngữ Anh Việt.

HỒ SƠ SỐ 24: BẢN GHI NHỚ CUỘC NÓI CHUYỆN TẠI NHÀ ÔNG MENDENHALL, SÀI GÒN, 16-1-1962[1]

Saigon, ngày 16 tháng 1 năm 1962

Đề tài: Tình hình tại [Nam] Việt Nam

Người tham dự:

- Tiến sĩ Wesley Fishel, Giáo sư Đại học Michigan State University
- Thomas J. Corcoran, Phụ tá Cố vấn Chính trị, Bộ Tư lệnh Quân lực Hoa kỳ Thái Bình Dương (CINCPAC)
- Joseph A. Mendenhall, Cố vấn Chính trị

Ông Corcoran và tôi [Mendenhall] đã có buổi nói chuyện với Tiến sĩ Fishel tại nhà tôi, tiếp theo sau cuộc nói chuyện với Tiến sĩ Fishel vào ngày 5-1-1962 (mà tôi có báo cáo trong một bản ghi nhớ).[2] Các điểm chính trong cuộc nói chuyện được ghi lại như sau:

1. Tiến sĩ Fishel nói rằng, trong 2 tuần lễ ở đây, ông đã nói chuyện với khoảng 100 người Việt Nam, trong đó chỉ có 3 người ủng hộ chính phủ ông Diệm, và 2 trong 3 người đó nói họ chỉ ủng hộ với sự dè dặt. Ông nói rằng những cuộc đối

[1] Nguồn: Trung tâm văn khố quốc gia (Washington National Records Center), RG 84, Hồ sơ Tòa Đại sứ Sài Gòn: FRC 68 A 5159, 350-GVN. Hồ sơ Mật. Soạn bởi Mendenhall ngày 17-1-1962. Buổi gặp nhau ở nhà riêng của Mendenhall. Một phó bản khác lưu ở Bộ Ngoại Giao, trong kho hồ sơ Vietnam Working Group Files: Lot 66 D 193, 14, GVN, 1962, Political Situation, General. Bản Ghi Nhớ này gửi tới Tòa Đại sứ Mỹ, Bộ Tư Lệnh Quân Lực Hoa Kỳ Thái Bình Dương, và Bộ Ngoại Giao Hoa Kỳ.

[2] Văn bản này đã mất, không tìm lại được.

24. MEMORANDUM OF CONVERSATION, MENDENHALL'S RESIDENCE, SAIGON, JANUARY 16, 1962[1]

Saigon, January 16, 1962

SUBJECT: Situation in Viet-Nam

PARTICIPANTS:

- Dr. Wesley Fishel, Professor, Michigan State University
- Mr. Thomas J. Corcoran, Deputy Political Advisor, CINCPAC
- Joseph A. Mendenhall, Counselor for Political Affairs

Mr. Corcoran and I had a conversation with Dr. Fishel at my house following up the conversation (already reported by memorandum[2]) which I had with Fishel on January 5. The main points emerging from this conversation were as follows:

1. Dr. Fishel said that he had now talked, during his two weeks here, with about 100 Vietnamese, of whom only three were supporters of the Diem

[1] Source: Washington National Records Center, RG 84, Saigon Embassy Files: FRC 68 A 5159, 350-GVN. Confidential. Drafted by Mendenhall on January 17. The meeting was held in Mendenhall's Residence. Another copy is in Department of State, Vietnam Working Group Files: Lot 66 D 193, 14,GVN, 1962, Political Situation, General. Distributed throughout the Embassy, to CINCPAC, and to the Department of State

[2] Not found.

thoại này bao gồm những người ông đã nói chuyện trong chuyến đi 4 ngày vừa kết thúc ở vùng Kontum, Quảng Trị, khu vực vĩ tuyến 17 và khu vực Nha Trang. Ngay cả ở vùng ngoại ô Sài Gòn, ông cũng thường gặp thái độ *"sẵn sàng chiến đấu cho đất nước, nhưng tại sao phải làm thế cho gia đình họ Ngô"*. Khoảng 90% những người ông tiếp chuyện đã quen biết ông trong thời gian 5 năm ông sống tại Việt Nam, từ 1954 tới 1958, và nhiều người trong số này lúc đó ủng hộ ông Diệm mạnh mẽ. Ông nói rằng, những cuộc nói chuyện đó tái xác nhận ấn tượng mà ông đã bày tỏ trong lần trao đổi trước đây với tôi về tình hình suy sụp thê thảm vị thế chính trị của ông Diệm, kể từ lần viếng thăm trước vào năm 1959. Fishel nói, ông quá đau buồn trước tình cảnh này, đến nỗi ông gần như ước gì mình đã không đến Việt Nam.

2. Fishel hỏi tôi xem có biết chuyện nhiều ngàn sĩ quan quân đội đã cải đạo theo Thiên Chúa giáo bởi vì xem đây là cách để tiến thân dưới chế độ Ngô Đình Diệm. Tôi trả lời là không biết, và ông nói ông biết được điều này từ chính Đức Cha Giải Tội của ông Diệm. Vị linh mục này đã ủng hộ ông Diệm ngay từ đầu và đã kể cho Tiến sĩ Fishel nghe điều này với vẻ hết sức đau buồn. Tiến sĩ Fishel nói rằng ông đã trực tiếp trải nghiệm điều đó trong những chuyến đi mấy ngày qua ở vùng nông thôn, khi một thiếu tá mà ông quen trước đó kể với ông về việc ông ta cải đạo theo Thiên Chúa giáo và bi hài [trang 46] nói rằng đây là cách để tiến

Government, and two of those supported it with reservations. He said that these conversations included persons he had talked to on a 4-day trip he has just concluded to the Kontum area, Quang Tri and the 17th Parallel, and the Nha Trang area. Even outside of Saigon he said he often encountered the attitude, "I am willing to fight for my country, but why do it for the Ngo family." He said he knew 90% of the persons talked to from his 5-year stay in Viet-Nam from 1954 to 1958, and many of them were at that time strong supporters of Diem. He said that these conversations have reaffirmed the impression he expressed during our previous talk about the grave deterioration of the political position of Diem since his last visit in 1959. Fishel said he was so depressed by this that he almost wished that he had not come to visit Viet-Nam.

2. Fishel asked whether I was aware that thousands of officers in the armed forces had been converted to Catholicism because they consider this the way to get ahead under the Diem Government. I told him I had not been aware of this, and he said he received this information from Diem's own Father-Confessor, who was one of the original supporters of Diem and told Fishel this in great sorrow. Fishel said that he had direct experience bearing on this point during his travels the past few days in the countryside when a major he had known previously told Fishel about his conversion to Catholicism and cynically [Page 46] indicated that this was the way to get ahead

thân trong chế độ Diệm. Fishel nói ông cũng biết rằng có 3 ông Bộ Trưởng đã cải đạo theo Thiên Chúa giáo, trong đó có ông Thuần.[1]

3. Fishel mô tả về bầu không khí chán nản, ưu trầm trong các nhân sự của Tổng Thống Phủ, hầu hết trong đó ông đã quen biết từ nhiều năm. Ông nói có 2 người trong đó thậm chí đã ứa nước mắt khi kể lại, khóc vì sự suy sụp của Chính phủ. Ông nói họ kể với ông rằng họ tiếp tục tìm cách ngăn cản "họ" (nghĩa là gia đình nhà Ngô và thân tín) không chiếm giữ hết mọi thứ, với niềm hy vọng rằng rồi sẽ có biến đổi như thế nào đó xảy ra.

4. Fishel nói rằng chuyến đi của ông tới vùng nông thôn đã cho ông thấy có vài yếu tố hy vọng căn bản về tình hình (chẳng hạn như tình hình huấn luyện xuất sắc và tinh thần cao của các Biệt Động Quân ở Trung Tâm Huấn Luyện Biệt Động Quân Nha Trang, và lý tưởng nhiệt tình thấy rõ của nhiều chiến binh mà ông gặp trong chuyến đi). Tuy nhiên, ông nói rằng chỉ riêng những cải cách kinh tế và quân sự gần đây của chính phủ sẽ không đủ tạo ra bất kỳ thay đổi nền tảng nào đối với khuynh hướng chống chính phủ. Điều cần có thêm hiện nay là một cú chấn động tâm lý. Khi được hỏi điều gì ông nghĩ là cần thiết, Fishel cho biết ông quyết định xin giữ im lặng (hiển nhiên, bởi vì rất khó cho ông đưa ra các đề xuất bất lợi cho sự nghiệp chính trị của ông Diệm, người mà ông xem là bạn thân từ quá lâu).

[1] Tức Bộ Trưởng Nguyễn Đình Thuần.

under this Government. Fishel said he had also learned that three Cabinet ministers have taken up Catholicism, including Thuan.

3. Fishel described the discouraging, depressing atmosphere among the personnel of the Presidency, most of whom he has known closely for years. He said two of them even described with tears in their eyes the deterioration in the administration of the Government. He said they indicated to him that they are continuing to hold on to prevent "them" (meaning the Ngo family and close adherents) from taking over everything, and in the hope that some kind of change will occur.

4. Fishel said that his trip through the countryside had shown him that there are some basically hopeful factors in the situation (for example, the excellent training and morale of the Rangers he saw at the Ranger Training Center in Nha Trang, and the obvious dedication of many of the military personnel whom he encountered on this trip). He stated, however, that the military and economic reforms recently undertaken by the Government will not alone produce any fundamental change in the trend against the Government. What is needed in addition is a psychological shock. When asked just what he thought was necessary he decided to remain discreetly silent (obviously because it comes very hard for him to put forth suggestions adverse to the political fortunes of Diem to whom he has been close for so long).

BẢN ĐÁNH GIÁ ĐẶC BIỆT CỦA TÌNH BÁO QUỐC GIA HOA KỲ

(Special National Intelligence Estimate)

Mã số: SNIE 53-2-63

TÌNH HÌNH TẠI NAM VIỆT NAM

(The Situation in South Vietnam)

Đệ trình

GIÁM ĐỐC TÌNH BÁO TRUNG ƯƠNG

Đồng thuận đệ trình

HỘI ĐỒNG TÌNH BÁO HOA KỲ

Ngày ghi ở bìa hồ sơ:

Ngày 10 tháng 7, năm 1963

Chấp thuận giải mật:

Tháng 1 năm 2005

Tên hồ sơ công bố:

DOC_0001166414.pdf

Các cơ quan tình báo sau đây đã tham dự vào việc soạn thảo bản đánh giá này:

- Sở Tình Báo Trung Ương (CIA) và các sở tình báo của các Bộ Ngoại Giao, Quốc Phòng,
- Lục Quân, Hải Quân, Không Quân, và Sở An Ninh Quốc Gia (NSA).

Và được sự đồng thuận của:

- Giám Đốc Nghiên Cứu và Tình Báo, Bộ Ngoại Giao
- Giám Đốc, Sở Tình Báo Quốc Phòng (DIA)
- Chánh Trợ Lý Sở Tình Báo, Bộ Lục Quân
- Chánh Trợ Lý Sở Tình Báo Hải Quân, Bộ Hải Quân
- Chánh Trợ Lý Sở Tình Báo, Không Lực Hoa Kỳ
- Giám Đốc Sở An Ninh Quốc Gia

Không có ý kiến của các cơ quan sau đây vì vấn đề nằm ngoài lĩnh vực hoạt động của họ:

- Đại Diện Ủy Hội Năng Lượng Hạt Nhân của Ủy ban Tình Báo Hoa Kỳ (United States Intelligence Board - USIB).
- Trợ Lý Giám Đốc Cục Điều Tra Liên Bang (FBI).

Lời người dịch: Hồ sơ mật này có tầm quan trọng đặc biệt vì do tất cả các sở tình báo Hoa Kỳ có phạm vi hải ngoại cùng tham gia soạn, duyệt và đúc kết, đệ trình ngày 10 tháng 7 năm 1963, một tháng sau ngày Hòa Thượng Thích Quảng Đức vị pháp thiêu thân.

Những điểm chính ghi nhận từ hồ sơ này:

1. Người dân bất mãn chế độ ông Diệm từ lâu và rộng khắp (xem các đoạn A, đoạn 2, 4, 14).
2. Chế độ ông Diệm đã thiên vị cho Thiên Chúa giáo, chèn ép các tôn giáo khác (xem đoạn 2, 4, 14).
3. Phật giáo không phải là một thế lực đối lập, cũng không có ý muốn kết hợp thành một khối đối lập rộng rãi, và sẽ hài lòng nếu chính phủ ông Diệm thực hiện các cam kết (xem đoạn 3, 6, 9, 14).
4. Phật giáo VN đã được nhiều chính phủ quốc tế ủng hộ công khai, lên tiếng trước Liên Hiệp Quốc phản đối chế độ ông Diệm (xem đoạn 8).
5. Ông Diệm là người tráo trở. Trong quá khứ, ông Diệm đã từng hứa rồi lật ngược (xem đoạn 9).
6. Ông Nhu cứng rắn, đòi ông Diệm dẹp bỏ các cam kết với Phật giáo (xem đoạn 12, 13, 16).
7. Tổng Giám Mục Ngô Đình Thục là một thế lực chính trị (xem đoạn 3, 13).
8. Sự kiện ngày 8/5/1963, Phật tử tụ tập ở Đài Phát Thanh Huế bị xe bọc sắt và lính nổ súng làm nhiều người chết, có vài trẻ em. Chính quyền đổ lỗi có Việt cộng khủng bố. Hồ sơ mật này của tình báo Mỹ nói, có chứng cớ do lính của chính phủ ông Diệm thảm sát (xem đoạn 3).

Ngoài ra, cũng cần chú ý đến bối cảnh xuất hiện của hồ sơ này:

- Ngày 30-5-1963, cảnh sát và mật vụ vây chùa Xá Lợi tại Sài Gòn, và các chùa Từ Đàm, Báo Quốc, Linh Quang tại Huế.

- Ngày 31-5-1963 sinh viên tất cả các phân khoa Viện Đại Học Huế hội nghị tại chùa Từ Đàm, kiến nghị Tổng thống và Chính phủ giải quyết năm nguyện vọng của Phật giáo, thực thi chính sách tự do, dân chủ và bình đẳng, chấm dứt dùng thủ đoạn với tín đồ Phật giáo.
- Ngày 1-6-1963, tại Huế, một cuộc biểu tình và tuyệt thực lớn được tổ chức. Tại Sài Gòn và các tỉnh nhiều cuộc biểu tình, tuyệt thực. Tại Chùa Ấn Quang và Chùa Xá Lợi, 800 người tuyệt thực.
- Ngày 3-6-1963, tại Huế, cảnh sát và quân đội vũ trang chặn đường không cho đoàn biểu tình đến chùa. Quần chúng ngồi xuống đường, chắp tay hướng về chùa Từ Đàm cầu nguyện thì bị cảnh sát dùng lựu đạn cay và quân khuyển giải tán. Hòa thượng Trí Thủ kêu gọi dân ngưng biểu tình. Khi đoàn người về tới Bến Ngự thì bị đơn vị cảnh sát khác tấn công bằng lựu đạn cay và lựu đạn khói.
- Ngày 4-6-1963 cảnh sát phong tỏa các chùa Từ Đàm, Báo Quốc và Linh Quang. Quần chúng kéo lên chùa nhưng bị ngăn lại. Đám đông đồng loạt ngồi xuống đường cầu nguyện. Cảnh sát dùng lựu đạn cay và quân khuyển tấn công, làm 142 người bị thương, trong đó 49 người bị thương nặng. Các chùa Xá Lợi, Ấn Quang, Giác Minh, Từ Quang, Báo Quốc, Từ Đàm và Linh Quang hoàn toàn bị cô lập và bị cắt điện nước. Chính quyền đưa tài liệu Mặt Trận Giải Phóng Miền Nam vào các chùa rồi lục soát để vu cáo các Tăng Ni và Phật tử theo Cộng Sản. Tại các tỉnh, các chùa trụ sở của Giáo hội Phật giáo

Việt Nam và Giáo Hội Tăng Già đều bị phong tỏa. Ông Diệm lập Ủy ban Liên bộ để nghiên cứu nguyện vọng của Phật giáo, do Phó tổng thống Nguyễn Ngọc Thơ đứng đầu. Ủy Ban này họp với Ủy Ban Liên Phái của Phật giáo. Đối thoại không kết quả, trong khi chính quyền vẫn xiết chặt. Ủy Ban Liên Phái ra lệnh tiếp tục đấu tranh.

- Ngày 27-5-1963, hoà thượng Thích Quảng Đức 67 tuổi, trụ trì chùa Quan Âm (Gia Định) viết một lá thư cho Giáo Hội Tăng Già Toàn Quốc tình nguyện tự thiêu.
- Ngày 11-6-1963, tại ngã tư đường Lê Văn Duyệt - Phan Đình Phùng, đúng 10 giờ sáng, hoà thượng Thích Quảng Đức tự thiêu trong tư thế kiết già trước sự chứng kiến của hàng trăm quần chúng và Phật tử. Chiều 11-6-1963, chính quyền phong tỏa chùa Xá Lợi ở Sài Gòn, nơi để di thể của Hòa thượng Thích Quảng Đức.
- Ngày 14-6 đến 2 giờ sáng ngày 16-6-1963, Ủy Ban Liên Phái và Ủy Ban Liên Bộ họp, đưa ra Thông Cáo Chung với sự chấp thuận của Chủ tịch Tổng Hội Phật giáo Việt Nam, Đại lão Hòa thượng Thích Tịnh Khiết và Tổng thống Ngô Đình Diệm. Bản văn quy định về treo cờ tôn giáo, sẽ tách các tôn giáo ra khỏi dụ số 10 để chờ đạo luật về tôn giáo sẽ do Quốc hội thông qua cuối năm 1963 hoặc đầu năm 1964, Chính phủ hứa thả các Phật tử bị bắt những ngày qua, hứa bỏ luật khắt khe về xây chùa đối với Phật giáo, hứa cứu xét việc trừng phạt các viên chức có lỗi trong sự kiện Phật đản ngày 8-5-1963...

- Ngày 18-6-1963, Văn phòng Tổng thống gửi mật điện số 1432/VP/TT cho những người có trách nhiệm, ra lệnh tạm thời nhượng bộ phong trào Phật giáo, chuẩn bị dư luận để phản công, đồng thời thanh trừng những nhân viên nhà nước ủng hộ Phật giáo. Một bản sao của mật điện lọt vào tay của Ủy Ban Liên Phái.
- Ngày 26-6-1963, Hòa thượng Thích Tịnh Khiết gửi thư cho Tổng thống Ngô Đình Diệm tố cáo các hành động trên là âm mưu chống Phật giáo, tố cáo chính quyền tiếp tục đàn áp Phật giáo, tố cáo Ngô Đình Nhu có ý định tổ chức cuộc biểu tình của Thanh Niên Cộng Hòa để yêu cầu chính phủ duyệt lại bản Thông cáo chung.
- Ngày 7-7-1963, chính quyền đem những người tham gia đảo chính ngày 11-11-1960 ra xét xử trong đó có nhà văn Nhất Linh Nguyễn Tường Tam. Trong ngày 7-7, nhà văn Nhất Linh đã tự sát bằng rượu pha độc dược.
- Ngày 9-7-1963, Bộ Nội Vụ ban hành nghị định 358-BNV/KS ấn định thể thức treo cờ Phật giáo cho Tổng Hội Phật giáo Việt Nam. Tuy nhiên phía Phật giáo lại kết luận chính phủ đang gây chia rẽ giữa Tổng Hội Phật giáo Việt Nam và các tông phái Phật giáo khác.
- Ngày 10-7-1963, Bản Đánh Giá Tình Báo Quốc Gia Đặc Biệt SNIE 53-2-63 do tất cả các sở tình báo có phạm vi hoạt động hải ngoại đúc kết.

Hồ sơ mật này được Cư sĩ Nguyên Giác Việt dịch toàn văn, trình bày đối chiếu song ngữ Anh Việt.

TÌNH HÌNH TẠI NAM VIỆT NAM

GHI CHÚ VỀ PHẠM VI

Bản đánh giá mã số NIE 53-63 với tiêu đề "Các viễn cảnh tại Nam Việt Nam" đề ngày 17-4-1963 đã đặc biệt quan ngại đến tiến trình của nỗ lực chống nổi dậy, và với các yếu tố quân sự và chính trị rất có thể sẽ ảnh hưởng nhiều nhất đến nỗ lực đó. Mục tiêu chính của Bản Đánh Giá Tình Báo Quốc Gia Đặc Biệt này là khảo sát những quan hệ của các diễn biến mới đây tại Nam Việt Nam đối với sự ổn định đất nước, đối với khả năng sinh tồn của chế độ Ngô Đình Diệm và đối với mối quan hệ của chế độ này với Hoa Kỳ.

KẾT QUẢ ĐÁNH GIÁ

A. Khủng hoảng Phật giáo tại Nam Việt Nam đã nêu bật và làm căng thẳng thêm sự bất mãn rộng khắp đã có từ lâu đối với chế độ ông Diệm và cách điều hành của chính phủ này. Nếu ông Diệm không thực hiện tức thời một cách chân thành các cam kết ông đã đưa ra với những người Phật tử - và dường như là vậy - thì sự hỗn loạn rất có thể sẽ bùng lên lần nữa, và những cơ hội đảo chánh hay nỗ lực ám sát ông Diệm sẽ có nhiều khả năng xảy ra. (Xem các đoạn văn số 4 và 14)

B. Sự không thoải mái tiềm tàng của chế độ Diệm về mức độ Hoa Kỳ tham dự ở Nam Việt Nam đã căng hơn bởi vấn đề Phật giáo và quan điểm cứng rắn của Mỹ. Thái độ này hầu như sẽ không đổi và rất có thể sẽ có thêm áp lực để giảm sự hiện diện của Hoa Kỳ tại Việt Nam. (Xem các đoạn văn 10-12).

THE SITUATION IN SOUTH VIETNAM

SCOPE NOTE

NIE 53-63, "Prospects in South Vietnam," dated 17 April 1963 was particularly concerned with the progress of the counterinsurgency effort, and with the military and political factors most likely to affect that effort. The primary purpose of the present SNIE is to examine the implications of recent developments in South Vietnam for the stability of the country, the viability of the Diem regime, and its relationship with the US.

CONCLUSIONS

A. The Buddhist crisis in South Vietnam has highlighted and intensified a widespread and longstanding dissatisfaction with the Diem regime and its style of government. If - as is likely - Diem fails to carry out truly and promptly the commitments he has made to the Buddhists, disorders will probably flare again and the chances of a coup or assassination attempts against him will become better than even. (Paras. 4, 14)

B. The Diem regime's underlying uneasiness about the extent of the US involvement in South Vietnam has been sharpened by the Buddhist affair and the firm line taken by the US. This attitude will almost certainly persist and further pressure to reduce the US presence in the country is likely. (Paras. 10-12).

C. Dù vậy, cho đến lúc này vấn đề Phật giáo vẫn chưa bị Cộng sản khai thác hiệu quả, cũng không tỏ ra có ảnh hưởng khả lượng nào đối với nỗ lực chống nổi dậy. Chúng tôi không nghĩ rằng ông Diệm có khả năng bị lật đổ bởi một cuộc đảo chánh của Cộng sản. Chúng tôi cũng không nghĩ rằng người Cộng Sản nhất thiết sẽ được lợi thế nếu ông Diệm bị lật đổ bởi một vài thành phần đối lập không theo Cộng sản. Một chế độ không Cộng sản kế tục có thể ban đầu sẽ chống Cộng kém hiệu quả, nhưng với tiếp tục hỗ trợ từ Hoa Kỳ, sẽ có thể mang lại sự lãnh đạo hiệu quả hợp lý cho Chính phủ và nỗ lực chiến tranh [chống Cộng]. (Xem các đoạn 7 và 15-17).

THẢO LUẬN

I. DẪN NHẬP

1. Hai vấn đề chính mà chính phủ Nam Việt Nam phải đối mặt từ khi thành lập vào năm 1954 là: (a) phải hình thành các cơ chế và sự trung thành cần thiết để Việt Nam sống còn như một quốc gia độc lập, và (b) phải chống lại nguy cơ từ các chiến dịch tấn công và lật đổ từ Hà Nội - liên tục theo đuổi từ năm 1960 bằng một cuộc chiến tranh du kích trải rộng. Trong nỗ lực đối phó với các vấn đề này, Chính phủ Nam Việt Nam đã bị trì trệ bởi thiếu sự tự tin và không có khả năng thu hút sự cảm thông và ủng hộ từ phần lớn người dân Việt - kể cả nhiều thành phần trí thức và nông dân. Trong những tuần lễ gần đây, các khiếm khuyết và căng thẳng trong guồng máy chính trị Nam Việt Nam càng bộc lộ rõ hơn với mức độ nghiêm trọng hơn.

C. Thus far, the Buddhist issue has not been effectively exploited by the Communists, nor does it appear to have had any appreciable effect on the counterinsurgency effort. We do not think Diem is likely to be overthrown by a Communist coup. Nor do we think the Communists would necessarily profit if he were overthrown by some combination of his non-Communist opponents. A non-Communist successor regime might be initially less effective against the Viet Cong, but, given continued support from the US, could provide reasonably effective leadership for the government and the war effort. (Paras. 7, 15-17)

DISCUSSION

I. INTRODUCTION

1. The two chief problems which have faced the Government of South Vietnam (GVN) since its birth in 1954 have been: (a) to forge the institutions and loyalties necessary to Vietnam's survival as an independent nation, and (b) to counter the menace of Hanoi's subversive and aggressive designs - pursued since 1960 by a campaign of widespread guerrilla warfare. In attempting to cope with these problems, the GVN has been hampered by its lack of confidence in and its inability to engage the understanding and support of a considerable portion of the Vietnamese people - including large segments of the educated classes and the peasantry. In recent weeks these inadequacies and tensions in the South Vietnamese body politic have been further revealed and intensified.

II. VẤN ĐỀ PHẬT GIÁO

2. Tổng Thống Diệm cùng với gia đình và phần lớn quan chức hàng đầu của chế độ là giáo dân Thiên Chúa giáo La Mã, trong một dân số chung có khoảng 70% - 80% là Phật tử. Chế độ đã lộ hẳn sự ưu đãi Thiên Chúa giáo trong việc tuyển dụng nhân sự và đã thiên vị cho Giáo hội Thiên Chúa giáo. Nhưng không có hạn chế pháp lý đối với tự do tôn giáo, và cho tới gần đây, hầu hết Phật tử có vẻ như thụ động trong phản ứng đối với vị thế định chế đặc quyền của Giáo hội Thiên Chúa giáo. Tuy nhiên, đã có nhiều sự kỳ thị hành chánh nhắm vào Phật tử, mặc dù đó có thể là từ sự vô tâm hay nhiệt tình không đúng chỗ của các viên chức cấp thấp cũng như từ chính sách cố ý của Chính phủ Nam Việt Nam. Tình hình đó hiển nhiên đã tạo ra một sự bất mãn ngấm ngầm, mà chứng cớ rõ rệt là mức độ lan rộng và mạnh mẽ của những vụ bùng phát mới đây.

3. Trong tháng 4-1963, Chính phủ ra lệnh cho các viên chức cấp tỉnh thực hiện một nghị định đã có từ lâu nhưng nhìn chung không hề được thực hiện, trong đó nói về việc treo cờ tôn giáo nơi công cộng. Điều trùng hợp là lệnh này được công bố ngay trước ngày Phật Đản (ngày 8-5-1963), một lễ hội lớn của Phật giáo, và vừa ngay sau khi cả rừng cờ của Đức Giáo Hoàng (Thiên Chúa giáo La Mã) đã tung bay trong một loạt các lễ mừng được Chính phủ khuyến khích để kỷ niệm [Lễ Ngân Khánh] 25 năm ngày ông Ngô Đình Thục, anh của ông Diệm, thụ phong linh mục [và vừa về nhậm chức] Tổng Giám Mục Huế.

II. THE BUDDHIST AFFAIR

2. President Diem, his family, and a large proportion of the top leaders of the regime are Roman Catholics, in a population that is 70 to 80 percent Buddhist. The regime has clearly accorded preferential treatment to Catholics in its employment practices and has favored the Catholic Church. But there have been no legal restrictions on religious freedom and, until recently, most Buddhists appeared passive in their response to the privileged institutional position occupied by the Catholic Church. There have, however, been various administrative discriminations against the Buddhists, though these may have resulted as much from thoughtlessness or misplaced zeal on the part of minor officials as from conscious GVN policy. These have obviously created an under-current of resentment, as is evidenced by the extent and intensity of the recent outbreaks.
3. In April 1963, the GVN ordered its provincial officials to enforce a longstanding but generally ignored edict regulating the public display of religious flags. As it happened, this order was issued just prior to Buddha's birthday (8 May), a major Buddhist festival, and just after Papal flags had been prominently flown during a series of officially encouraged celebrations commemorating the 25th anniversary of the ordination of Ngo dinh Thuc, Diem's brother, the Archbishop of Hue. A protest demonstration

Một cuộc biểu tình phản kháng xảy ra ở Huế vào ngày 8-5-1963, và bị một đơn vị Dân Vệ nổ súng giải tán. Trong cuộc xô xát kế tiếp, nhiều người đã chết, trong đó có một số trẻ em. Chính phủ đổ lỗi chết người do Việt cộng khủng bố, bất chấp việc chứng cớ cho thấy ngược lại. Cách giải quyết ngang bướng của Chính phủ đối với sự kiện này và những hệ quả của nó đã làm bùng lên một cuộc khủng hoảng toàn quốc. Những người Phật tử trước đó vẫn chưa có sự tổ chức và phản kháng, giờ đây đã biểu lộ một sức mạnh và sự đoàn kết đáng kể, đủ để đòi hỏi được các thỏa hiệp từ Tổng Thống Diệm vào ngày 16-6-1963. Thêm nữa, sự kiện các lãnh đạo Phật giáo đã có thể công khai thách thức chính phủ mà không dẫn tới sự trả thù nghiêm trọng cũng có thể đã mang lại cho họ sự tự tin đáng kể.

4. Vào lúc này, phong trào Phật giáo vẫn còn được kiểm soát hiệu quả bởi các vị sư ôn hòa, những người từ chối nhận hỗ trợ hay hợp tác với bất kỳ đối thủ chính trị nào của ông Diệm, dù Cộng sản hay không Cộng sản, và có vẻ như đang tìm cách bảo đảm rằng người Phật tử giữ đúng các cam kết của họ [trong thỏa hiệp với ông Diệm]. Giới lãnh đạo Phật giáo đã cho Chính phủ một giai đoạn ân huệ (kết thúc vào cuối tháng 6-1963) để chứng tỏ thiện chí thực hiện các cam kết, nếu không thì sự phản đối sẽ tiếp tục. Cho đến lúc này vẫn không có thêm các cuộc biểu tình, nhưng rõ ràng giới lãnh đạo Phật giáo đang thấp thỏm không yên lòng.

5. Bất chấp việc những người Phật tử kiềm chế việc khai thác khía cạnh chính trị của vấn đề,

developed in Hue on 8 May, which was dispersed by fire from a Civil Guard unit. In the ensuing melee several persons were killed, including some children. The GVN has blamed the deaths on Viet Cong terrorists despite evidence to the contrary, and its subsequent stiff-necked handling of this incident and its aftermath has sparked a national crisis. The Buddhists, hitherto disorganized and nonprotesting, have shown considerable cohesion and force - enough to elicit a set of "compromise" agreements from President Diem on 16 June. Moreover, the fact that the Buddhist leaders have been able to challenge the government openly without evoking serious government retaliation has presumably given them considerable confidence.

4. For the moment, the Buddhist movement remains under the effective control of moderate bonzes who have refused to accept support from or countenance cooperation with any of Diem's political opponents, Communist or non-Communist, and appear to be trying to insure that the Buddhists live up to their part of the bargain. This leadership gave the GVN a period of grace (which expired about the end of June) in which to show that it was moving in good faith to carry out its undertakings, failing which protests would resume. So far there have been no further demonstrations, but the Buddhist leadership is clearly restive.

5. Despite Buddhist restraint in the political exploitation of the affair, it has obvious political

nhưng cũng đã có những sắc thái chính trị rõ nét. Phong trào Phật giáo rõ ràng đã khơi dậy sự phẫn nộ rộng khắp và rất có thể trở thành một tiêu điểm của sự bất mãn chung đối với chế độ ông Diệm. Phong trào nêu ra vấn đề mà hầu hết những thành phần đối lập không Cộng sản (ngay cả một số giáo dân Thiên Chúa giáo) có thể tìm thấy nền tảng chung để đồng ý. Có chứng cớ đáng kể rằng tự thân vấn đề này, và hơn thế nữa, cách xử trí của gia đình ông Diệm cho đến lúc này, đã tạo ra một sự bất an hầu như ở khắp các cấp quân đội và công chức Chính phủ, trong đó thành phần trung cấp và cấp bậc thấp hầu hết đều là Phật tử. Trong một số trường hợp, cán bộ công chức dường như đã phớt lờ hay điều chỉnh lại các chỉ thị của Chính phủ, các quan chức cấp cao đôi khi tránh né việc ban bố lệnh của chính phủ xuống cấp dưới của họ, và thông tin về các hành động sắp tới của chính phủ thì hiển nhiên được tiết lộ trước cho các lãnh đạo Phật giáo. Trong bất kỳ trường hợp nào, các diễn biến mới đây đang làm cho nhiều quan chức chính phủ phải tái xét lại mối quan hệ cũng như mức độ trung thành của họ đối với chế độ ông Diệm; đã có chứng cớ ngày càng nhiều hơn về sự bất mãn nghiêm trọng và âm mưu đảo chánh trong giới chỉ huy quân sự và quan chức cao cấp.

6. Vấn đề Phật giáo có vẻ như đã được sự cảm thông lớn lao từ nhiều nhóm đối lập không Cộng Sản trong và ngoài lãnh thổ Nam Việt Nam. Dường như cũng có một cảm giác tăng dần trong số những người từng ủng hộ chế độ rằng vị thế của ông Diệm có thể đã bị tổn thương một cách

overtones. It has apparently aroused widespread popular indignation and could well become a focal point of general disaffection with the Diem government. It provides an issue on which most of Diem's non-Communist opponents (even including some Catholics) can find common ground of agreement. There is considerable evidence that the issue itself and, even more, the Diem family's handling of it to date has occasioned restiveness at virtually all levels of the GVN's military and civil establishments, both of whose lower and middle echelons are largely staffed by Buddhists. In some cases, civil servants seem to have ignored or tempered GVN instructions, superiors have on occasion evaded their assigned task of propounding the official GVN line to their subordinates, and information on impending government actions has obviously leaked to Buddhist leaders. In any case, recent developments are causing many GVN officials to reexamine their relations with and the limits of their loyalty to the Diem regime; there is accumulating evidence of serious disaffection and coup plotting in high military and civilian circles.

6. The Buddhist affair appears to have given considerable heart to the various non-Communist political opposition splinter groups in and out of South Vietnam. There also appears to be a growing feeling among former supporters of the regime that Diem's position may have been

nguy hiểm và vĩnh viễn. Tuy nhiên, cho tới lúc này chúng tôi không có chứng cớ nào về việc những nhóm đối lập khác biệt có thể hợp thành các liên minh mới hay có hiệu quả.

7. Vấn đề Phật giáo hẳn là có vẻ như một lợi thế bất ngờ cho người Cộng Sản, nhưng tới giờ vẫn không có chứng cớ nào cho thấy họ đã có thể khai thác một cách hiệu quả. Họ có thể đã trà trộn vào giới tăng lữ Phật giáo ở một mức độ, nhưng không đưa ra được bất kỳ ảnh hưởng rõ rệt nào, bất chấp việc những tuyên bố của Chính phủ đang nói ngược lại. Cho tới giờ, cuộc khủng hoảng Phật giáo không tỏ ra có bất kỳ ảnh hưởng đáng kể nào đối với nỗ lực chống nổi loạn đang tiến hành, mặc dù tinh thần và hiệu năng của các lực lượng quân dân VNCH rất có thể sẽ bị tổn thương nếu vấn đề kéo dài.

8. Khủng hoảng Phật giáo cũng đã làm tổn thương Chính phủ Nam Việt Nam trên trường quốc tế, với những ảnh hưởng quan trọng có thể có đối với sự thành công trong tương lai của chính sách Mỹ đối với Đông Nam Á. Sự phản đối đang lan rộng tại các quốc gia có Phật tử chiếm đa số, với ám chỉ rằng hành động của Mỹ có thể giúp giải quyết khủng hoảng. Kam-pu-chia và Tích Lan đã lên tiếng trước Liên Hiệp Quốc, và có thể nhiều nước nữa sẽ làm như thế. Tại các nước khác, kể cả tại Hoa Kỳ, khủng hoảng đã tạo một kích động mới đối với việc chỉ trích chính sách Mỹ viện cớ rằng Mỹ đang ủng hộ một chế độ đàn áp và mất lòng dân.

9. Tiến triển sắp tới của vấn đề Phật giáo sẽ được quyết định phần lớn bởi hành động của Chính

permanently and dangerously impaired. Thus far, however, we have no evidence that the diverse opposition groups have been able to form new or effective alliances with one another.

7. The Buddhist issue would appear to be an obvious windfall for the Communists, but so far there is no evidence that they have been able to exploit it effectively. They may have penetrated the Buddhist clergy to some extent, but are not presently exerting any discernible influence, despite the suggestions to the contrary in GVN pronouncements. To date the Buddhist crisis does not appear to have had any appreciable effect on the continuing counterinsurgency effort, though the morale and efficiency of the GVN's military and civil forces are likely to be impaired if the issue is prolonged.
8. The Buddhist crisis has also hurt the GVN internationally, with potentially important effects upon the future success of US policy towards southeast Asia. Protests are growing in other predominantly Buddhist countries, with the implication that US action could help resolve the crisis. Cambodia and Ceylon have made representations to the UN and more may be forthcoming. In other countries, including the US, the crisis has given new stimulus to criticism of US policy on the grounds that the US is supporting an oppressive and unrepresentative regime.
9. The future course of the Buddhist affair will be largely determined by the GVN's actions in the

phủ trong thời gian gần. Rất có khả năng các vấn đề mới nêu lên gần đây có thể được giải quyết nếu Chính phủ thực hiện phần cam kết của họ trong Thông cáo chung. Tuy nhiên, những thành phần chính trị từng trải của xã hội Nam Việt Nam, kể cả những người Phật tử, đều biết rõ về những hành vi quá khứ của ông Diệm là thường dùng việc thương thuyết để kéo dài thời gian, và đưa ra lời hứa chỉ để làm dịu đi sự khủng hoảng tức thì. Nguy hiểm thực sự trong tình hình hiện nay là ông Diệm có thể muốn áp dụng chiến thuật như thế, tuy trước kia nó từng giúp ông thành công nhưng có thể sẽ là tai họa nếu áp dụng trong lần này. Trật tự công cộng sẽ bị đe dọa. Cụ thể là chúng ta không biết chắc được các đơn vị quân đội hay cảnh sát sẽ phản ứng thế nào nếu phải nhận lệnh nổ súng vào những cuộc biểu tình dẫn đầu bởi các vị sư Phật giáo.

III. ẢNH HƯỞNG CỦA NHỮNG DIỄN BIẾN GẦN ĐÂY ĐỐI VỚI CÁC QUAN HỆ MỸ-VIỆT

10. Chính phủ luôn bày tỏ quan ngại về ảnh hưởng việc Hoa Kỳ can thiệp vào các vấn đề của Nam Việt Nam, và đã tăng dần đến mức cảm thấy phải hạn chế sự hiện diện và các hoạt động của Mỹ tại Nam Việt Nam. Thái độ này phát khởi một phần là từ mối quan ngại về tính hợp pháp, với những ai quá nhạy cảm, đối với

near term. It is likely that the issues recently raised can be resolved if the GVN executes its portion of the negotiated bargain. However, politically sophisticated segments of South Vietnamese society, Buddhists included, are mindful of Diem's past practice of often using negotiations as a stall for time and of making promises in order to weather an immediate crisis. The real danger in the present situation is that Diem may be tempted to employ such tactics which have served him well in the past but could prove disastrous if essayed this time. If demonstrations should be resumed, they would probably assume an increasingly political cast, and less moderate Buddhist leadership would be likely to come to the fore. Public order would be threatened. In particular, we cannot be sure how various army or police units would react if ordered to fire on demonstrations headed by Buddhist bonzes.

III. THE EFFECT OF RECENT DEVELOPMENTS ON US-GVN RELATIONS

10.The GVN has always shown some concern over the implications of US involvement in South Vietnamese affairs and from time to time has felt moved to restrict US activities and presence in South Vietnam. This attitude springs partly from legitimate, if hypersensitive, concern for

thể diện cũng như thực tiễn chủ quyền mới đạt được của Việt Nam. Tuy nhiên, ở mức độ suy xét kỹ thì thái độ này khởi sinh từ sự nghi ngờ của Chính phủ Diệm về ý đồ của Mỹ đối với họ, và từ niềm tin của Chính phủ Diệm rằng sự hiện diện gia tăng của Mỹ đang tạo thành các thế lực chính trị mà cuối cùng có thể đe dọa ưu thế chính trị của ông Diệm.

11. Vấn đề Phật giáo bùng khởi vào một trong những giai đoạn nhạy cảm của Chính phủ Nam Việt Nam, và sự căng thẳng đã tăng thêm bởi các sự kiện tiếp theo. Cách xử lý ban đầu của Chính phủ Diệm đối với vấn đề [Phật giáo] đã làm cho Mỹ hết sức bối rối và quan ngại, và rồi điều đó dẫn đến một loạt kháng thư khẩn cấp thúc bách từ phía Mỹ. Gia đình ông Diệm đã cay đắng bất mãn những hành động này của Mỹ, và có thể đã cảm nhận mạnh mẽ rằng sự hiện diện của người Mỹ ít nhất cũng gián tiếp gây ra những phản đối của Phật giáo. Trong bối cảnh đó, rất có thể sẽ có thêm áp lực để giảm sự hiện diện của người Mỹ.

12. Em trai ông Diệm là ông Ngô Đình Nhu sẽ giữ một vai trò chính trong vấn đề này. Ông Nhu luôn là phụ tá chính trị chính yếu của ông Diệm, nhưng kể từ năm 1954 đã thấy ông tăng dần quyền lực cá nhân và thẩm quyền - một sự tăng quyền có phần do hoàn cảnh và chủ yếu là do ông Nhu cố ý nỗ lực thâu tóm thêm quyền lực. Ông Nhu có tham vọng chính trị riêng, và hầu như chắc chắn tự xem ông là người kế nghiệp ông anh. Vì nhiều lý do, ông Nhu từ lâu đã có cách nhìn riêng về người Mỹ

the appearance as well as the fact of Vietnam's recently acquired sovereignty. To a considerable degree, however, it springs from the Diem government's suspicion of US intentions toward it, and from its belief that the extensive US presence is setting in motion political forces which could eventually threaten Diem's political primacy.

11. The Buddhist affairs erupted at one of these periods of GVN sensitivity, and the strain has been aggravated by subsequent events. The GVN's initial handling of the issue gave the US ground for serious embarrassment and concern which, in turn, produced a succession of forceful US *démarches*. The Diem family has bitterly resented these US actions and may well feel that the Buddhist protests were at least indirectly due to the US presence. Under the circumstances, further pressure to reduce that presence is likely.

12. A key role in this regard will be played by Diem's brother, Ngo dinh Nhu. He has always been Diem's chief political lieutenant, but the years since 1954 have witnessed a steady accretion of Nhu's personal power and authority - an accretion due partly to circumstance and primarily to deliberate effort on Nhu's part. Nhu has political ambitions of his own and almost certainly envisages himself as his brother's successor. For a variety of reasons,

có phần ngờ vực và không thiện cảm. Những chỉ trích từ phía Mỹ đối với Chính phủ Nam Việt Nam đặc biệt làm ông Nhu nổi giận, vì ông biết rằng ông và vợ ông thường xuyên là mục tiêu chính. Trên hết, Nhu hầu như chắc chắn ngờ vực không rõ sự ủng hộ của Mỹ dành cho Diệm rồi có chuyển sang cho ông hay không.

13. Trong những cuộc thương thuyết với Phật giáo, ông Nhu thúc giục anh mình giữ quan điểm cứng rắn và, theo tuyên bố của chính ông, hoàn toàn không đồng cảm với các nhượng bộ đã đưa ra với Phật giáo. Dựa vào những việc đã qua, chúng tôi nghĩ là không có khả năng ông Nhu sẽ giúp vào việc thực hiện các cam kết; thay vì vậy, ảnh hưởng của ông Nhu đối với ông Diệm sẽ theo hướng trì hoãn và dùng dằng đối với những cam kết, một khuynh hướng mà chính ông Diệm vốn đã muốn thực hiện. Khuynh hướng này càng có nhiều khả năng được áp dụng bởi vì không chỉ ông bà Nhu và ông Diệm, mà còn có người anh là Tổng Giám Mục Ngô Đình Thục và người em là Ngô Đình Cẩn, lãnh chúa chính trị của các tỉnh miền Trung, những người mà rõ ràng vẫn tiếp tục ngờ vực tính chính đáng của các khiếu kiện từ Phật tử, và đánh giá thấp mức độ căng thẳng của khủng hoảng.

IV. VIỄN CẢNH

14. Nếu Chính phủ Diệm tiến hành thực hiện một cách hiệu quả các cam kết ngày 16-6-1963, phần nhiều các bất mãn từ vấn đề Phật giáo có thể êm dịu lại. Tuy nhiên, ngay cả nếu quan hệ giữa Chính phủ ông Diệm và Phật tử lắng xuống, thì sự bất mãn chung đối với chế độ

Nhu has long privately viewed the US with some hostility and suspicion. American criticism of the GVN has especially irritated Nhu, for he is aware that he and his wife are often its primary targets. Above all, Nhu almost certainly doubts whether the support which the US has given to his brother would be transferred to him.

13. In the negotiations with the Buddhists, Nhu urged his brother to take a firm line and is, by his own statement, wholly out of sympathy with the concessions made. On the basis of past performance, we think it unlikely that he will help to implement the settlement; his influence on Diem will be rather in the direction of delaying and hedging on commitments, a tendency to which Diem himself is already disposed. This will be the more likely since not only the Nhus and Diem, but also his brothers Archbishop Thuc and Ngo dinh Can, the political boss of the central provinces, obviously continue to doubt the legitimacy of Buddhist complaints and to underestimate the intensity of the crisis.

IV. THE OUTLOOK

14. If the Diem government moves effectively to fulfill its 16 June commitments, much of the resentment aroused by the Buddhist controversy could be allayed. However, even if relations between the GVN and the Buddhists are smoothed over, the general discontent with the

ông Diệm - mà cuộc khủng hoảng này đã làm tăng thêm và trở thành tiêu điểm chú ý - rất có thể sẽ tiếp tục tồn tại. Hơn nữa, nếu - và rất có thể - Chính phủ cố ý trì hoãn, vụng về và không thực tâm trong việc giải quyết các vấn đề Phật giáo, hẳn sẽ bùng phát lại những cuộc biểu tình mới, và Nam Việt Nam sẽ có thể vẫn ở trong trạng thái căng thẳng chính trị nội địa. Trong bối cảnh đó, có rất nhiều khả năng sẽ xảy ra một vụ đảo chánh hay ám sát nhắm vào ông Diệm từ những người không Cộng sản. Chúng ta không thể loại trừ khả năng nỗ lực đảo chánh từ phía Cộng sản, nhưng nỗ lực của họ khó có khả năng thành công, chừng nào mà đa số những người đối lập và chỉ trích chính phủ ông Diệm vẫn - như hiện nay - còn cảnh giác đối với hiểm họa Cộng Sản.

15. Xác suất xảy ra - và khả năng thành công - sẽ lớn hơn đối với một cuộc đảo chánh từ những người không Cộng sản trong trường hợp sự đối đầu trở lại giữa chính phủ Diệm và Phật giáo dẫn tới những cuộc biểu tình quy mô lớn ở Sài Gòn. Cũng có thể những xô xát kéo dài và hỗn loạn chung hẳn sẽ dẫn đến việc các lực lượng an ninh không phân biệt được phải ủng hộ phía nào. Trong bối cảnh đó, một nhóm nhỏ, đặc biệt là một nhóm có những kế hoạch dự báo trước cho diễn tiến như thế, có thể có khả năng lật đổ chính phủ. Ngược lại, một thỏa hiệp kéo dài hoặc tái lập giữa chính phủ ông Diệm và Phật giáo sẽ giúp giảm cơ nguy của một cuộc lật đổ như thế.

16. Bất kỳ mưu toan nào muốn loại bỏ ông Diệm hầu như chắc chắn cũng sẽ phải chống lại cả ông

Diem regime which the crisis has exacerbated and brought to the fore is likely to persist. Further, if - as is probable - the regime is dilatory, inept, and insincere in handling Buddhist matters, there will probably be renewed demonstrations, and South Vietnam will probably remain in a state of domestic political tension. Under these circumstances, the chances of a non-Communist assassination or coup attempt against Diem will be better than even. We cannot exclude the possibility of an attempted Communist coup, but a Communist attempt will have appreciably less likelihood of success so long as the majority of the government's opponents and critics remain - as they are now - alert to the Communist peril.

15. The chances of a non-Communist coup - and of its success - would become greater in the event renewed GVN / Buddhist confrontation should lead to large-scale demonstrations in Saigon. More or less prolonged riot and general disorder would probably result - with the security forces confused over which side to support. Under such circumstances, a small group, particularly one with prior contingency plans for such an eventuality, might prove able to topple the government. Conversely, a continued or resumed truce between the GVN and the Buddhists would serve to reduce the likelihood of such an overthrow.

16. Any attempt to remove Diem will almost certainly be directed against Nhu as well, but should Nhu

Nhu, nhưng nếu ông Nhu chống giữ được ông Diệm, chúng tôi tin chắc rằng ông Nhu sẽ nỗ lực thâu tóm quyền lực - trước hết có thể bằng xảo thuật vận dụng cơ chế hiến định. Chúng tôi không tin là nỗ lực của ông Nhu sẽ thành công, bất kể nền tảng chính trị cá nhân mà ông đã vun trồng qua tổ chức Thanh Niên Cộng Hòa (mà ông là Tổng Thủ Lãnh), qua chương trình ấp chiến lược (do Ủy Ban Liên Bộ chỉ huy, mà ông là Chủ Tịch), và trong quân đội. Ông Nhu và vợ ông đã trở thành những biểu tượng sống của tất cả những gì bị căm ghét quá nhiều trong chế độ hiện nay đến nỗi quyền lực chính trị cá nhân của ông Nhu không thể kéo dài hơn ông Diệm. Sẽ có thể có một cuộc tranh đấu với bạo lực đáng kể, nhưng nhờ đó quân đội có phần chắc là sẽ ra trị an, hoặc sẽ ủng hộ người kế tục hiến định để đưa Phó Tổng Thống Thơ lên, hoặc sẽ ủng hộ một lãnh tụ dân sự không Cộng Sản khác, hoặc lập một chính phủ quân sự.

17. Một chế độ nối tiếp không Cộng Sản có thể không hiệu quả hơn chế độ ông Diệm trong chiến tranh chống Cộng; quả thật, ít nhất thì ban đầu có thể rất kém hiệu quả, và nỗ lực chống nổi loạn có thể sẽ tạm thời gián đoạn. Tuy nhiên, có một khối lớn nhân sự dày kinh nghiệm và được huấn luyện, nhưng chưa được vận dụng hết, không chỉ trong quân đội và lực lượng công chức của chính phủ hiện nay, mà còn có ở ngoài chính phủ này, tới một mức độ nào đó. Những thành phần này, khi được Hoa Kỳ tiếp tục ủng hộ sẽ có thể tạo ra một sự lãnh đạo hiệu quả một cách hợp lý cho chính phủ và nỗ lực chiến tranh [chống Cộng].

survive Diem, we are virtually certain that he would attempt to gain power - in the first instance probably by manipulating the constitutional machinery. We do not believe that Nhu's bid would succeed, despite the personal political base he has sought to build through the Republican Youth (of which he is the overt, uniformed head), the strategic hamlet program (whose directing Inter- ministerial Committee he chairs), and in the army. He and his wife have become too much the living symbols of all that is disliked in the present regime for Nhu's personal political power to long outlive his brother. There might be a struggle with no little violence, but enough of the army would almost certainly move to take charge of the situation, either rallying behind the constitutional successor to install Vice President Tho or backing another non-Communist civil leader or a military junta.

17. A non-Communist successor regime might prove no more effective than Diem in fighting the Viet Cong; indeed at least initially it might well prove considerably less effective, and the counterinsurgency effort would probably be temporarily disrupted. However, there is a reasonably large pool of under-utilized but experienced and trained manpower not only within the military and civilian sectors of the present government but also, to some extent, outside. These elements, given continued support from the US, could provide reasonably effective leadership for the government and the war effort.

NĂM 1962 MỸ ĐÃ THẤY MẤT VIỆT NAM - LÝ DO CHÍNH LÀ VÌ NHÀ NGÔ LÀM HỎNG

Lời người dịch:

Bản Ghi Nhớ này, từ các hồ sơ đã giải mật, do Joseph A. Mendenhall viết.[1] Ông là cố vấn chính phủ Kennedy về chính sách Mỹ ở Việt Nam và Lào. Bản Ghi nhớ, được xếp vào hồ sơ số 268, cho thấy tình hình VNCH bi đát từ năm 1962, đặc biệt là chính sách Ấp Chiến Lược bị hỏng vì nhà Ngô.

Bản Ghi nhớ được viết vào giữa tháng 8 năm 1962, sau Tuyên Ngôn "Caravelle" lên án chế độ (26-4-1960), sau vụ Binh biến của binh chủng Nhảy Dù (11-11-1960) và sau Cuộc oanh kích Dinh Độc Lập để mưu sát toàn gia họ Ngô (27-2-1962), nên tác giả cũng đã khuyến nghị giải pháp loại bỏ ông Diệm và vợ chồng ông Nhu. Đặc biệt, lúc đó, chưa xảy ra biến cố đàn áp Phật giáo ở Huế (8-5-1963) dẫn đến cuộc khủng hoảng chính trị toàn diện tại miền Nam.

Ghi nhận từ Bản Ghi Nhớ các điểm chính sau:

- Năm 1959, quân đội Việt Nam Cộng hòa kiểm soát toàn bộ miền Nam Việt Nam, trừ Đồng Tháp Mười. Năm 1962, chỉ còn kiểm soát các thành thị, vì quân Việt cộng đã kiểm soát phần lớn nông thôn.

[1] Foreign Relations of the United States, 1961-1963 Volume II, Vietnam, 1962, Document 268.

- Tại nơi hẻo lánh, chỉ duy một mô hình an ninh thành công là Giáo xứ của Linh Mục Nguyễn Lạc Hóa,[1] được ông Diệm phong cấp Thiếu Tá, biến thành Biệt Khu Hải Yến, cho lập quân đội riêng.
- Mỹ đã thấy viễn cảnh tất yếu sẽ mất Nam Việt Nam về tay Việt cộng, vì gia đình ông Ngô Đình Diệm đa nghi, kém hiệu quả, mất lòng dân.
- Chính sách Ấp Chiến Lược bị làm sai từ căn bản: chạy theo thống kê, không chú trọng cải thiện mức sống của dân, bầu cử gian lận, cưỡng ép dân lao động vô ích...
- Mendenhall đề nghị đảo chánh ông Diệm là cách duy nhất; nếu không, trước sau gì Mỹ cũng thua, và Việt Nam sẽ bị nhuộm đỏ.

Bản Việt dịch do Cư sĩ Nguyên Giác thực hiện, trình bày đối chiếu song ngữ Anh Việt.

---

[1] Linh mục Hóa, trong văn bản này được nhắc đến với tên Cha Hóa (Father Hoa), đó là Linh Mục Augustinô Nguyễn Lạc Hóa, sinh năm 1908 ở Quảng Ninh, cai quản một số giáo xứ ở Miền Bắc Việt Nam. Năm 1954, Linh mục Hóa cùng một số tàn quân Trung Hoa Quốc Dân Đảng di tản sang Cam Bốt, lập chiến khu; năm 1957, bị Vua Sihanouk trục xuất, Linh mục Hóa đưa dân trong giáo xứ về Cà Mau, được ông Diệm giúp lập Biệt Khu Hải Yến, cho lập quân đội riêng, dao động khoảng 1.200-1.800 quân. Ông Diệm phong Linh mục Hóa là Thiếu Tá Tư Lệnh Biệt Khu Hải Yến. Quân Biệt Khu Hải Yến bị Việt cộng đánh bại năm 1966; sau đó, Linh mục Hóa về Sài Gòn làm mục vụ. Ông về Đài Loan năm 1972, và từ trần năm 1989.

268. BẢN GHI NHỚ TỪ CỰU CỐ VẤN CHÍNH TRỊ TÒA ĐẠI SỨ HOA KỲ TẠI VIỆT NAM (MENDENHALL) TRÌNH LÊN PHỤ TÁ THỨ TRƯỞNG NGOẠI GIAO ĐẶC TRÁCH VIỄN ĐÔNG VỤ (RICE)[1]

Washington, Ngày 16 tháng 8 năm 1962

ĐỀ TÀI:

Việt Nam - Đánh giá và Khuyến nghị

Tôi viết bản ghi nhớ này theo lời yêu cầu của ngài để ghi lại quan điểm của tôi về vấn đề Việt Nam. Văn bản này chỉ giới hạn ở những điểm căn bản, và không có ý đề cập đến những khía cạnh tương đối quan trọng khác.

1. Về tình hình

Thời kỳ 1959-1962. Việt cộng đã tăng quân số trong lực lượng vũ trang thường trực tại Nam Việt Nam từ khoảng 2.000 trong cuối năm 1959 tới khoảng 20.000 bộ đội bây giờ. Con số sau này tương đối không đổi trong năm 1962, nhưng xét theo những tuyên bố của Chính phủ Việt Nam về thương vong nặng nề mỗi tháng của Việt cộng, thì hiển nhiên họ tiếp tục có khả năng sẵn sàng bổ sung quân số để bù đắp thương vong lớn. Bộ đội xâm nhập từ miền Bắc Việt Nam là một nguồn bổ sung không thể xem nhẹ, nhưng đa số quân Việt cộng đã được tuyển mộ tại chỗ và sẽ tiếp tục như thế.

---

[1] Nguồn: Bộ Ngoại Giao Hoa Kỳ, Hồ sơ Trung ương, 751K. 00/8-1662. Mật. Phác thảo và đệ trình bởi Mendenhall.

268. MEMORANDUM FROM THE FORMER POLITICAL COUNSELOR OF EMBASSY IN VIETNAM (MENDENHALL) TO THE DEPUTY ASSISTANT SECRETARY OF STATE FOR FAR EASTERN AFFAIRS (RICE)[1]

Washington, August 16, 1962.

SUBJECT:

Viet-Nam - Assessment and Recommendations

I have prepared this memorandum in accordance with your request that I set down my views on the Viet-Nam problem. It is confined to fundamentals, and makes no attempt to deal with other aspects of relative importance.

1. Situation

1959-1962. The Viet Cong have increased their armed regulars in South Viet-Nam from roughly 2,000 in late 1959 to about 20,000 today. The latter figure has remained fairly stationary during 1962, but in view of GVN claims of heavy Viet Cong casualties each month the Viet Cong obviously continue to be readily able to replace large losses. Infiltration from North Viet-Nam is not to be belittled as a source of this strength, but the majority of VC forces have been locally recruited and continue to be so.

---

[1] Source: Department of State, Central Files, 751K.00/8-1662. Secret. Drafted and initialed by Mendenhall.

Vào cuối năm 1959, Chính phủ VNCH đã kiểm soát hiệu quả hầu hết toàn miền Nam Việt Nam (ngoại trừ các vùng căn cứ cộng sản cũ, như Đồng Tháp Mười). Người ta có thể đi lại, ít nhất là ban ngày, gần như bất cứ nơi đâu trong miền Nam Việt Nam mà không cần an ninh hộ tống; và ở Miền Trung Việt Nam, an ninh gần như tuyệt đối. Hiện nay [1962], Việt cộng đã kiểm soát hiệu quả những khu vực nông thôn rộng lớn, ngoại trừ khi quân VNCH tiến vào với lực lượng lớn, và đa số phần còn lại ở miền quê là dao động thay đổi giữa hai bên. Vùng kiểm soát thực sự của Chính phủ chỉ giới hạn phần lớn ở các thành thị.

Khuynh hướng hiện nay. Trong khi sự suy sụp nhanh chóng hồi tháng 9 và tháng 10-1961, đặc biệt về tinh thần chống Cộng, được ngăn chặn nhờ sự tăng viện quân sự của Mỹ và sự hoàn thiện khả năng quân sự của Chính phủ, khuynh hướng an ninh hiện nay vẫn tiếp tục ngày càng bất lợi cho chúng ta. Tại các tỉnh duyên hải Miền Trung Việt Nam, an ninh suy thoái tệ hại trong năm 1962. Mặt khác, các tỉnh cao nguyên miền Trung tình hình tốt hơn vào cuối [trang 597] năm 1961, nhưng điều này có thể một phần nào đó là do Việt cộng chuyển hướng tập trung xuống vùng duyên hải, nơi có thể tuyển bộ đội người Kinh và tìm được lương thực.

Tại Miền Nam Việt Nam (các tỉnh phía nam và giáp phía bắc Sài Gòn) tình hình quân sự bề ngoài ổn định, nhưng thực sự khá bất lợi cho chúng ta khi các chiến dịch của Việt cộng tiếp tục ở mức độ cao và dân chúng không được Chính phủ bảo vệ hiệu quả. Các khu vực hẻo lánh (như vùng của Cha Hóa ở Cà Mau,

In late 1959 the GVN had effective control over almost all of South Viet-Nam (except for old Communist base areas like the Plaine des Joncs). One could travel, at least by day, almost anywhere in Viet-Nam without escort, and in Central Viet-Nam security was virtually absolute. Today the Viet Cong effectively control large areas of the countryside except when GVN security forces enter in adequate numbers, and much of the rest of the countryside oscillates between the two sides. Real government control is largely confined to the cities and towns.

Current Trend. While the rapid deterioration of September-October, 1961, especially in anti-Communist morale, was stopped by increased U.S. military aid and improvements in GVN military capabilities, the present overall security trend continues gradually against us. In the Central Viet-Nam lowlands provinces security has seriously deteriorated during 1962. The Central Viet-Nam highlands provinces are, on the other hand, in better shape than at the end [Page 597]of 1961, but this seems attributable, in part at any rate, to Viet Cong shift in focus from that area to the lowlands where ethnic Vietnamese recruits and food are available.

In southern Viet-Nam (the provinces south and immediately to the north of Saigon) the military situation is superficially a stand-off, but it is actually somewhat in our disfavor as Communist-initiated incidents continue at a high level and the populace is thus not getting effective government protection. Isolated areas (like Father Hoa's area at the southern tip of Viet-Nam) have

mỏm phía nam của Việt Nam) đã cải thiện, nhưng đó là trường hợp ngoại lệ, không phải tình trạng chung.

Viễn cảnh. Khuynh hướng tương lai có vẻ như sẽ tiếp tục ngày càng suy thoái hơn, có lẽ thỉnh thoảng sẽ có một chiến dịch rộng lớn của Việt cộng được thực hiện nhằm mục đích tuyên truyền. Không có viễn cảnh gần nào cho thấy Việt cộng sẽ chuyển quân du kích sang các lực lượng chính quy, nhưng họ có thể thấy rằng điều đó không cần thiết cho việc chiếm gọn Miền Nam. Thay vào đó, họ có thể quyết định sẽ dựa vào sự mệt mỏi vì chiến tranh tại Nam Việt Nam cũng như tại Hoa Kỳ.

Nếu chiến tranh kéo dài với suy thoái dần và không có hy vọng chiến thắng, điều nguy hiểm là sẽ dẫn tới cảm thức chính trị trong giới trí thức Nam Việt Nam từ lập trường chống Cộng mạnh mẽ sang trung lập như cách duy nhất để ngừng cuộc chiến. Từ quan điểm của Hoa Kỳ, tôi thấy như thế sẽ là tai họa, vì trung lập hóa riêng Nam Việt Nam sẽ mau chóng dẫn tới việc Cộng sản Bắc Việt kiểm soát toàn bộ.

2. Tại Sao Chúng Ta Thua?

Yếu tố căn bản. Tổng Thống Diệm và những nhược điểm của ông ta tiêu biểu cho lý do nền tảng của khuynh hướng chống lại chúng ta trong cuộc chiến này. Trong hoàn cảnh hiện nay, phẩm chất xuất sắc của ông về sự thông minh và can đảm đã bị đè bẹp bởi 2 nhược điểm lớn: **a**) kém hiệu quả về mặt tổ chức trong chính phủ, do ông không đưa ra được các quyết định [cần thiết], từ chối trao quyền cho người đại diện, thiếu chuỗi quyền lực (hàng dọc), không chịu nhận lỗi, đa nghi; và **b**) thiếu khả năng thu hút sự ủng hộ của quần chúng vì yếu kém trong vai trò một

improved, but they represent the exception rather than the rule.

Prospect. The future trend is likely to continue to be gradual deterioration, with perhaps an occasional dramatic large-scale Communist incident carried out for psychological purposes. There is no immediate prospect of Communist conversion of their guerrillas into conventional forces, but they may feel this will not be necessary for their take-over of South Viet-Nam. They may instead decide to depend upon war fatigue in South Viet-Nam and/or the U.S.

If the war drags on with gradual deterioration and no hope of victory, the danger will arise of a switch in political sentiment among the South Vietnamese educated class from strong anti-Communism to neutralism as the only way to stop the war. From the U.S. standpoint I believe this would be disastrous as neutralization of South Viet-Nam alone would shortly lead to Communist take-over from North Viet-Nam.

2. Why Are We Losing?

Fundamental Factor. President Diem and his weaknesses represent the basic underlying reason for the trend against us in the war. Under present circumstances his excellent qualities of intelligence and courage are outweighed by two great weaknesses: a) the organizational inefficiency of his government resulting from his failure to take decisions, refusal to delegate, lack of chain-of-command, refusal to permit errors and distrust; and b) his inability to rally the masses to his support because of his defects as a politician. To

chính trị gia. Để chiến thắng Cộng sản, Chính phủ Nam Việt Nam phải hoạt động có hiệu quả hoặc là phải được lòng dân. Nhưng chính phủ của ông Diệm không có cả 2 điểm này.

Mọi người đều thừa nhận rằng nhất thiết phải có sự ủng hộ của người dân nếu chúng ta muốn thắng cuộc chiến này. Vì chính phủ Nam Việt Nam hiện nay không được dân ủng hộ, nên không có đủ tin tình báo từ người dân để đánh bại kẻ thù, và quân địch vẫn tiếp tục duy trì được sức mạnh thông qua việc tuyển quân từ dân chúng.

Để phá vỡ vòng tròn khắc nghiệt này, Chính phủ phải chiếm được sự ủng hộ từ dân làng bằng cách tạo ra sự bảo vệ thích đáng và giúp họ cải thiện mức sống. Trên lý thuyết, chương trình ấp chiến lược được thiết kế [trang 598] để làm điều đó, nhưng hiệu quả tổ chức kém và sách lược chính trị tồi của Chính phủ ông Diệm không mang lại hứa hẹn gì là chương trình sẽ được Chính phủ thực hiện hiệu quả.

Bất chấp việc Hoa Kỳ thường xuyên hối thúc nhiều tháng qua, đã không có ưu tiên thực sự nào cho việc thiết lập các ấp chiến lược được đưa ra, và cũng không có sự phân phối một cách hệ thống các nguồn tài nguyên quân sự và dân sự có giới hạn nhằm hỗ trợ chương trình. Thay vì vậy, các quan chức cao cấp đang đồng loạt triển khai nhanh ở khắp mọi nơi nhằm hoàn tất số liệu đủ để làm hài lòng các áp lực từ Sài Gòn, cho dù xét về hầu hết các khía cạnh thiết yếu thì rất nhiều - có lẽ là hàng loạt - trong số những ngôi làng này không đủ yêu cầu để đạt được những mục tiêu của họ, và dân chúng vì thế thường bị cưỡng bức lao động hoàn toàn vô ích.

win against the Communists, the Government of Viet-Nam should be either efficient or popular, but the Diem Government is neither.

There is common agreement on the essentiality of support of the population if our side is to win the war. Since the GVN does not now have this support, it cannot get adequate intelligence from the people to rout the enemy, and the enemy continues to be able to maintain its strength through recruitment from the population.

To break this vicious circle, the government must win the support of the villagers by providing adequate protection and helping them improve their lot. This the strategic hamlet program is designed in [Page 598] theory to do, but the Diem Government's organizational inefficiency and poor political approach give little promise that the program will be effectively implemented by that government.

Despite frequent U.S. prodding over many months no real priorities for the establishment of strategic hamlets have been set up, and no systematic allocation of limited civilian and military resources has been made in support of the program. Instead prominent officials are pushing forth everywhere at once to complete the number which will satisfy the pressures from Saigon, even though in almost all essential respects many—probably the bulk—of these hamlets will be inadequate to achieve their purposes and the people will often have been forced to labor in vain.

Phương thức chính trị áp dụng theo chỉ thị của ông Nhu tại các ấp chiến lược (lập các tổ chức quần chúng và dựa vào "tự lực", chẳng hạn như lao động cưỡng bức) phần nhiều làm mất lòng người dân hơn là thu phục họ, và việc bầu cử các cán bộ ấp chiến lược bằng phiếu kín trong bối cảnh Việt Nam có nhiều khả năng là gian lận. Yếu tố kinh tế và xã hội của chương trình - thiết yếu để giành được sự ủng hộ tích cực từ người dân - đến lúc này hầu như vẫn không được Chính phủ chú trọng, trừ ra một số ấp chiến lược kiểu mẫu, và trong hai vùng mà chúng ta đã tảo thanh và bình định, nơi [người Mỹ] chúng ta hoạt động gần gũi với người dân Việt. Tất cả những lý do đó là nguy cơ nghiêm trọng đang làm hỏng đi chương trình ấp chiến lược trong mắt người dân.

Không có cơ may nào thay đổi đường lối chính trị của ông Diệm và Nhu, hay phương thức tổ chức và cai trị của họ. Ông Diệm đã quá già và cứng nhắc theo kiểu cách quan liêu của ông. Cả ông và Nhu đều tin chắc rằng họ hiểu Việt Nam hơn bất kỳ ai khác, và do vậy chỉ thỉnh thoảng mới nghe lời khuyên. Cả hai người đều quá ngờ vực bất kỳ ai ngoài gia đình của họ đến nỗi họ hoàn toàn không muốn thay đổi phương pháp "chia để trị" của họ trong điều hành Chính phủ.

3. Kết luận và khuyến nghị

Kết luận: Chúng ta không thể thắng cuộc chiến này với các phương thức của Diệm-Nhu, và chúng ta không thể thay đổi các phương thức đó cho dù có tạo bao nhiêu áp lực đối với họ.

Khuyến nghị: Loại trừ ông Diệm, ông bà Nhu và toàn bộ gia đình họ Ngô.

The political approach used under Nhu's tutelage in the strategic hamlets (establishment of mass organizations and reliance on "self-help", i.e., forced labor) is more likely to alienate than win the people, and the election of hamlet officials by secret ballot is likely in Viet-Nam's atmosphere to be a sham. The economic and social component of the program—vital to gaining active support of the people—has received virtually no GVN emphasis to date except in a few model hamlets and the two clear-and-hold areas where we have been operating closely with the Vietnamese. For all these reasons there is a serious risk of compromising the strategic hamlet program in the eyes of the people.

There is no chance of changing Diem and Nhu's political ways or methods of organization and governing. Diem is too old and set in his mandarinal ways. Both he and Nhu are convinced they know Viet-Nam better than anyone else, and thus infrequently accept advice. Both likewise so basically distrust almost everyone outside the family that they are completely disinclined to change their "divide and rule" method of governing.

3. Conclusion and Recommendations

Conclusion: That we cannot win the war with the Diem-Nhu methods, and we cannot change those methods no matter how much pressure we put on them.

Recommendation: Get rid of Diem, Mr. and Mrs. Nhu and the rest of the Ngo family.

Giải pháp khác

a. Phó Tổng Thống Nguyễn Ngọc Thơ và Tướng Dương Văn Minh như một liên minh, với ông Thơ thắng cử hợp hiến vào chức vụ Tổng Thống và Tướng Minh, vị Tướng được dân chúng ưa chuộng nhất, chỉ huy quân lực. Giải pháp này nên chọn nhất. Ông Thơ có phẩm chất của một chính khách và sự linh động của ông sẽ đánh bạt các nhược điểm của ông. Cũng quan trọng tương đương, là tuy chính phủ của Thơ và Minh có thể sẽ không hiệu quả như chính phủ ông Diệm, họ sẽ cho phép cố vấn Mỹ hoạt động sát cận với quân và dân VNCH, và như thế sẽ cho chúng ta cơ hội (mà phần lớn cơ hội này đã bị Diệm và Nhu bác bỏ) để tăng hiệu quả hoạt động của VNCH.

b. Tướng Lê Văn Kim và Tướng Dương Văn Minh. Nếu Phó Tổng Thống Thơ từ chối hợp tác trong việc lật đổ ông Diệm (và không ai có thể nói là ông Thơ sẽ quyết định thế nào về việc đó, trừ phi ông ta nói ra), rồi thì sự kết hợp Tướng Kim (viên tướng thông minh nhất trong các viên tướng VNCH) và Tướng Minh sẽ là giải pháp thứ nhì. Hiện nay, Tướng Kim làm phụ tá cho Tướng Minh ở Bộ Tổng Tham Mưu, và Tướng Minh có thể đồng ý cho Tướng Kim nắm chính phủ và Tướng Minh nắm quân đội.

3. Trần Quốc Bửu. Chủ tịch Tổng Liên Đoàn Công Nhân Thiên Chúa giáo.[i] Chỉ huy tổ chức quan trọng duy nhất tại VN nằm ngoài kiểm soát của

[i] Mendenhall ghi nhầm, đoàn thể của ông Bửu không có tính tôn giáo dù có người cho rằng hai chữ "Lao Công" hàm ý "Lao động Công giáo" , tên đúng phải là Tổng liên đoàn Lao công Việt Nam.

Alternatives:

a. Vice President Tho and General "Big" Minh as a duumvirate, with Tho succeeding constitutionally to the Presidency and Minh, the most popular general, in charge of the armed forces. This would be the preferred alternative. Tho's qualities as a politician and flexibility outweigh his weaknesses. Equally important, while a government by him and Minh might per se not be much more efficient than the Diem [Page 599] Government, they would permit U.S. advisors to operate closely on the civilian as well as the military side, and thus give us the chance largely refused by Diem and Nhu of infusing efficiency into the GVN's operations.

b. General Le Van Kim and General "Big" Minh. If Vice President Tho refuses to cooperate in the overthrow of Diem (and no one can say whether he would until he is sounded), then a combination of Kim (the most intelligent of all the generals) and Minh would be the second alternative. At present Kim is Minh's deputy in the Field Command, and it would probably be acceptable to Minh for Kim to run the Government and Minh the armed forces.

c. Tran Quoc Buu, President of the Vietnamese Confederation of Christian Workers. Head of the only important organization in Viet-Nam not

chính phủ, ông Bửu có phẩm chất của một chính khách tài năng, biết cách vận dụng quần chúng. Sát cánh với ông Nhu trong việc tổ chức Đảng Cần Lao thời kỳ đầu, ông Bửu không còn thân cận với nhà Ngô nữa, nhưng cũng chưa dứt lìa hoàn toàn. Chúng ta không rõ quan hệ của ông Bửu với quân đội VNCH, nhưng không ai biết điều gì cho tới khi thăm dò xem ý ông có sẵn sàng lãnh đạo một cuộc đảo chánh hay không.

Cân nhắc các rủi ro: Việc chuyển từ [chế độ] Diệm sang một giải pháp thay thế khác sẽ có rủi ro lớn, vì quân Cộng sản có thể giành lợi thế trong lúc rối loạn (đặc biệt nếu khủng hoảng kéo dài). Nhưng điều này có thể hóa giải, ít nhất là một phần nào, bằng sự can thiệp tạm thời của quân đội Mỹ trong thời gian khủng hoảng nhằm ngăn Việt cộng chiếm các thành thị.

Một rủi ro khác là đảo chánh có thể thất bại, với ảnh hưởng xấu đến quan hệ tương lai giữa chúng ta với [chế độ] Diệm. Nhưng ông Diệm không có nơi nào khác ngoài việc đến với người Mỹ để tìm sự hỗ trợ.

Và rủi ro quan trọng nhất là [Nam] Việt Nam rất có khả năng bị mất vào tay Cộng sản nếu chúng ta tiếp tục gắn bó với ông Diệm.

4. Thực hiện đảo chánh như thế nào[1]

(Tôi chưa bao giờ thực hiện một vụ đảo chánh, và cũng không phải chuyên gia trong lĩnh vực này. Tôi đề nghị một cách có thể làm - là cách tốt nhất tôi nghĩ ra được - nhưng có thể có những cách khác tốt hơn.)

[1] Kế bên tiêu đề này có dòng chữ viết tay: "Nghe có vẻ như một nhiệm vụ rất phức tạp và khó lòng giữ kín trước khi thực hiện. Edward Rice"

under government control, Buu has the qualities of a good politician, and knows how to influence the people. An early close colleague of Nhu's in organizing the Can Lao Party, he is no longer close to the Ngo family, but has not broken completely with it. What Buu's relations with the military would be are not known, nor could one be sure without sounding him of his willingness to head a coup effort.

Comparative Risks: The risk involved in switching from Diem to an alternative would be substantial because of possible Communist military gains in the attendant confusion (especially if the crisis were prolonged). But this can be counteracted, at least in part, by temporary U.S. military intervention during the crisis to prevent Communist seizure of towns.

There is also the risk of failure of a coup, with its adverse effects on our future relations with Diem. But Diem has no place else to turn except to the U.S. for support.

And the overriding risk is the likelihood of the loss of Viet-Nam to the Communists if we stick with Diem.

4. How the Coup Might Be Carried Out[1]

(I have never carried out a coup, and am no expert in this field. I am suggesting a possible means of doing it—the best that has occurred to me—but there may be better ways.)

[1] Next to this heading is written: "(Sounds like a very complicated job and hard to keep secret beforehand. ER)."

Nên giữ kín sự can thiệp của Mỹ vào cuộc đảo chánh đến mức tối đa có thể. Chúng ta hẳn muốn tránh bất kỳ dư luận công chúng nào cho rằng tân chính phủ là con rối của chúng ta. Tuy nhiên, không nên để nỗi lo bị lộ ngăn cản sự can thiệp bí mật. Chúng ta sẽ luôn bị cáo buộc bởi một số liên hệ (giống như việc chúng ta đã bị quy chụp về nỗ lực đảo chánh tháng 11-1960 và vụ dội bom Dinh Tổng Thống tháng 2-1962).[1] *[Trang 600]* Quy luật có tính nguyên tắc là không công khai thừa nhận sự liên hệ.

Những quan chức thích hợp của Hoa Kỳ sẽ âm thầm tiết lộ với một vài người Việt Nam được chọn lựa cẩn trọng (như ông Thơ và Tướng Minh) về khả năng đảo chánh, và nếu cần sẽ bày tỏ việc sẵn sàng hỗ trợ cuộc đảo chánh vào lúc thích hợp. Với sự khuyến khích này, các viên chức Việt Nam đó sẽ kết nối với một số người Việt khác để cùng tham gia. Những liên lạc với người Mỹ sẽ rất hạn chế để giữ kín vai trò của chúng ta. Chúng ta sẽ cố vấn sau hậu trường về việc tổ chức và sẽ để người Việt thực hiện toàn bộ.

Mục tiêu sẽ là bắt giữ tức thời anh em nhà Ngô và bà Nhu và lập tức đưa họ ra khỏi Việt Nam nếu họ sống sót được sau việc bắt giữ. Tiến trình bắt giữ hẳn sẽ dễ dàng hơn khi Diệm và ông bà Nhu ra khỏi Dinh Tổng thống và đi đâu đó trong nước. Việc thực hiện đảo chánh sẽ tốt hơn khi anh em ông Ngô Đình Thục (Tổng

---

[1] Về vụ thả bom Dinh Gia Long vào tháng 2, xem các hồ sơ 87-97. Về các văn bản liên quan đến nỗ lực đảo chánh tháng 11-1960, xem Các Quan Hệ Quốc Tế, 1958-1960, Tập 1, trang 631 ff.

It would be desirable to keep the U.S. hand in the coup concealed to the maximum extent feasible. We would want to avoid any public connotation that the new government was our puppet. However fear of exposure should not deter our discreet involvement. We shall always be accused by some of involvement (just as we were with respect to the November, 1960, coup attempt and the February, 1962, palace bombing).[1] [Page 600]The cardinal rule would be not to admit involvement publicly.

The appropriate U.S. officials would quietly sound out a few carefully selected Vietnamese (such as Tho and Minh) about a coup possibility, and would if indicated make known its readiness to support a coup at the proper time. With this encouragement these few Vietnamese would contact other Vietnamese about participation. U.S. contacts would be kept very limited to restrict knowledge of our role. We would advise behind the scenes on organization, and let the Vietnamese do all of the implementing.

The aim would be immediate seizure of all of the Ngo brothers and Mme. Nhu and their immediate removal from Viet-Nam if they survived the process of seizure. The physical process of seizure would probably be easier when Diem and the Nhus are out of the palace traveling around the country. It would preferably be carried out when brothers Thuc (the Archbishop) and

[1] Regarding the February bombing of the palace, see Documents 87-97; for documentation on the November 1960 coup attempt, see Foreign Relations, 1958-1960, vol. I, pp. 631 ff.

Giám Mục) và Ngô Đình Luyện (Đại sứ Việt Nam tại Anh quốc) đang ở ngoài nước, vì việc đối phó với họ sẽ chỉ đơn giản là không cho nhập cảnh về lại Việt Nam. Nguyễn Đình Thuần (Bộ Trưởng Phủ Tổng Thống) và Trần Kim Tuyến (Chỉ huy Mật Vụ) sẽ bị bắt giữ để ngăn họ chống lại kế hoạch đảo chánh, nhưng có thể được thả ra sau khi đảo chánh hoàn tất vì không hẳn là họ thực sự nguy hiểm cho chính phủ mới.

Bởi vì quân đội là quyền lực thực sự duy nhất tại VN, nên sẽ cần sắp xếp trước để càng nhiều đơn vị chính yếu ủng hộ đảo chánh càng tốt. Cần dè dặt cẩn trọng với phương thức tiếp cận quá mở rộng như thế, nhưng vì các kế hoạch bắt giữ gia đình họ Ngô có thể bị hỏng từ đầu, việc dè dặt phải cân đối với nhu cầu sử dụng quân lực mở rộng và để đạt mục tiêu là không cho gia đình nhà Ngô cơ hội kêu gọi các đơn vị quân đội chính yếu về giải cứu.

Hoa Kỳ nên sẵn sàng đưa quân tác chiến vào Nam Việt Nam để ngăn cản việc Cộng sản chiếm giữ các thành thị trong giai đoạn khủng hoảng. Nếu cần thực hiện bước này, Hoa Kỳ nên công khai loan báo sự trung lập đối với các lực lượng chống Cộng ở Việt Nam. Chúng ta không nên bị trì trệ việc thực hiện bước này chỉ vì không có yêu cầu từ chính phủ Việt Nam.

Việc tính toán thời gian đảo chánh là cực kỳ quan trọng. Cuộc đảo chánh nên thực hiện khi có khuynh hướng rõ rệt công khai chống lại chính phủ ông Diệm trong cuộc chiến chống Cộng, bởi vì sẽ có thêm nhiều

Luyen (Ambassador to the U.K.) are out of the country since they would be taken care of simply by preventing re-entry. Thuan (Secretary of State for the Presidency) and Tuyen (head of the secret police) would be detained to prevent counter-plotting, but could probably be released after the coup was over since it is doubtful they would pose any real danger to a new regime.

Since the armed forces represent the only real power force in Viet-Nam, it would be necessary to line up in advance in support of the coup as many of their key elements as feasible. Discretion would dictate caution in too wide an approach, but since plans for seizure of the Ngo family could miscarry at first, discretion should be balanced against the possible need to use the armed forces extensively and the desirability of denying the Ngo family the possibility of rallying a significant segment of the armed forces.

The U.S. should be prepared to introduce combat military forces into South Viet-Nam to prevent Communist seizure of provincial towns during the crisis. If necessary to execute this step, the U.S. should publicly announce its neutrality between the contending anti-Communist forces in Viet-Nam. We should not be deterred from the step by the absence of a request from the GVN.

Timing of a coup would be extremely important. Preferably the coup should be carried out when there is publicly clear trend against the GVN in the war with the Communists since many more Vietnamese would be psychologically prepared to support a coup under

người Việt được chuẩn bị tâm lý để ủng hộ đảo chánh trong hoàn cảnh này. Cũng nên rút ngắn [Trang 601] thời gian chuẩn bị kế hoạch mở rộng trước khi thực hiện đảo chánh vì có nguy cơ bị lộ. Tuy nhiên, người Mỹ sẽ bí mật làm việc với một số người Việt có chọn lọc trong việc chuẩn bị kỹ lưỡng các kế hoạch đảo chánh trước giai đoạn liên lạc rộng rãi và tiến hành.

Thân nhân của các viên chức Mỹ nên di tản ra khỏi Việt Nam trước khi thực hiện kế hoạch đảo chánh. Nếu không, chính phủ Diệm có thể sẽ bắt họ làm con tin và họ không do dự trong dùng con tin để gây áp lực với chúng ta.

these circumstances. It would be preferable also to keep the [Page 601] interval between widespread planning and execution short because of the danger of leaks. This does not mean, however, that the U.S. might not discreetly work with selected Vietnamese on the development of coup plans well in advance of widespread contacts and execution.

American dependents should have been evacuated from Viet-Nam in advance of execution of the coup plans. Otherwise we might well find them hostages in the hands of the Diem Government which would not hesitate to use them to pressure us.

NGÔ ĐÌNH NHU MUỐN THAY THẾ NGÔ ĐÌNH DIỆM LÀM TỔNG THỐNG VIỆT NAM CỘNG HÒA VÀO NĂM 1963

Trí Tánh trích dịch từ Đánh giá của CIA (theo Bản Ghi nhớ FRUS-1963. 256)[1]

Tháng 8 năm 1963, một số biến động chìm và nổi đã đẩy cuộc khủng hoảng chính trị tại miền Nam Việt Nam vào một khúc quanh mới trầm trọng và phức tạp hơn.

"Nổi" là chiến dịch Nước Lũ của ông Ngô Đình Nhu nhằm tiêu diệt toàn bộ cấp lãnh đạo của phong trào đấu tranh của Phật giáo đồ. Trong đêm 20 rạng ngày 21/8, ông Nhu ra lệnh cho Lực lượng Đặc biệt (của Đại tá Lê Quang Tung) và Cảnh sát Dã chiến mặc quân phục binh chủng Nhảy Dù ồ ạt và hung bạo tổng tấn công các chùa tại Sài Gòn cũng như trên toàn miền Nam. Kết quả là chính quyền đã bắt giam hơn 1.400 tăng ni và Phật tử.[2] Phía quân đội bị đài VOA cũng như dân chúng miền Nam hiểu lầm nên lên án hành động hung bạo này. Sau đêm đó, cuộc đấu tranh của Phật giáo tại Sài Gòn hầu như bị tê liệt, nhường đấu trường cho quần chúng mà tiên phong là lực lượng thanh niên sinh viên học sinh và giới trí thức thủ đô.

---

[1] Bản Ghi nhớ này nằm trong Hồ sơ Lưu trữ FRUS của Bộ Ngoại giao Mỹ. [Foreign Relations of the United States, 1961-1963, Volume III, Vietnam, 1963, Document 256], trang 569 đến 571.

[2] Xem FRUS 1961-1963, Vietnam, Điện văn 274, trang 613 và 614

"Chìm" là một mặt ông Nhu tiến hành các động thái thỏa hiệp với Hà Nội qua trung gian Đại diện Ba Lan Mieczylaw Maneli trong Ủy hội Quốc tế Kiểm Soát Đình Chiến ICC; mặt khác, trước cả đêm kinh hoàng "Nước Lũ", ông Nhu đã lên kế hoạch thực hiện một cuộc đảo chánh giả, đặt tên là Bravo 2, dùng Lực lượng Đặc biệt và vài đơn vị trung thành để chống lại cuộc đảo chánh thật (cũng đang trong quá trình hình thành và được ông Nhu ký hiệu là Bravo 1) của các Tướng lãnh, để cuối cùng sẽ vừa vô hiệu hóa các Tướng lãnh vừa đưa ông Nhu lên thay thế ông Diệm làm Tổng thống. Như vậy, trong năm 1963, ông Diệm chỉ là một Tổng thống bù nhìn sắp mất chức, và người thực sự "cai trị" Đệ Nhất Cộng hòa chính là ông em "cố vấn" Ngô Đình Nhu đang "có vấn đề tâm thần".

Lẽ dĩ nhiên là các Tướng lãnh và giới chính trị Sài Gòn đã phong thanh biết được âm mưu "cướp ngôi" này. Cũng lẽ dĩ nhiên là các cơ quan tình báo nước ngoài của Pháp, Đài Loan, Vatican... đều có ít nhiều thông tin. Nhưng có nhiều dữ kiện và thông tin xác thực nhất là Mỹ. Và kế hoạch này của ông Nhu nghiêm trọng đến nỗi cơ quan CIA tại Sài Gòn phải theo dõi và liên tục thẩm định để báo cáo về Washington.

Dưới đây là phần trích dịch Bản Ghi nhớ đề ngày 16 tháng 8 năm 1963 mà Phó Giám đốc Kế hoạch CIA (Richard Helms) gửi cho Phụ tá Ngoại trưởng đặc trách Viễn đông Sự vụ (Roger Hilsman) để lượng giá về tình hình tại Nam Việt Nam, trong đó có đính kèm hai Bản Phụ Đính (Attachment), phân tích khả năng ông Nhu có thể lên thay thế ông Diệm, và từ đó mô tả bộ máy quyền lực hỗn loạn của ba anh em nhà Ngô.

256 BẢN GHI NHỚ DO PHÓ GIÁM ĐỐC KẾ HOẠCH CIA (HELMS) GỬI CHO PHỤ TÁ NGOẠI TRƯỞNG ĐẶC TRÁCH VIỄN ĐÔNG SỰ VỤ (HILSMAN)[1]

Washington, ngày 16 tháng 8 năm 1963

ĐỀ MỤC

Kính chuyển Những Đánh giá về Tình hình tại Nam Việt Nam.

Đính kèm[i] là những đánh giá do CIA Sài Gòn soạn thảo về tình hình bất ổn định của Chính phủ Việt Nam và khả năng có một cuộc đảo chánh do khủng hoảng Phật giáo tiếp diễn. Những thảo luận trong buổi họp ngày 14 tháng 8[2] dựa trên cơ sở của các báo cáo này.

Thừa lệnh Phó Giám đốc (Kế hoạch)

W. E. Colby

PHỤ ĐÍNH 2[3]

ĐỀ MỤC

Khả năng Ngô Đình Nhu kế vị Tổng thống Ngô Đình Diệm[i]

1. Những tình huống khi Tổng thống Ngô Đình Diệm rời khỏi chính trường sẽ là những tiền đề

---

[1] Nguồn: Bộ Ngoại Giao, Hồ sơ các nhóm hoạt động tại Việt Nam, Lot 67 D 54, POL 26, Tin đồn Đảo chánh. Mật. Bản sao bao gồm bản ghi nhớ và các phụ đính được gửi đến Krulak và Forrestal.

[2] Không tìm thấy bản ghi nào về những thảo luận này.

[3] Văn bản mật.

[i] Bản Ghi Nhớ này có 4 Phụ Đính (attachments), chỉ trích dịch ở đây 2 Phụ đính có nội dung quan trọng hơn.

256. MEMORANDUM FROM THE DEPUTY DIRECTOR FOR PLANS, CENTRAL INTELLIGENCE AGENCY (HELMS), TO THE ASSISTANT SECRETARY OF STATE FOR FAR EASTERN AFFAIRS (HILSMAN)[1]

Washington, August 16, 1963.

SUBJECT

Transmittal of Estimates on Situation in South Vietnam

Attached hereto are estimates prepared by CIA in Saigon with regard to Government of Vietnam instability, and the likelihood of a coup d'etat, brought on by the continuing Buddhist crisis. Discussions held at our 14 August meeting[2] were based upon these reports.

For the Deputy Director (Plans):

W. E. Colby

ATTACHMENT 2[3]

SUBJECT

The Possibility of Ngo Dinh Nhu Succeeding President Ngo Dinh Diem

1. The circumstances of President Ngo Dinh Diem's departure from the scene will be an extremely important

---

[1] Source: Department of State, Vietnam Working Group Files: Lot 67 D 54, POL 26, Coup Rumors. Secret. Copies of the covering memorandum and the attachments were sent to Krulak and Forrestal.

[2] No record of these discussions has been found.

[3] Secret.

cực kỳ quan trọng cho việc Ngô Đình Nhu kế vị làm Tổng thống Nam Việt Nam. Những khả năng đó bao gồm:

a. Từ chức

b. Chết tự nhiên hay chết vì tai nạn

c. Bị ám sát

d. Bị đảo chánh, có thể nhưng không chắc sẽ bị giết.

2. Tất nhiên, ông Nhu là một thành viên Quốc Hội được bầu lên ở tỉnh Khánh Hòa. Với sự loại trừ Diệm, ông Nhu có thể dựa theo điều 34 để nắm quyền Tổng thống trong thời gian không quá hai tháng mà không vi phạm Hiến Pháp, nếu trước đó thuyết phục được Phó Tổng thống Nguyễn Ngọc Thơ và Chủ tịch Quốc Hội Trương Vĩnh Lễ từ nhiệm chức vụ hiện tại và xếp đặt để Quốc hội bầu ông ta lên thay thế ông Lễ. Sau đó, Nhu sẽ có thêm hai tháng để thu xếp và chiến thắng trong một cuộc tổng tuyển cử đưa ông ta lên chức vụ Tổng thống một cách hợp pháp.

Trong mối quan hệ này, Phó Tổng thống Thơ là một yếu tố không lường được. Dù chưa bao giờ được xem như một người đặc biệt mạnh mẽ, nhưng ông ta có lẽ cũng không phải một người tầm thường như ông Lễ, và ông ta chưa bao giờ có cơ hội để chứng tỏ khí phách của mình. Rất có thể trong một cuộc khủng hoảng của Chính phủ Việt Nam, ông Thơ với sáng kiến riêng của mình có thể tạo ra đủ lực hỗ trợ để ngăn chặn tham vọng của Nhu, ngay cả khi ông ta cuối cùng không đủ sức để duy trì cương vị Tổng

predeterminant to Ngo Dinh Nhu's succession as President of South Vietnam. The possibilities include:

a. Resignation
b. Death by natural or accidental means
c. Death by assassination
d. Overthrow by coup d'etat, possibly, but not necessarily involving death.

2. Nhu is, of course, a member of the National Assembly, Khanh Hoa Province being his home constituency. Given the elimination of Diem, it therefore follows that Nhu could, without violating the constitution, aspire under Article 34 to exercise the powers of the President for a period not exceeding two months, if he could first persuade both Vice President Nguyen Ngoc Tho and Truong Vinh Le, President of the National Assembly, to resign their present offices, and then contrive his own election by the Assembly as successor to Le. Nhu would then have two further months during which to arrange and win a general election which would legally install him in the office of President.

Vice President Tho, in this connection, represents an imponderable. Although he has never been considered a particularly strong man, he is probably not a cipher like Le and has never had an opportunity to show his mettle. It is possible that in a Government of Vietnam (GVN) crisis Tho might, on his own initiative, generate enough support to thwart Nhu's ambitions, even if he might not ultimately

thống đủ lâu đến hết nhiệm kỳ theo quy định của Hiến pháp.

Dù rất khó lượng định khả năng thành công của Nhu khi đưa ra nước cờ này, nhưng trên lý thuyết thì điều này là có thể và đúng văn bản pháp luật tuy có vận dụng sai lệch, miễn là ông Diệm từ chức chứ không phải bị đảo chánh. Rõ ràng là Nhu, người chỉ đứng sau Diệm, hiện nay là quyền lực chính trị mạnh nhất tại Việt Nam.

3. Hậu quả của khả năng thứ tư, nghĩa là Diệm bi lật đổ bằng bạo lực, thì cơ hội để Nhu lên kế vị sẽ rất thấp, dù ông ta dùng phương cách cách hợp hiến hay vi hiến. Mặc dầu có thể thừa nhận rằng Nhu có khả năng ở chức vụ lãnh đạo, trên phương diện kinh nghiệm, kỹ năng tổ chức, và là động lực [Trang 572] phía sau chương trình Ấp Chiến lược v.v... nhưng ông ta lại có quá nhiều người chống đối trong giới trí thức và giới có học trong quần chúng, kể cả giới quân nhân. Một điều rõ ràng là, cục nợ lớn nhất của ông Nhu chính là bà Nhu, người mà các thành phần quần chúng nói trên đều biểu lộ một thái độ thù nghịch cá nhân gay gắt vì cho rằng bà ta đồi bại, nhiễu sự, loạn óc, hay tệ hơn thế nữa.

Dù sự chống đối vợ chồng Nhu là dựa trên logic thuần túy hay trên cảm tính bồng bột thì điều đó cũng không quan trọng, điều quan trọng ở đây là sự chống đối đó có thật. Việc Nhu tự mình nắm lấy quyền bính sau khi Diệm bị đảo chánh là rất khó, nếu không nói là không thể, dù bằng bất kỳ phương thức nào. Vợ chồng ông

succeed in maintaining himself in the Presidency long enough to finish out the constitutional term.

Although it is extremely difficult to assess the likelihood that Nhu could successfully carry off this gambit, it is technically possible and could be done within the letter of the law, if not its spirit, provided Diem had left office under circumstances not involving a coup d'etat as such. It is clear that Nhu, second only to Diem, is at this time the strongest political power in Vietnam.

3. In the aftermath of the fourth possibility, namely violent overthrow of Diem, Nhu's chances of succession would be poor, whether he tried to do so by either constitutional or unconstitutional means. While perhaps conceding Nhu's competence to hold high office, in terms of experience, organizational capability, and as the driving force [Page 572] behind the strategic hamlet program, etc., there exists considerable opposition to him among the educated and articulate elements of the population, including the military. Unquestionably, his greatest liability is Madame Nhu, towards whom these same elements express an intense and indeed very personal hostility on the ground that she is vicious, meddlesome, neurotic, or worse.

Whether this opposition to Nhu and his wife is based on cold logic or on supercharged emotions is immaterial, it is important because it exists. It would be difficult, if not almost impossible, for Nhu to install himself in office, by any method whatever, after the removal of his brother

Nhu thoát chết là may mắn lắm rồi, vì thật ra đã có ít nhất là một âm mưu ám sát hai vợ chồng ông ta nhưng giữ lại ông Diệm để điều hành một chính phủ Việt Nam tái định hướng.

4. Trong buổi nói chuyện với một quan sát viên Mỹ vào ngày 25 tháng 6 vừa qua (TDCSDB-3/655, 297 và CSDB-3/655, 373),[1] Nhu dần dần tự du mình vào một tình trạng tâm thần xúc động cao độ. Một trong những điều Nhu đã biểu lộ là sự chống đối mãnh liệt ông Diệm và chính phủ của ông ta, đến một mức độ mà sẽ là thiếu khôn ngoan nếu loại trừ hoàn toàn khả năng Nhu có thể nỗ lực thực hiện một cuộc đảo chánh chống lại Diệm. Đây không phải là lần đầu tiên Nhu tự biểu lộ sự hung bạo như thế. Trong một buổi nói chuyện hai tháng trước đó với hai biên tập viên của báo Time/Life, do Đặng Đức Khôi làm thông dịch, Nhu đã nói thẳng thừng rằng chế độ hiện tại (dù không nhất thiết chỉ đến bản thân ông Diệm) phải bị hủy diệt. Ông ta lập lại câu đó nhiều lần và nhấn mạnh bằng một câu tiếng La-tinh *"Carthago delenda est"*.[i] Đã nhiều lần trong quá khứ, Nhu biện hộ cho nhận xét như thế của ông ta bằng cách nói rằng ông ta xem chế độ Diệm như một giai đoạn chuyển tiếp và được sản sinh từ nhu cầu lịch sử, nhưng với cả hai biên tập viên của Time/Life cũng như quan sát viên Mỹ hôm 25 tháng 6, ông Nhu đã không bày tỏ quan điểm [về giai đoạn] chuyển tiếp như thế.

---

[1] Cả 2 văn bản này đều không tìm được.

[i] Lời hiệu triệu "Nước Carthage phải bị tiêu diệt" của Cộng hòa La Mã trong trận chiến tranh Punic vào thế kỷ thứ nhì, được dùng

by a coup d'etat. Nhu and his wife would be fortunate to escape with their lives, and in fact there have been reports of at least one plot in which the Nhus would be murdered, but Diem retained in power to preside over a reoriented GVN.

4. In a conversation with an American observer on 25 June (TDCSDB-3/655,297 and CSDB-3/655,373),[1] Nhu gradually worked himself into a highly emotional state of mind. Among other things he expressed strong opposition to Diem and his government, to such an extent that it would be unwise to exclude totally the possibility that Nhu would be capable of attempting a coup d'etat against Diem. This is not the first time Nhu has expressed himself so violently. In a conversation about two months ago, in which Dang Duc Khoi interpreted for Nhu and two Time/Life staffers, Nhu flatly said that the present regime (though not necessarily Diem himself) must be destroyed. He repeated this statement several times and lent emphasis to it by resorting to the Latin "Carthago delenda est". On many occasions in the past he has then qualified such remarks by saying that he views the Diem regime as a transitional stage and the child of historical necessity, but neither to the Time/Lifers nor to the American observer on 25 June did he express such an intermediate point of view.

[1] Neither found.

như một thành ngữ để nhấn mạnh nhu cầu phải tiêu diệt đối thủ không khoan nhượng. Ý nghĩa này xuất phát từ câu chuyện Carthage bị đánh bại hai lần nhưng sau mỗi lần họ đều trở nên lớn mạnh hơn trước. Dó đó, phe chủ chiến của Cộng hòa La Mã cho rằng phải hủy diệt hoàn toàn nước này.

Nói chung, cơ may kế vị Tổng thống của ông Nhu tỷ lệ nghịch với mức độ bạo lực dùng để hạ bệ ông Diệm, nhưng ông Nhu vẫn có khả năng lên làm Tổng thống ngay cả trong tình huống bạo loạn, có lẽ ngay cả khi Diệm bị ám sát, nếu như tình huống đó do chính Nhu tổ chức và kiểm soát được.

5. Điểm then chốt của bất kỳ kế hoạch nào nhằm ngăn cản Nhu lên làm Tổng thống chính là Phó Tổng thống Thơ, và kế hoạch tốt nhất là thành lập một ủy ban hành động được cả nước ủng hộ, nằm ngoài chính quyền hiện tại, có nhiệm vụ là yểm trợ Thơ lên làm Tổng thống trong trường hợp Diệm ra đi và duy trì quyền lực của ông ta theo đúng quy định của Hiến Pháp.

6. Chúng tôi bi quan về khả năng cải thiện hình ảnh đối nội cũng như đối ngoại của Nhu bằng bất kỳ phương tiện nào mà chúng tôi có thể hình dung ra. Ông ta đã là đối tượng của vô số lời bình phẩm bất lợi tại Việt Nam cũng như ở nước ngoài, và ảnh hưởng quan trọng của bà Nhu như một cục nợ cũng đã nhắc đến trên đây. Cho đến nay, trong Quân lực Việt Nam Cộng hòa (ARVN) thì chỉ có Thiếu tướng Huỳnh Văn Cao, Tư lệnh Quân Đoàn 4, là vị tướng duy nhất nổi tiếng ủng hộ Nhu rõ ràng - nhưng ngay cả điều này cũng phải xem lại vì đó là một điểm cần tranh luận, không biết liệu binh sĩ của hai Sư đoàn mà Cao chỉ huy có giữ sự trung thành với ông ta hay không.

Do đó, thật khó để nâng tầm vóc của Nhu lên trước mắt Quân lực VNCH cũng như trước mắt

In general, Nhu's chances for succession to the Presidency tend to diminish as the extent of violence attending Diem's removal increases, but there does remain a possibility that Nhu could attain the Presidency even in a violent situation, perhaps even including assassination of Diem, provided such situation had been organized by Nhu and was controlled by him.

5. The key to any plan to prevent Nhu's accession to the Presidency will be Vice President Tho, and the best plan would be to form a nationally supported action committee, outside the present government, whose task would be, in the event of Diem's departure, to assist Tho to attain the Presidency and then to maintain himself in power as prescribed by the Constitution.

6. We are pessimistic about the possibility of improving Nhu's domestic or international image by any means which we can envision. He has been the subject of volumes of adverse comment both in Vietnam and abroad, and the importance of Madame Nhu as a liability has been mentioned above. So far as the Army of the Republic of Vietnam (ARVN) is concemed, it can probably be said that Brigadier General Huynh Van Cao, Commander, IV Corps, is the only general officer who has a reputation of having unequivocally supported Nhu thus far—even this statement must be qualified, however, by noting that it is a moot point whether the troops of the two divisions in Cao's command would remain loyal to him.

It thus follows that it would be as difficult to raise Nhu's stature in the ARVN eyes as in the case of the

quần chúng Việt Nam và cả thế giới. Như các cấp chỉ huy của Quân đội VNCH đều hiểu rõ, ông Diệm luôn tự mình kiểm soát việc bổ nhiệm các chỉ huy cao cấp trong quân đội, và về điểm này thì họ không có lý do thôi thúc nào để phải trung thành sâu đậm với ông Nhu.

7. Quan hệ giữa Nhu và Ngô Đình Cẩn gồm một số điều phức tạp. Từ nhiều năm, hai anh em đã khác nhau trên nhiều vấn đề, và đã khai sinh ra nhiều tổ chức chính trị nội bộ để thường tranh chấp nhau trên những chuyện như bổ nhiệm người vào các vị trí trung cấp và cấp thấp, hoặc những đặc quyền kinh tế béo bở. Bà Nhu lại cũng là một yếu tố vì bà ta và ông Cẩn vốn ghét nhau. Thêm nữa, ông Cẩn thường nói đến trí phán đoán thấp và khả năng thực tiễn trong lãnh đạo của Nhu. Dù vậy, trong một cuộc khủng hoảng mà Nhu cố đạt được quyền lực Tổng thống thì sau khi - và chỉ sau khi - ông Diệm bị loại khỏi chính trường, Nhu mới có thể trông cậy vào sự trợ giúp của Cẩn, và Nhu sẽ nỗ lực hết sức để giành được sự trợ giúp đó.

Phần lớn quyền lực của Cẩn ở miền Trung là đến từ Sài Gòn, và để duy trì quyền lực này trong một khoảng thời gian lâu dài, Cẩn phải cần đến một sự yểm trợ liên tục. Cẩn sẽ có lý do là khi Nhu làm Tổng thống ở Sài Gòn, Cẩn sẽ có nhiều cơ may nhận được yểm trợ hơn là với một tập đoàn lãnh đạo khác. Ảnh hưởng của Cẩn trong giai đoạn khủng hoảng hẳn là, ở một mức độ nào đó, độc lập với Sài Gòn, dựa trên nhận thức đồng hội đồng thuyền của chính

Vietnamese and foreign public at large. As the ARVN commanders are certainly fully aware, Diem has always exercised close personal control over the assignment of his top military leaders, and the military leaders have no compelling reason for being deeply loyal to Nhu on this score.

7. The relationship between Nhu and Ngo Dinh Can involves a number of complexities. The two brothers have differed on many issues over the years and have constructed internal political organizations which frequently compete with one another on such matters as appointment to lower and medium level jobs and access to lucrative economic franchises. Madame Nhu is again a factor, in that she and Can detest each other. Additionally, Can has often expressed a low opinion of Nhu's judgment and practical ability as a leader. Nevertheless, in a crisis involving Nhu's efforts to attain the Presidency, after—and only after—Diem's disappearance from the scene, Nhu could probably count upon Can's assistance and would make strenuous efforts to obtain it.

A large measure of Can's power in Central Vietnam is derived from support from Saigon, and to retain that power over a long period, he must have continued support. Can would reason that with Nhu in office in Saigon, he would stand a better chance of continued support than he would from any other leadership. Can's influence during a crisis period would be in a measure independent of Saigon, in that it is based upon a sense of identification with him on the part of provincial authorities, both civil and military, who obtained and

quyền dân sự và quân sự ở các tỉnh [miền Trung] đối với ông ta, vì những người này vốn đạt được và duy trì vị trí của chính họ nhờ không tách rời khỏi Cẩn. Cẩn nắm giữ được cấp dưới không phải vì họ trung thành, mà vì họ ý thức được rằng không có Cẩn thì họ sẽ rất có thể bị mất chức.

Trong khi suy đoán về quan hệ của Cẩn đối với Nhu, và phản ứng của Cẩn nếu Nhu tiến chiếm quyền lực, kinh nghiệm quá khứ cho thấy trong một cuộc khủng hoảng, không thể luôn trông cậy Cẩn sẽ đóng một vai trò hợp lý, ngay cả khi có dính líu đến quyền lợi thiết thân của Cẩn. Tuy là một chính trị gia khôn ngoan, Cẩn đã nhiều lần tỏ ra có khuynh hướng hoảng hốt trong những trường hợp khẩn cấp, hay chỉ đơn giản tránh đối diện với tình huống mà ông ta cho là sẽ gặp những vấn đề khó khăn.

8. Tóm lại, cơ may để Nhu lên làm Tổng thống được lượng định như sau:

a. Trong tình huống không phải một cuộc đảo chánh chống lại Diệm, cơ may để Nhu lên làm Tổng thống từ đầu là khá thuận lợi.

b. Trong một cuộc đảo chánh chống lại Diệm, chuyện Nhu lên làm Tổng thống hầu như là không thể. Không những thế, Nhu và vợ rất có thể trở thành nạn nhân của cuộc đảo chánh.

c. Nếu chính Nhu tự mình chiếm lấy chức Tổng thống, cơ may củng cố vị thế và duy trì quyền lực trong một thời gian dài là rất khó.

hold their own positions with, at the very least, his concurrence. Can's hold over his subordinates is not so much a matter of their loyalty to him as a realization on their part that without him they could very likely lose their own positions.

In speculating upon Can's relations with Nhu, and his likely course of action if the latter makes a bid for power, past experience suggests that Can, in a crisis, cannot always be counted upon to play a rational role, even in terms of his own best interests. Though a shrewd politician, he nevertheless has [Page 574]several times shown a tendency to panic in emergencies, or simply to withdraw in the face of situations which he regards as presenting difficult problems.

8. In conclusion, Nhu's chances of achieving the Presidency are assessed as follows:

a. In a situation other than a coup d'etat directed against Diem, Nhu's chances of initially taking over the Presidency are fair.

b. In a coup d'etat against Diem, it would be almost impossible for Nhu to become President. In fact, he and his wife could very well be victims of the coup.

c. If Nhu should initially take over the Presidency, his chances of solidifying his position and maintaining himself in power over an extended period are poor.

NGÔ ĐÌNH NHU THƯƠNG THUYẾT VỚI HÀ NỘI

Cư sĩ Nguyên Giác trích dịch từ sách "Death of a Generation: How the Assassinations of Diem and JFK Prolonged the Vietnam War". Tác giả: Giáo sư Howard Jones - Nhà xuất bản Oxford University Press, 2003.

LỜI NGƯỜI DỊCH:

Bài này sẽ chọn dịch về những cuộc móc nối, thương thuyết mật giữa Hà Nội và ông Ngô Đình Nhu, qua sự trung gian giữa Đại sứ Ba Lan, Khâm sứ Vatican, Đại sứ Pháp và Chủ tịch Ủy hội ICC (International Control Commission - Ủy Hội Quốc Tế Kiểm Soát Đình Chiến). Phần được trích dịch là các trang 310-314, 344-345, 362-364 và 406.

Tác phẩm này được viết rất mực công phu trong 15 năm, bởi Howard Jones, Giáo sư Đại học University of Alabama, khác tất cả những sách trước đó, vì sử dụng rất nhiều nguồn, trong đó có những cuộc điều trần chưa được in trên sách, báo nào.

Bản thảo được Jones đưa cho 4 vị giáo sư bạn ông là David Beito, Ron Robel, Tony Freyer và Forrest McDonald, cùng dạy tại Đại học này, để nhờ họ đọc, soát lại và góp ý. Jones cũng đưa cho nhiều giáo sư và học giả khác đọc và góp ý, bao gồm: *James K. Galbraith*, ở University of Texas; *Paul Hendrickson*, ở báo Washington Post và là tác giả một tác phẩm về Bộ Trưởng Quốc Phòng Robert McNamara; *Ken Hughes*, ở University of Virginia; *Don Rakestraw*, ở Georgia Southern University; và *Pete Maslowski*, University of Nebraska.

Đặc biệt, Jones đã phỏng vấn nhiều người liên hệ tới thời kỳ 1963 tại Việt Nam, trong đó có Daniel Ellsberg, John Kenneth Galbraith, Roger Hilsman, Jack Langguth, Robert McNamara, Walt Rostow và Dean Rusk.

Jones cũng được giúp tài liệu từ hàng chục học giả khác tại các Thư Viện Tổng Thống John F. Kennedy Library, Gerald R. Ford Library, Lyndon B. Johnson Library, Trung Tâm Văn Khố Quốc Gia. Trong đó có những cuộc điều trần chưa từng phổ biến.

Có thể kể, một điển hình cho sự nghiên cứu công phu của tác phẩm này như chú thích số 47 của trang 314, trong đó dẫn tới 7 nguồn khác nhau. Những chú thích khác đã dẫn 4 nguồn, hay 5 nguồn là bình thường. Về các chú thích, chỉ những chú thích có nội dung diễn giải mới được Việt dịch. Các chú thích nào chỉ mang nội dung dẫn chú tài liệu sẽ không được dịch. Như vậy, người nghiên cứu có thể dựa vào các dẫn chú này dễ dàng tìm ra tài liệu gốc Anh ngữ.

Có thể ghi nhận một số diễn biến nơi đây:

- Ngày 25-8-1963, Tướng Nguyễn Khánh nói với một viên chức Mỹ rằng ông Ngô Đình Nhu đang liên lạc với Hà Nội, và bày tỏ quan ngại, rằng các tướng sẽ chống tới cùng các giải pháp thương lượng Nam-Bắc và trung lập hóa Miền

Nam, vì họ sợ sẽ bị trả thù.

- Chính phủ Kennedy xem việc Nhu tìm hiệp ước với Hà Nội là phản bội lòng tin của Mỹ.
- Đại sứ Nolting nói là có biết các đại diện Việt cộng tới thẳng Dinh Tổng Thống, vào họp và đi ra bình an.
- Có nhiều tin trong mùa hè 1963 rằng Nhu liên lạc với Hà Nội qua trung gian Khâm sứ Vatican, Đại diện Ba Lan ở ICC (Maneli), Đại sứ Pháp, Đại sứ Ấn, Đại sứ Ý.
- Pháp muốn trung lập hóa Nam VN.
- Đầu năm 1963, Nhu đã gặp một đại diện Việt cộng ở Huế.
- Đại diện Ba Lan ở ICC là Maneli, tháng 8-1963 báo cáo về chính phủ Ba Lan rằng trong khi anh em Diệm-Nhu đàn áp Phật giáo dữ dội, Cộng sản Hà Nội qua những cuộc thương thuyết đã hy vọng sẽ hỗ trợ Diệm-Nhu để yêu cầu người Mỹ rút khỏi VN.
- Nhu nói trong một buổi họp 15 tướng lãnh rằng Nhu đang thương thuyết với Hà Nội, và không sợ chuyện Mỹ cắt viện trợ, vì cuộc chiến sẽ ngưng.
- Nhu viết bài trên báo Times of Vietnam ấn bản đầu tháng 9-1963 nói rằng Mỹ đang âm mưu đảo chánh anh em Diệm-Nhu.
- Nhu hút nha phiến, và mang bệnh ảo tưởng về "sự vĩ đại của Nhu". Ngôn ngữ Nhu dùng trong một buổi gặp Maneli có dấu hiệu cho thấy Nhu bị bệnh tâm thần.

- Trong tháng 9-1963, Nhu cũng khoe với Alsop, một nhà bình luận Hoa Kỳ, rằng Nhu đang nói chuyện với Hà Nội.
- Tình báo Mỹ nhận ra trong tháng 10-1963, tại Sài Gòn có 10 âm mưu đảo chánh, muốn lật đổ anh em nhà Ngô, nhưng chỉ nhóm các tướng lãnh là có kế hoạch khả thi.
- Đại sứ Lodge nói rằng Mỹ không có cách nào ngăn cuộc đảo chánh được, vì các tướng lãnh tự thấy sẽ bị trả thù, mất hết đường sống khi Nhu bắt tay với Hà Nội.
- Tướng Tôn Thất Đính nói rằng Nhu đã họp với Tướng Việt cộng Văn Tiến Dũng qua Ủy hội ICC.
- Xem chú thích 38: Giới ngoại giao tại Sài Gòn chuyển cho nhau một tấm hình và nghi là có dan díu tình cảm bất chính giữa Maneli và Bà Nhu, nhưng Maneli bác bỏ.

TỪ TRANG 310 ĐẾN TRANG 314

[Trang 310] Gần như tất cả các nguồn tin đều nhận định ông Nhu là nan đề chính, và Đại sứ Lodge vẫn dè dặt, cảnh giác Tòa Bạch Ốc vào ngày 24-8-1963 rằng chưa tới lúc để đứng về phía các tướng lãnh VNCH. Lodge không đồng ý với CIA, cơ quan tình báo này gọi ông Nhu là "nhân vật nắm quyền, có thể là không có sự chấp thuận của Tổng Thống Diệm."

Căn cứ vào những cuộc nói chuyện riêng rẽ với [Bộ Trưởng Nguyễn Đình] Thuần, [Chánh Văn Phòng Phủ Tổng Thống Võ Văn] Hải, [Tướng Trần Văn]Đôn và [Tướng Lê Văn] Kim, Đại sứ Lodge khẳng định rằng ông Nhu ("nếu không hoàn chủ mưu") rất có thể đã có sự ủng hộ của ông Diệm trong việc lên kế hoạch càn quét [các chùa]. Rất có khả năng quân đội VNCH không tham gia tấn công chùa, và phía gây tội là cảnh sát và Lực Lượng Đặc Biệt của [Đại Tá Lê Quang] Tung. Đại sứ Lodge nhấn mạnh rằng, điều quan trọng nhất là, cả 3 sĩ quan chỉ huy quân sự quyền lực nhất tại Sài Gòn - Đôn, Đính và Tung - vẫn giữ lòng trung thành với hoặc ông Diệm hoặc ông Nhu. Bất kỳ nỗ lực nào từ phía Mỹ muốn vận dụng các tướng sẽ là "một toan tính đầy rủi ro".

Vào thời điểm quan trọng này, Tướng Nguyễn Khánh thông báo cho John Richardson, Trưởng Phòng CIA tại Sài Gòn, vào ngày Chủ Nhật 25-8-1963 về một diễn biến đáng quan ngại: Nhu đang xem xét một thỏa ước với Hà Nội để kết thúc chiến tranh. Bên cạnh việc làm mất mặt các tướng lãnh trong trận tổng tấn công các chùa, có phải Nhu cũng muốn tìm kiếm một

PAGE 310 - 314

[Page 310] Almost every source considered Nhu the central problem, and yet Lodge remained cautious, warning the White House on August 24 that the time was not right to cast its lot with the generals. Lodge did not agree with the CIA, which called Nhu "the controlling figure, possibly without President Diem's assent."

Based on the separate conversations with Thuan, Hai, Don, and Kim, Lodge asserted that Nhu ("if he did not fully mastermind it") probably had Diem's support in planning the raids. It seemed likely that the army had not participated in the pagoda strikes and that the guilty parties were the police and Tung's Special Forces. But most important, Lodge emphasized, all three officers commanding significant military strength in Saigon—Don, Dinh, and Tung—remained loyal to either Diem or Nhu. Any U.S. effort to manipulate the generals would be "a shot in the dark."[1]

At this critical juncture, General Khanh informed the CIA Station Chief in Saigon, John Richardson, on Sunday, August 25, of a disturbing development: Nhu was considering an agreement with Hanoi that would end the war. Besides dishonoring the generals in the pagoda raids, did Nhu also seek a North–South

[1] Lodge to Rusk, Aug. 24, 1963, FRUS, 3: Vietnam January-August 1963, 620-21; President's Intelligence Checklist (sent to Hyannis Port, Mass.), Aug. 24, 1963, ibid. , ed. note, 626; Current Intelligence Memorandum, CIA, Aug. 26, 1963, ibid. , ed. note, 626

thương lượng giữa hai miền Nam Bắc để buộc người Mỹ phải rút khỏi Việt Nam? Chính phủ Kennedy lên án hành vi phản bội lòng tin này, mặc dù một năm trước đó Mỹ đã kín đáo cho Harriman[i] thăm dò về những khả năng tương tự với các đại diện Hà Nội tại Geneva. Nhiều năm sau, Hilsman[ii] nói rằng Tòa Bạch Ốc bác bỏ vì xem các thương thuyết như thế chỉ như những nỗ lực của chế độ Diệm để tạo áp lực với Hoa Kỳ. Nhưng cáo buộc của Tướng Khánh lập tức thu hút sự chú ý tại Bộ Ngoại Giao Mỹ, những người vẫn xem ông ta là "một trong các tướng lãnh xuất sắc, vừa can đảm, vừa phức tạp. "

Điều quan trọng nhất là các tướng lãnh VNCH tin vào chuyện này. Tướng Khánh nói với một viên chức CIA tại Sài Gòn rằng họ lo sợ cho sinh mạng của họ, và "sẽ tất yếu nổi dậy" nếu Nhu tìm một hiệp ước với hoặc Hà Nội, hoặc với Cộng Sản Trung Quốc để trung lập hóa miền Nam VN. Các tướng lãnh nghĩ rằng, sau đó, Nhu sẽ chĩa mũi dùi sang họ. Họ "sẽ kháng cự dữ dội nếu các chính khách hiện nắm quyền lực lại đi sai lối." Do sự khác nhau về múi giờ, bức điện văn báo cáo buổi họp giữa Tướng Khánh với Richardson[iii] đã đến Washington vào thứ Bảy, 24-8-1963, lúc 9:30 giờ sáng.

Chuyện Tướng Khánh nói không gây ngạc nhiên nhiều ở Washington. Cựu Đại sứ Mỹ tại VN Frederick Nolting trước đó đã tường trình về nhiều cuộc liên lạc ngõ sau do Nhu thực hiện với Cộng sản mà ông Diệm

[i] Tức là William Averell Harriman, Thứ Trưởng Ngoại Giao Hoa Kỳ về Chính Trị Vụ.

settlement that would force a U.S. withdrawal? The Kennedy administration denounced this betrayal of trust, even though a year earlier it had privately authorized Harriman to explore similar possibilities with Hanoi's representatives in Geneva. Hilsman asserted years afterward that the White House dismissed all such talk as the Diem regime's attempt to place pressure on the United States. But Khanh's allegations attracted immediate attention in the state department, which considered him "one of [the] best of Generals, both courageous and sophisticated."

Most important, the ARVN generals believed the story. Khanh told a CIA officer in Saigon that they feared for their lives and "would definitely revolt" if Nhu sought an agreement with either Hanoi or Communist China that neutralized South Vietnam. Afterward, the generals realized, Nhu would turn on them. They "would go down fighting if the politicians now in power moved in the wrong direction." Because of the difference in times, the cable reporting Khanh's meeting with Richardson arrived in Washington on Saturday, August 24, at 9:30 in the morning.[1]

Khanh's story could not have been a total surprise in Washington. Nolting had reported a number of back-channel contacts made by Nhu with the Communists

---

[1] Acting sec. of state to Lodge, Aug. 25, 1963, FRUS, 3: Vietnam January- August 1963, 635; CIA station in Saigon to CIA in Washington, Aug. 25, 1963, ibid. , 633-34; author's interview with Hilsman, Sept. 17, 2001; Hammer, Death in November, 177; Winters, Year of the Hare, 61.

"đều biết cả". Tuy nhiên, Trueheart[i] bác bỏ thông tin rằng Nhu đang bí mật thương thuyết với Bắc Việt và muốn Hoa Kỳ rút quân khỏi VN. "Tôi thực sự nghĩ đó phần nhiều là tin nhảm." Nhưng rồi nhiều năm sau, [Đại sứ] Nolting hồi tưởng lại rằng: "Các lãnh tụ Việt cộng tới thẳng văn phòng của Nhu trong Dinh Tổng Thống... với thỏa thuận rằng họ sẽ không bị bắt trong khi ở đó." Nolting nói: "Tôi đã biết chuyện đó. Và tôi biết chắc rằng họ đã nói, 'Đừng để người Mỹ vào sâu ở đây.' Và Nhu đã đáp lại, 'Đừng để người Tàu dính [Trang 311] vào chuyện này."

Nolting ghi nhận rằng Washington chỉ trích hành động của anh em Diệm-Nhu là phản bội. "Tôi đã thực sự khó khăn khi cố nói rằng, 'Hãy đợi đã, có thể chuyện này không phải là phản bội. Có thể đây là phương thức để dàn xếp việc này. Hãy cho họ [Diệm-Nhu] một cơ hội. Họ không quá ngu ngốc đến thế, và họ sẽ không phản bội chúng ta." Nhu đang tìm cách thuyết phục bọn Việt cộng 'hãy bán đứng [miền Bắc], một cách hiệu quả, cho chính phủ [VNCH]."

Tòa Bạch Ốc đã quyết định không can thiệp, để yên vụ việc diễn tiến, chừng nào mà chế độ Diệm chưa bán đứng [Miền Nam] cho Cộng sản. Nolting đã không biết chắc ai sẽ trả lời các điện văn của ông, nhưng rồi Rusk[ii] đã ký tên tất cả.

Lời kể của Nolting phù hợp với nhiều tin nghe được trong mùa hè 1963, rằng Đại diện Ba Lan của Ủy Hội Kiểm Soát Quốc Tế ICC, Mieczylaw Maneli, đóng vai

---

[i] Tức Phó Đại Sứ Mỹ William Trueheart.

[ii] Tức Bộ Trưởng Ngoại Giao Hoa Kỳ Dean Rusk.

that his brother "knew all about." Trueheart, however, disputed the claim that Nhu was privately dealing with North Vietnam and wanted U.S. forces withdrawn. "I really think that was a lot of horseshit." Years afterward, however, Nolting recalled that "Viet Cong leaders would come into Nhu's office in the palace . . . under a gentlemen's agreement that they wouldn't be nabbed while they were there." "I knew about this," Nolting declared. "And I'm sure they said, 'Don't let the Americans get any heavier in here.' And Nhu said, 'Don't let the Chinese meddle [Page 311] in this one.'"

Washington, Nolting noted, blasted the Ngo brothers' actions as treason. "I got into real difficulties on occasion trying to say, 'Wait a minute. Maybe this isn't so treasonable. Maybe this is the way to compose this thing. Give them a chance. They're not all that stupid, and they're not going to betray us." Nhu was trying to persuade the Vietcong "to sell out, in effect, to the government.'"

The White House decided not to interfere, letting the business proceed as long as the Diem regime did not sell out to the Communists. Nolting was not sure who responded to his telegrams, but Rusk's signature was on all of them.[1]

Nolting's account fits with numerous well-founded stories in the summer of 1963 that the Polish representative on the International Control Commission, Mieczyslaw Maneli, was serving as a peace intermediary between

[1] Nolting Oral History Interview, 80-81 (May 6, 1970), JFKL; Trueheart Oral History Interview, 1: 53-54, LBJL; Nolting Oral History Interview, 115-16, May 7, 1970, by Joseph E. O'Connor, for JFKL Oral History Program.

trung gian hòa bình giữa Nhu và Hà Nội. Maneli đã từng sống sót qua trại tập trung Auschwitz trong Thế Chiến 2, lúc đó là giáo sư luật ở đại học University of Warsaw và là đảng viên Cộng Sản, sau đó xác nhận rằng ông đã hai lần gặp ông Nhu. Lần đầu là ngày 25-8-1963, trong một buổi tiếp tân ở Sài Gòn có tham dự của nhiều đại diện ngoại giao, và lần thứ nhì là gặp riêng tại Dinh Gia Long vào ngày 2-9-1963.

Đại sứ Pháp tại Sài Gòn, Roger Lalouette, đã thu xếp buổi họp đầu tiên với sự hỗ trợ từ Đại sứ Ấn Độ và là Chủ tịch ICC Ramchundur Goburdhun, Đại sứ Ý Giovanni Orlandi, và Khâm sứ Vatican là Đức Ông Salvatore d'Asta. Theo lời Maneli, Lalouette đã tìm cách phát triển một cuộc trao đổi văn hóa và kinh tế giữa những người Việt thù nghịch nhau để đặt nền tảng cho sự thống nhất Việt Nam và do vậy sẽ "đưa chế độ Diệm về lại thân Pháp và tách khỏi phía người Mỹ vô tình."

Việc kết thúc chiến tranh sẽ cho phép trung lập hóa Việt Nam theo đường hướng của Tổng Thống Pháp Charles de Gaulle, người có ý định kết hợp Việt Nam với hai nước trung lập Lào và Cam Bốt để biến vùng này một lần nữa trở thành "viên ngọc trong hào quang vĩ đại của nước Pháp." Thời điểm của buổi họp đầu tiên giữa Nhu và Maneli trùng hợp với lời báo động từ Tướng Khánh và thêm phần xác thực cho nỗi lo sợ của ông ta.[1]

[1] Mieczyslaw Maneli, War of the Vanquished (New York: Harper and Row, 1971), 115, 117-18, 121, 125. Có một bức ảnh đã lan truyền trong giới ngoại giao cho thấy có mối quan hệ tình cảm bất chính giữa Maneli và bà Nhu. Maneli phủ nhận các cáo buộc, nhưng đưa ra nhận xét dí dỏm rằng: "quan hệ tình

Nhu and Hanoi. Maneli, who had survived the concentration camp at Auschwitz during World War II and was now a University of Warsaw law professor and member of the Communist party, later affirmed he met twice with Nhu. The first occasion was on August 25, at a reception in Saigon attended by a large gathering of diplomatic representatives, and the second time was in private at Gia Long Palace on September 2.

The French ambassador in Saigon, Roger Lalouette, had arranged the initial meeting with the support of Indian ambassador and ICC chair Ramchundur Goburdhun, Italian ambassador Giovanni Orlandi, and the Vatican's delegate, Monsignor Salvatore d'Asta. Lalouette, according to Maneli, sought to develop a cultural and economic exchange between the Vietnamese antagonists that would lay the basis for reunification and thereby "redeem the Diem regime for France from the reckless Americans."

The end of the war would permit neutralization under the direction of French president Charles de Gaulle, who intended to combine Vietnam with neutral Laos and Cambodia and make the region once again "a pearl in the 'grandeur de France.'" The timing of the first meeting between Nhu and Maneli coincided with the alarm expressed by Khanh and lends credence to his fears.[1]

[1] Mieczyslaw Maneli, War of the Vanquished (New York: Harper and Row, 1971), 115, 117-18, 121, 125. A photograph had circulated among the diplomatic corps that suggested an immoral liaison between Maneli and Madame Nhu. Maneli denied both

Khi Maneli lần đầu đưa ra kế hoạch hòa bình này cho Hà Nội xem vào mùa xuân 1963, Thủ Tướng Phạm Văn Đồng lặp lại lời khẳng định trước đó của ông Hồ Chí Minh rằng Bắc Việt sẵn sàng thương thuyết vào bất kỳ lúc nào. Ngoại Trưởng Xuân Thủy đã có một danh sách hàng hóa trong đó có cả than và các vật liệu kỹ nghệ khác, mà chính phủ Bắc Việt sẽ trao đổi với miền Nam để đổi lấy gạo và nhiều lương thực khác. Cả 2 lãnh tụ Bắc Việt đều công khai chỉ trích chế độ Diệm nhưng nói vẫn sẵn sàng thương thuyết. Ông Hồ trước đó cũng đã nói với Goburdhun rằng Diệm là "một người yêu nước theo kiểu ông ấy" và rằng giao thương là có thể. Ông Hồ nói: "Khi gặp ông Diệm, hãy thay tôi bắt tay ông ấy."[1]

Vào tháng 7-1963, Maneli thăm Hà Nội lần nữa, sau đó nói rằng quan tâm muốn thương thuyết của ông Hồ đã tác động quyết định của NLF (Mặt trận Dân tộc Giải phóng miền Nam Việt Nam) để không leo thang

ái với một phụ nữ hấp dẫn và khác thường như bà Nhu... thì chỉ càng tô điểm thêm cho tiểu sử của một người đàn ông." Ibid. , 112-13. Xem thêm Langguth, Our Vietnam, 232, and Logevall, Choosing War, 6-12. Sau đó, khi bị trục xuất khỏi Ba Lan, Maneli đã đến Hoa Kỳ và giảng dạy khoa học chính trị tại trường Queens College ở New York. Hammer cũng nhấn mạnh ý muốn tái kiểm soát Việt Nam của người Pháp. Xem Death in November, 222. Tướng Đính có nói với báo chí rằng chính phủ ông Diệm "đã tham gia các cuộc thương thuyết với Cộng sản... bằng cách liên lạc với đại diện của Ba Lan ở ICC." Policy of the Military Revolutionary Council and the Provisional Government of the Republic of Vietnam (Saigon: Ministry of Information, 1963), 32. Wason Pamphlet, Department of State Vietnam 373+. Echols Collection: Selections on the Vietnam War.

[1] Maneli, War of the Vanquished, 121-22; trích dẫn lời ông Hồ trong Hammer, Death in November, 221-22.

When Maneli had first presented these peace plans to Hanoi in the spring of 1963, Prime Minister Pham Van Dong repeated Ho Chi Minh's earlier assertion that the North Vietnamese were ready to negotiate at any time. Foreign Minister Xuan Thuy had a list of goods that included coal and other industrial materials, which his government would exchange with the south for rice and various foodstuffs. Both North Vietnamese leaders were openly hostile to the Diem regime but nonetheless receptive to negotiations. Ho had earlier conceded to Goburdhun that Diem was "a patriot in his way" and that trade relations were possible. "Shake hands with him for me if you see him," Ho declared.[1]

In July 1963, Maneli visited Hanoi again, later claiming that Ho's interest in negotiations had shaped the NLF's decision against escalating its actions during the Buddhist crisis. Indeed, the North Vietnamese indicated

---

charges, although wittily remarking that "a love affair with as interesting and unusual a woman as Madame Nhu... could only adorn a man's biography. " Ibid. , 112-13. See also Langguth, Our Vietnam, 232, and Logevall, Choosing War, 6-12. Later exiled from Poland, Maneli came to the United States and taught political science at Queens College in New York. Hammer also emphasizes France's wish to reestablish its control over Vietnam. See Death in November, 222. Dinh told the press that the Diem government "had entered negotiations with the Communists... by contacting the Polish representative on the ICC." Policy of the Military Revolutionary Council and the Provisional Government of the Republic of Vietnam (Saigon: Ministry of Information, 1963), 32. Wason Pamphlet, Department of State Vietnam 373+. Echols Collection: Selections on the Vietnam War.

[1] Maneli, War of the Vanquished, 121-22; Ho quoted in Hammer, Death in November, 221-22.

hành động trong khi chính phủ ông Diệm căng thẳng với Phật giáo. Thực sự, Bắc VN đã cho thấy [Trang 312] rằng ông Diệm có thể trở thành một nguyên thủ có thể chấp nhận được của chính phủ Sài Gòn. Lalouette đã nghĩ rằng Diệm sẽ sống sót nếu chấp nhận một thương thuyết chính trị. "Nếu còn ở lại, ông Diệm hẳn phải thay đổi cả hệ thống, nhưng [đổi lại] ông ta có chính phủ và nhà nước, và có nhân sự tốt."

Mùa hè năm đó, ông Hồ công khai kêu gọi một cuộc ngưng bắn, lần này có vẻ là thực tâm, xét từ mối quan ngại của Bắc Việt đối với việc Mỹ mở rộng can thiệp quân sự. Maneli cũng thấy hy vọng việc Diệm vẫn còn nắm quyền - ít nhất là một thời gian nữa. "Nếu chính phủ Hà Nội không nỗ lực tấn công nhằm lật đổ Diệm và Nhu từ Sài Gòn, điều này chắc chắn vì Hà Nội muốn Diệm-Nhu nắm quyền thêm một thời gian nữa - đủ lâu để đạt một thỏa ước với họ sau lưng người Mỹ." Dựa theo thông tin nhận được từ Hà Nội thì ông Nhu có lẽ đã nói chuyện với ông Hồ "qua các đặc sứ trực tiếp từ Hà Nội, với sự giúp đỡ của người Pháp." Maneli đã nói đúng. Vài năm sau đó, theo báo Hòa Bình có tòa soạn ở Sài Gòn thì ông Nhu đã gặp các đại diện Việt cộng tại Huế, thành phố quê nhà của ông, vào đầu năm 1963.

Ông Nhu lúc đó nói chuyện với người anh em của một đại sứ Bắc Việt, và thương thuyết đã khởi sự vào tháng 7-1963, như Maneli nghi ngờ. Và, đúng như suy nghĩ của Lalouette, những cuộc thương thuyết bí mật này giúp giải thích vì sao Việt cộng không lợi dụng thời cơ trong khi ông Diệm căng thẳng với Mỹ để tung ra một trận tấn công lớn vào cuối tháng 8-1963.

[Page 312] that Diem could become an acceptable head of the Saigon government. Lalouette thought Diem would survive if he accepted a political settlement. "He would have had to change the system if he stayed on, but he had the government and administration, and he had good men."

That summer, Ho publicly called for a ceasefire that, this time, seemed sincere in light of his government's concern over the expanding U.S. military involvement. Maneli also saw hope for Diem's staying in office—at least for a while. "If the government in Hanoi does not undertake an offensive designed to remove Diem and Nhu from Saigon, this is certainly because it wishes them to survive for a time yet—long enough to come to an agreement with them behind the Americans' backs." Based on information received in the North, Nhu had perhaps already talked with Ho "through direct emissaries of the North, with the help of the French." Maneli was correct. Years later, according to the Saigon newspaper Hoa Binh, Nhu met with Vietcong representatives in his home city of Hué in early 1963.

He then talked with the brother of a North Vietnamese ambassador, and negotiations had begun by July, as Maneli suspected. And, in accordance with Lalouette's thinking, these secret discussions help to explain why the Vietcong did not take advantage of Diem's troubles with the United States by launching a major assault in late August.[1]

---

[1] Maneli, War of the Vanquished, 127; Hammer, Death in November, 223; Lalouette quoted in ibid.

Khi Maneli hỏi Phạm Văn Đồng và Xuân Thủy[i] rằng ông nên nói gì nếu ông Nhu mời thương thuyết, họ đã trả lời: "Bất cứ những gì ngài biết về lập trường của chúng tôi về hợp tác trao đổi kinh tế và văn hóa, về hòa bình và thống nhất đất nước. Một điều chắc chắn là: Người Mỹ phải ra đi. Trên căn bản chính trị này, chúng ta có thể thương thuyết về mọi thứ." Maneli đã hỏi Phạm Văn Đồng (với ông Hồ Chí Minh lúc đó đứng trong phòng, "lặng lẽ, như dường bị cưỡng ép") rằng liệu Hà Nội có cứu xét "một hình thức liên bang với Diệm-Nhu hay một hình thức nào đó mang bản chất của một chính phủ liên hiệp" hay không. Thủ tướng Phạm Văn Đồng tuyên bố: "Mọi thứ đều có thể thương thuyết được dựa trên nền tảng độc lập và chủ quyền của Việt Nam. Hiệp ước Geneva cung cấp nền tảng pháp lý và chính trị cho điều này: không lập doanh trại hay để lính nước ngoài trên lãnh thổ Việt Nam. Chúng tôi có thể đạt tới một hiệp ước với bất kỳ người Việt Nam nào." Maneli cảnh báo rằng các cường quốc Tây phương sẽ chống một chính phủ liên hiệp và [sẽ] đòi an toàn cho anh em Diệm-Nhu. Phạm Văn Đồng lặp lại: "Mọi thứ đều có thể là đề tài thương thuyết. Chúng tôi có ước muốn chân thực chấm dứt tranh chấp, thiết lập hòa bình và thống nhất trên căn bản hoàn toàn thực tế. Chúng tôi là những người thực tế."[1]

Maneli kết thúc trong bản Phúc trình gửi cấp chỉ huy của ông tại Warsaw ngày 10-7-1963 rằng cả

---

[1] Maneli, War of the Vanquished, 127-28; Hammer, Death in November, 223-24; Winters, Year of the Hare, 43-44; Duiker, Ho Chi Minh, 534. Ông Hồ Chí Minh cũng bày tỏ cùng một điều khoản hòa bình như vậy trong cuộc phỏng vấn với Wilfred Burchett đăng trên tờ New Times của Moscow ngày 29 tháng 5, 1963. Xem FRUS, 4: Vietnam August-December 1963, 85 n. 3.

[i] Thủ Tướng và Bộ trưởng Ngoại giáo của Bắc Việt.

When Maneli asked Pham Van Dong and Xuan Thuy what he should say if Nhu invited discussions, they replied: "Everything you know about our stand on economic and cultural exchange and cooperation, about peace and unification. One thing is sure: the Americans have to leave. On this political basis, we can negotiate about everything." Maneli asked Pham Van Dong (with Ho Chi Minh in the room, "silent, as if intimidated") whether Hanoi would consider "some kind of federation with Diem–Nhu or something in the nature of a coalition government." The prime minister declared: "Everything is negotiable on the basis of the independence and sovereignty of Vietnam. The Geneva Accords supply the legal and political basis for this: no foreign bases or troops on our territory. We can come to an agreement with any Vietnamese." Maneli warned that the Western powers would op-pose a coalition government and insist on the safety of Diem and Nhu. "Everything can be the subject of negotiations," Pham Van Dong repeated. "We have a sincere desire to end hostilities, to establish peace and unification on a completely realistic basis. We are realists."[1]

Maneli concluded in his report to his superiors in Warsaw on July 10, 1963, that both Vietnamese governments

---

[1] Maneli, War of the Vanquished, 127-28; Hammer, Death in November, 223-24; Winters, Year of the Hare, 43-44; Duiker, Ho Chi Minh, 534. Ho Chi Minh expressed the same peace terms in an interview with Wilfred Burchett that appeared in Moscow's New Times on May 29, 1963. See FRUS, 4: Vietnam August-December 1963, 85 n. 3.

2 chính phủ [Nam Bắc] Việt Nam đều muốn đạt một thỏa ước theo ý họ. Họ tìm cách đạt được điều đó mà "không có sự tham dự của các Siêu Cường, không có Moscow, không có Washington, và chắc chắn không có Bắc Kinh; cả 2 chính phủ đều muốn có những cuộc nói chuyện tối mật và phải giữ một mặt ngoài chính thức nào đó." Hà Nội đã đón nhận sáng kiến này mà không xin phép Bắc Kinh trước. Maneli [Trang 313] liên tục báo cáo về chính phủ Ba Lan trong đầu tháng 8-1963 rằng, nếu Diệm và Nhu muốn sống còn, họ phải rời khỏi Việt Nam hoặc bóp chết [phong trào] Phật giáo. Việt cộng Hà Nội đã chọn cách "chờ đợi một cuộc 'nội chiến' mới và ngay từ cơ hội đầu tiên sẽ hỗ trợ ông Diệm chống lại người Mỹ. "

Cả Phạm Văn Đồng và Hồ Chí Minh đều nêu ra lập trường rõ ràng: "Mục tiêu và việc làm tối quan trọng của chúng tôi là dẹp bỏ người Mỹ. Sau đó chúng tôi sẽ xem [xét các việc khác]. " Maneli tin chắc rằng đã có "một hiểu biết tối mật" giữa "Diệm-Nhu và Hà Nội", rằng "khi nào Diệm-Nhu vẫn còn nỗ lực chống lại phía Mỹ và đồng minh, Hà Nội sẽ còn để cho họ sống."

Maneli nhận định, việc bổ nhiệm Lodge làm tân Đại sứ Mỹ đã làm phát sinh các sự kiện dẫn đến việc ông lần đầu gặp ông Nhu hôm 25-8-1963. Trong thực tế, hành động của Tòa Bạch Ốc "đã tuyên bố kết thúc chế độ ông Diệm" và buộc họ phải đàn áp mạnh tay những người Phật tử "thân Mỹ" trước khi Lodge tới Việt Nam. Maneli lập luận rằng anh em Diệm-Nhu tung ra trận tổng tấn công các chùa là để "tự cứu họ khỏi một cuộc đảo chánh do Mỹ thúc đẩy", nhưng hành động ấy hóa ra lại làm mất uy tín của chế độ trước người dân Việt và thế giới.

wanted to reach an agreement on their own. They sought to do this "without the participation of the Great Powers, without Moscow, Washington, and certainly without Peking [Beijing]; both governments wish for supersecret talks and the retention of a certain official façade." Hanoi had taken the initiative without first securing Beijing's approval. If Diem and Nhu wished to survive, Maneli [Page 313] repeatedly insisted to his government in early August, they would either have to leave the country or crush the Buddhists. Hanoi and the Vietcong had opted to "wait for a new 'civil war' and at the first opportunity will back Diem against the Americans."

Both Pham Van Dong and Ho Chi Minh had made their stand clear: "Our most important aim and task is to get rid of the Americans. And then we will see." Maneli had no doubt that "a supersecret understanding" existed between "Diem–Nhu and Hanoi"— that "as long as Diem–Nhu are engaged in a struggle against their American constituents and allies, Hanoi lets them live."[1]

Lodge's appointment as the new U.S. ambassador, Maneli asserted, set off the events that led to his first meeting with Nhu on August 25, 1963. Indeed, the White House move "spelled the end of the Diem regime" and forced it to squelch the "pro-American" Buddhists before Lodge's arrival. The premier and his brother had launched the pagoda raids, Maneli argued, to "save themselves from an American coup d'etat," but the act had instead discredited the regime before its people and the world.

[1] Maneli, War of the Vanquished, 128-29, 131, 134.

Lúc đó rơi vào tuyệt vọng, Nhu đã sắp xếp để tân Ngoại Trưởng Trương Công Cừu mời Maneli đến dự một buổi tiếp tân chỉ 4 ngày sau trận tổng tấn công các chùa, trong đó có Đại sứ Lodge trong danh sách khách mời các viên chức ngoại giao. Đó là một quyết định cực kỳ quan trọng. Sự hiện diện của Maneli ghi dấu lần đầu tiên một nhà ngoại giao Cộng Sản tham dự một sự kiện ngoại giao như thế ở Sài Gòn. Nơi đó, trong một cử chỉ rõ ràng là dàn dựng sẵn, Lalouette, Orlandi, d'Asta và Goburdhun[1] đã đưa Maneili đến với Nhu.

Nhu nói với Maneli trong khi nhóm nhà ngoại giao này quan sát hai người: "Tôi đã nghe nhiều về ngài từ các bạn chung của chúng ta. Người Việt chúng tôi có sự nhạy cảm về chủ quyền dân tộc và sự ngờ vực không chỉ đối với người Trung Quốc mà còn đối với tất cả những kẻ chiếm đóng và thực dân. Tất cả!"[2]

Maneli và tất nhiên là cả những người khác đang trong cuộc nói chuyện, đều nghĩ trong đầu rằng: Có phải Nhu bao gồm cả người Mỹ [trong câu nói đó]?

Nhu khẳng định: "Bây giờ chúng ta muốn hòa bình, và chỉ muốn hòa bình thôi... Tôi tin rằng Ủy Hội Quốc Tế có thể và nên đóng một vai quan trọng trọng việc tái lập hòa bình tại Việt Nam. "

Maneli cẩn trọng bảo đảm với Nhu rằng: Tất cả những thành viên Ủy Hội đã nghĩ rằng Ủy Hội "có thể giữ vai trò xây dựng nếu cả hai phía mong muốn."

---

[1] Lalouette là Đại sứ Pháp, Orlandi là Đại sứ Ý, d'Asta là Khâm sứ Vatican, và Goburdhun là Chủ tịch ICC.

[2] Trích dẫn thứ nhất của Nhu xem trong Hammer, Death in November, trang 221; trích dẫn thứ hai xem trong Maneli, War of the Vanquished, trang 138.

Now desperate, Nhu arranged to have Saigon's new foreign minister, Truong Cong Cuu, invite Maneli to a reception just four days after the raids, which included Lodge on its guest list of diplomatic dignitaries. It was a pivotal decision. Maneli's presence marked the first time that a Communist diplomat had attended such a function in Saigon. There, in an obviously staged move, Lalouette, Orlandi, d'Asta, and Goburdhun brought Maneli and Nhu together.[1]

"I have already heard a great deal about you from our mutual friends," Nhu told Maneli as the small circle of diplomats looked on. "There exists in the Vietnamese people a sensitivity about sovereignty and a mistrust not only of the Chinese but of all occupants and colonizers, all!"[2]

Was he, thought Maneli and undoubtedly the others taking in the conversation, including the Americans?

"Now we are interested in peace," Nhu asserted, "and only in peace. . . . I believe that the International Commission can and should play an important role in restoring peace to Vietnam."

All members of the commission, Maneli dutifully assured Nhu, thought it "could play a constructive role if both sides desired it."

---

[1] Ibid. , 135-37; Hammer, Death in November, 220-21.

[2] Nhu's first quote in Hammer, Death in November, 221; Nhu's second quote in Maneli, War of the Vanquished, 138.

Nhu nhấn mạnh, "Chính phủ Việt Nam mong muốn hành động theo tinh thần của Hiệp Định Geneva."

Maneli trả lời rằng, đó là cách duy nhất để đạt hòa bình và thống nhất.[1]

Lodge có gặp Maneli trong bữa tiệc nhưng đã bỏ đi giữa cuộc nói chuyện, điều này khẳng định đánh giá ban đầu của Maneli về tính kiêu ngạo của viên Đại sứ. Giá như Lodge ở lại thêm một lúc thay vì bỏ đi quá sớm trong tối đó, có thể ông ta đã nhận biết cuộc thảo luận giữa Maneli và Nhu. Kết hợp với những gì Tòa Bạch Ốc đã biết về liên lạc của Nhu với [Trang 314] Việt cộng và với Bắc Việt, những trao đổi công khai giữa Maneli và Nhu có thể đã thúc đẩy chính phủ Mỹ xem xét về các tác động chính trị. Phải chăng buổi gặp gỡ này càng củng cố thêm mối nghi ngờ đã lan rộng rằng Maneli đã trở thành trung gian giữa hai miền Việt Nam? Những cuộc đối thoại Nam-Bắc đã có ảnh hưởng gì đối với quan điểm của các tướng lãnh VNCH về một cuộc đảo chánh?

III

Nỗ lực của Đại sứ Lodge nhằm trì hoãn bất kỳ hành động nào [của chính phủ Mỹ] đã không có ảnh hưởng: Điện văn ngày 24-8-1963 của ông đến Washington vào lúc 2 giờ 5 phút chiều thứ Bảy, như một sự sắp xếp của định mệnh, lúc đó chỉ có vài cố vấn làm việc và họ là những người công khai phản đối chế độ ông Diệm. Forrestal, Hilsman và Harriman

[1] Phần còn lại của cuộc đối thoại này xem trong sách War of the Vanquished của Maneli, trang 138-139.

"The Vietnamese government wishes to act in keeping with the spirit of the Geneva Accords," Nhu emphasized.

That was the only way to achieve peace and reunification, Maneli responded.[1]

Lodge had met Maneli at the reception but wheeled away in the midst of a conversation, affirming Maneli's initial assessment of the ambassador's arrogance. Had Lodge stayed a few moments instead of leaving so early in the evening, he might have noticed Maneli's discussion with Nhu. Combined with what the White House already knew about Nhu's contacts with [Page 314] the Vietcong and with North Vietnam, Maneli's public exchange with Nhu might have encouraged the administration to examine its political implications. Did the meeting substantiate the widely held suspicion that Maneli had become an intermediary between the Vietnams? What impact would North–South discussions have on the generals' outlook toward a coup?[2]

III

LODGE'S ATTEMPT to delay any action had no impact: His August 24 telegram had arrived in Washington at 2:05 on a Saturday afternoon, when, as fate would have it, those few advisers on duty were the most outspoken opponents of the Diem regime. Forrestal, Hilsman, and

---

[1] Remainder of conversation in Maneli, War of the Vanquished, 138-39.

[2] Ibid., 136-37; Langguth, Our Vietnam, 232; Hammer, Death in November, 78.

đọc bản điện văn của Lodge một cách quan ngại, ghi nhận rằng điện văn đã xác minh nỗi nghi ngờ của họ về những thủ đoạn bất lương của Nhu trong cuộc tổng tấn công các chùa.[i]

Có phải tin này củng cố cho bản điện văn sáng hôm đó từ Sài Gòn có ghi lời Tướng Khánh cáo buộc rằng Nhu đang bí mật thương thuyết với Hà Nội? Có lẽ ngay cả phóng viên Halberstam đã chính xác trong ấn bản ngày hôm đó của tờ New York Times, khi ông tường trình rằng nhiều quan sát viên tại Sài Gòn đã gọi cuộc tổng tấn công các chùa là "cuộc đảo chánh của Nhu".

Không kiểm chứng trước với Phụ tá Cố Vấn An Ninh Quốc gia McGoerge Bundy, Forrestal gửi một lá thư "dành riêng cho người nhận"[ii] kèm theo một điện văn gửi đến Tổng Thống lúc 4 giờ 50 phút chiều, thông báo về báo cáo của Lodge và kèm một đề nghị trả lời Sài Gòn mà ba cố vấn - Forrestal, Harriman và Hilsman - đã soạn thảo với sự chấp thuận của Ball và Felt[3] và muốn gửi ngay đêm hôm đó.

Lodge đề nghị một chính sách "chờ xem" cho tới khi nào ông có thể xác định được việc liệu quân đội có hành động chống Nhu hay không. Harriman, Hilsman, và Forrestal thì muốn hành động tức khắc vì tình hình tại Sài Gòn có thể "dao động không lâu nữa". Hilsman cho

---

[i] Về những người này, Forrestal là Phụ tá Cố vấn An ninh, Hilsman là Thứ Trưởng Ngoại Giao Viễn Đông Vụ, và Harriman là Thứ Trưởng Ngoại Giao Chính Trị Vụ.

[ii] Nguyên bản dùng "eyes only", có nghĩa là chỉ dành riêng người nhận văn bản, ngoài ra không ai khác được phép xem.

[iii] Ball là Thứ Trưởng Ngoại Giao và Đô Đốc Felt là Tư Lệnh Quân Lực Mỹ ở Thái Bình Dương.

Harriman anxiously read Lodge's account, noting that it confirmed their suspicions of Nhu's underhanded tactics in the pagoda raids.

Did not this news strengthen the credibility of that morning's cable from Saigon containing Khanh's allegation that Nhu was in secret negotiations with Hanoi? Perhaps even Halberstam had been correct in that day's edition of the New York Times, when he reported that numerous observers in Saigon called the pagoda raids the "Nhu coup."

Without checking first with assistant national security affairs adviser McGeorge Bundy, Forrestal attached an "eyes only" cover letter to a telegram sent to the president at 4:50 P.M., informing him of Lodge's note and including a suggested response to Saigon, which the three advisers—Forrestal, Harriman, and Hilsman—had drafted with the approval of Ball and Felt and wanted to send that night.

Lodge had recommended a "wait and see" policy until he could determine whether the military would take action against Nhu. Harriman, Hilsman, and Forrestal wanted to act now because the situation in Saigon might not "remain fluid for long." Hilsman termed Lodge's cable as "perhaps the most convincing judgment of all" that South Vietnam's military leaders were unhappy with the Nhus' treatment of the Buddhists. If Nhu remained in power, "the regime would continue to follow the suicidal policies that were not only dragging Vietnam down to

rằng bức điện văn của Lodge "có lẽ là chứng cứ thuyết phục nhất" về việc các tướng lãnh VNCH không hài lòng với cách ông bà Nhu đối xử với Phật tử. Nếu Nhu còn nắm quyền, "chế độ sẽ tiếp tục đi theo chính sách tự sát, mà không chỉ kéo Việt Nam xuống chỗ ô nhục và thảm họa nhưng cũng kéo theo cả Mỹ nữa." Harriman và Hilsman nhấn mạnh rằng Mỹ phải "hành động trước khi tình hình tại Sài Gòn đóng băng".

Sự thật đã trở thành không thể chối bỏ: Nhu là người phải chịu trách nhiệm về cuộc tổng tấn công các chùa. Điện văn 243, soạn bởi Harriman, Hilsman, và Forrestal (với giúp đỡ từ Mendenhall), yêu cầu Lodge phải công khai tố cáo Nhu về vụ tấn công chùa, trong khi Washington và đài VOA sẽ cùng lên tiếng ngay khi Đại sứ Lodge cho biết thời điểm thích hợp. Nhu đã sắp xếp để công chúng có ấn tượng rằng quân đội VNCH chịu trách nhiệm về trận tắm máu đó và như thế tự đưa Nhu vào vị trí lãnh đạo...

... ...

[Trang 344] Ngoại trưởng Rusk đồng ý với khuyến cáo của Đại sứ Lodge là tiếp tục áp lực ông Diệm phải tiến hành thay đổi chính phủ. Vị ngoại trưởng vẫn giữ lập luận có giá trị cho rằng tán thành một cuộc đảo chánh không có nghĩa là đồng mưu thực hiện, ông khẳng định rằng Tòa Bạch Ốc sẽ ủng hộ một nỗ lực đảo chánh của người Việt, nhưng sẽ "không nên và sẽ không khơi dậy và điều hành một cuộc đảo chánh."

Trong một cố gắng giải thích cũng dao động như thế để phân biệt giữa các động cơ thúc đẩy và hành động của Hoa Kỳ, Rusk tuyên bố rằng Diệm nhất thiết phải hiểu rằng Mỹ đang cố tìm cách "cải thiện chính phủ [của Diệm] chứ không phải lật đổ."

ignominy and disaster but the United States as well." Harriman and Hilsman insisted that the United States "move before the situation in Saigon freezes."[1]

The truth had become undeniable: Nhu was responsible for the raids. Telegram 243, drafted by Harriman, Hilsman, and Forrestal (with Mendenhall's help), called on Lodge to publicly accuse Nhu of the assault, while Washington and Voice of America did the same once the ambassador signified the proper time to do so. Nhu had cultivated the public impression that the army was responsible for the bloodshed and had thus maneuvered himself into leadership... ...

... ...

[Page 344] Rusk agreed with Lodge's recommendation to resume pressure on Diem to institute governmental changes. Still making the specious argument that promotion of a coup did not mean complicity, the secretary of state asserted that the White House would support a Vietnamese coup attempt, but it "should not and would not mount and operate one."

In an equally shaky attempt to distinguish between U.S. motives and U.S. actions, Rusk declared that Diem must understand that the United States sought "to improve [his] government not overthrow it."

[1] David Halberstam, "U. S. Problem in Saigon, " New York Times, Aug. 24, 1963, p. 2; Forrestal to JFK, Aug. 24, 1963, encl. : Ball to Lodge, Aug. 24, 1963, FRUS, 3: Vietnam January-August 1963, 625; Forrestal to JFK, Aug. 24, 1963, ibid. , 627; Hilsman, To Move a Nation, 485, 485 n. 1; Newman, JFK and Vietnam, 346-51; Kaiser, American Tragedy, 231-34.

Hạ Viện Mỹ trước đó đã cắt chương trình viện trợ, "chủ yếu là vì thất vọng trong toàn bộ các nỗ lực tại Việt Nam." Nếu không có thay đổi chính phủ, Mỹ có thể buộc phải ngưng tất cả viện trợ. Diệm phải chứng minh cho Quốc Hội Mỹ và cho dư luận thấy rằng "chúng tôi không yêu cầu người [lính] Mỹ hy sinh tính mạng nhằm ủng hộ cho khát vọng của Bà Nhu muốn nướng thịt các vị sư." Các biện pháp cứng rắn bây giờ có cơ hội tốt, vì đã thấy ông Diệm "có thể cũng đã biết sợ trong những ngày gần đây."

Sự bất ổn của tình hình Việt Nam tiếp tục làm rối trí Bạch Ốc với lần họp mặt kéo dài 2 tiếng đồng hồ giữa Đại sứ Lodge và Nhu vào ngày 1 tháng 9-1963, Nhu đã gây ngạc nhiên khi đồng ý từ chức khỏi chính phủ như một dấu hiện của sự thành công trong cuộc chiến. Trước mặt Đại sứ Ý và Khâm sứ Vatican, Nhu tuyên bố rằng ông không còn được cần tới và sẽ về Đà Lạt nghỉ hưu sau khi chính phủ Sài Gòn gỡ bỏ thiết quân luật. Cử tọa đã kinh ngạc lắng nghe khi Nhu khẳng định một cách bi hài rằng ông ta thích đợi cho đến khi "các điệp viên Mỹ nào đó" đang bí mật hỗ trợ một cuộc đảo chánh chống lại gia đình ông phải rời khỏi Việt Nam [trước khi ông nghỉ hưu]. "Mọi người đều biết họ là ai."

Bà Nhu sẽ rời Việt Nam ngày 17-9-1963 để dự Hội Nghị Liên Quốc Hội tại Nam Tư, sau đó sẽ đi Ý và có thể tới Mỹ, nơi bà được mời nói chuyện trước Câu Lạc Bộ Báo Chí Hải Ngoại tại New York. Khâm sứ Vatican sẽ sắp xếp để Tổng Giám Mục Ngô Đình

The House of Representatives had recently cut its aid program, "largely due to [a] sense of disillusionment in [the] whole effort in Viet-Nam." If no governmental changes resulted, the United States might have to suspend all assistance. Diem must prove to Congress and the public that "we are not asking Americans to be killed to support Madame Nhu's desire to barbecue bonzes." Firm tactics now had a chance to work, given that Diem "might have had a scare during these recent days too."[1]

The unpredictability of the Vietnam situation continued to baffle the White House when, on September 1, Lodge had a two-hour meeting with Nhu, in which he surprisingly agreed to resign from the government as a signal of its success in the war. In the presence of the Italian ambassador and the papal delegate, Nhu declared that he no longer was needed and would retire to Dalat after the Saigon government lifted martial law. His stunned visitors listened as Nhu sarcastically asserted that he preferred to wait until "certain U.S. agents" who were still advocating a coup against his family had left the country. "Everybody knows who they are."

Madame Nhu would leave on September 17 for the Interparliamentary Union meeting in Yugoslavia, followed by a trip to Italy and possibly to the United States, where she had an invitation to speak before the

[1] Forrestal to JFK, Aug. 25, 1963, encl. : Lodge to Rusk and Hilsman, CAS (Controlled Action Source or CIA) station 292, Aug. 24, 1963, NSF, Countries - Vietnam, box 198A, JFKL; Ball to Lodge, Aug. 25, 1963, ibid. ; Hilsman, "McNamara's War, " 157.

Thục ra khỏi Việt Nam. Tuy nhiên, Nhu từ chối rời Việt Nam vì các liên lạc của Nhu với các cán bộ Việt cộng, những thành phần đã xuống tinh thần vì sự tiếp trợ không đủ từ Bắc Việt và đã sẵn sàng rời bỏ cuộc chiến đấu.

Đại sứ Lodge chắc chắn đã nhận ra rằng Nhu không thật thà về chuyện rút khỏi chính phủ và rằng Nhu đã giấu các động cơ. Có chứng cớ nào về thành công của quân lực VNCH? Những liên lạc nào Nhu đã thực hiện với Việt cộng? Còn về những tin đồn về việc Nhu nói chuyện với Hà Nội? CIA đã gọi đó là "bí mật công khai" trong giới ngoại giao ở Sài Gòn, rằng Nhu đã liên lạc với Hà Nội và rằng người Pháp đang tìm cách hòa giải hai miền Nam Bắc Việt Nam. Gần đây Nhu đã nói với 15 tướng lãnh tại Bộ Tổng tham mưu Quân lực VNCH là đừng lo lắng chuyện người Mỹ hăm dọa cắt viện trợ; Nhu "đã liên lạc với các anh em Miền Bắc [Trang 345] và [quân đội] có thể có dịp nghỉ ngơi bằng cách yêu cầu Bắc Việt chỉ thị cho các du kích Miền Nam tạm ngưng hoạt động trong khi thương thuyết cho một giải pháp lâu dài." Nhu đã tố cáo rằng CIA muốn Nhu bị "gạt sang một bên" và [CIA] đang làm việc với các "phần tử bí mật" trong chính phủ Mỹ để lật đổ chế độ Diệm. Nhu khẳng định trong một tuyên bố bộc lộ ảo tưởng của ông ta, rằng chỉ có Đại sứ Lodge mang lại hy vọng: "Chúng ta có

Overseas Press Club of New York. The papal delegate would facilitate Archbishop Thuc's departure from the country. Nhu refused to leave the country, however, because of his contacts with Vietcong cadres, who had become demoralized by insufficient support from North Vietnam and were ready to give up their resistance.[1]

Lodge surely recognized that Nhu had not been truthful about walking away from the government and that he had hidden motives. What evidence was there of ARVN success? What contacts had Nhu made with the Vietcong? What about his rumored talks with Hanoi? The CIA called it an "open secret" in Saigon's diplomatic circles that Nhu had communicated with Hanoi and that the French sought a North-South rapprochement. Nhu had recently told all fifteen generals at ARVN headquarters not to worry about U.S. threats to terminate aid; he "had contacts with Northern [Page 345] brothers and could get [a] breathing spell by having [the] North direct Southern guerrillas [to] ease off operations while negotiating [for a] more permanent settlement." He accused the CIA of wanting him "out of way" and working with "secret elements" in the U.S. government to overthrow the Diem regime. Only Lodge offered hope, Nhu asserted in a statement that revealed

[1] William Colby, Lost Victory: A Firsthand Account of America's Sixteen-Year Involvement in Vietnam (Chicago: Contemporary Books, 1989), 138; Taylor, Swords and Plowshares, 292-94; Rust, Kennedy in Vietnam, 119; Hilsman, To Move a Nation, 487-88; memo for record by Krulak, Aug. 24, 1963, FRUS, 3: Vietnam January-August 1963, 630-31; Gilpatric Oral History Interview, 1: 5-6, LBJL; Hilsman, "McNamara's War, " 157; Halberstam, Best and the Brightest, 263-64.

bản thân nhà nước - r
biến mất."

Nhu nhìn thấy về
lại tuyên bố: "Đúng v
cùng của Marx: nhà
điều kiện cho chiến
Ý nghĩa của đời tôi là
thành không cần thiế
cuộc thương thuyết và
việc này, Ủy hội Quốc
đóng một vai trò tích c

Maneli lặp lại lời
Nhu, rằng Ủy hội Kiểm
việc có thể để kết thú
rằng Sài Gòn đang rấ
thương thuyết bí mật.
đang nghĩ rằng, nếu h
vào tư thế có thể thu xế
đó họ sử dụng nỗi sợ la
để bắt chẹt các đồng m

Sau đó tr
Lalouette, được
cách duy nhất để
độ Diệm. Maneli
định như thế... ...

... ...

[Trang 362] ... ...

Các nguồn tin tìn
sứ Lodge rằng đã đến
định, đặc biệt vì các b
đang thương thuyết vớ
đồng lõa của người Pháp
lặp lại khẳng định rằng
Việt Nam mới có thể ng
xâm chiếm. Ông ta cũng
đó sẽ tạo cơ hội cho Pháp t
Thực sự, tham vọng của D
Nam. Ông đã thu hút sự ủ
dân Pháp đối với việc thiết
cường quốc trung gian chính t
thẳng chiến tranh lạnh. Một c
Việt Nam sẽ làm tăng ảnh hưở
một lãnh tụ thế giới, và kết hợp
Trung Quốc vào Liên Hiệp Quốc
cho chính sách của Mỹ tại Châu

De Gaulle biết rằng chỉ riêng
giữa Nhu và Hà Nội là đủ để hợp
Dân tộc Giải phóng miền Nam Việt

áp lực cho một
có thể đứng ra
cũng sẽ hỗ trợ
rời bỏ Nam V

Đại sứ I
duy nhất cử
để buộc Mỹ
363] đều b
rằng "nước
quân", và
sẽ trả hầu

CIA
Diệm, H
hòa giải
nhất Vi
thi xét
Nhưng
của H
Việt N
hiệp
nhón
giữ
dù N
tướ
Bá

ủng hộ
bài viết
làm chc
tựa đề
lần đầu

Nếu
nghiêm
định rằ
đáng d
rằng N
mới nà
thời có
khai tu
Nhưng
dịu cuộ
Sài Gò
vài hìr
rõ lập
Nhu t
thuộc
bố có
lập tr
ông ta

Bị
nên r
duy n
trươn
chiến
tôi về
phon

Cả ông Thuần
Diệm) đều nói rằng
năm qua, điều này g
tưởng về tính vĩ đại cu

Cơn lốc những sự k
1963 trở thành một thời
Chế độ Diệm đã gỡ thiết
1963, nhưng chính sách đ
ngừng. Trong một bản tin
NLF[ii] lên án chế độ Diệm v
"tập đoàn Mỹ hiếu chiến" đan
hầm không lối ra". Rằng tất cả
hãy nổi dậy chống "bọn xâm lư
chó săn của chúng - gia đình Ngô

Những nguồn tin tình báo Mỹ v
giao Mỹ tại Nam Việt Nam đều kết
người chống Nhu có mặt ở mọi cấp t
cũng như trong quân đội VNCH và [Tr
giới trí thức thành thị. MACV nhấn mạ
quan cao cấp nhất của quân lực VNCH b
lãnh đạo của Nhu "trong bất kỳ điều kiện

Nếu những khẳng định này là chính xá
hành động càng nhiều sẽ càng chắc chắn mất
lực... ... ...

... ...

[i] Ông Nguyễn Đình Thuần là Bộ trưởng Phủ Tổng Thống, ông V
Văn Hải là Chánh Văn Phòng Phủ Tổng Thống.

[ii] Tức là Mặt Trận Dân Tộc Giải phóng Miền Nam Việt Nam.

[Trang 406] Đại sứ Lodge đã chí
định rằng không người Mỹ nào có thể ngă
tướng lãnh không tiến hành đảo chánh. Nhữ
mạnh mẽ đã thúc giục họ hành động, đáng ghi
nhất là việc chính phủ Kennedy đã cắt giảm việ
một phần, sự ủng hộ quá rõ của Lodge đối với việc
chánh, và những hệ quả chết chóc chắc chắn sẽ
với họ sau bất kỳ thỏa thuận nào giữa Nhu và Hà N

Sau này, Tướng Tôn Thất Đính biện bạch về cu
đảo chánh theo nhiều cách, trực tiếp nhất là việc Nhu
mối liên lạc với Tướng Việt cộng Văn Tiến Dũng xuyên
qua đại diện Ba Lan trong Ủy Hội Kiểm Soát Quốc
Tế (ICC). Nhu có vẻ như gần thu xếp xong việc kết
thúc cuộc chiến, sẽ giữ được chế độ Diệm, và sẽ tới cao
điểm là các bản án tử hình cho những người âm mưu
đảo chánh. Thời điểm sống chết đã đến khi các tướng
lãnh chống đối nhận ra mối nguy hiểm chết chóc lớn
hơn trong việc trì hoãn đảo chánh thay vì tiến hành.

Đến cuối tháng 10-1963, một cuộc đảo chánh lại
trở nên dường như tất yếu. Đại sứ Lodge báo cáo rằng
có ít nhất 10 nhóm nói về chuyện đảo chánh, nhưng
dĩ nhiên nhóm chính yếu vẫn là các tướng lãnh cao
cấp của quân lực VNCH. Lần này có khác biệt rất lớn
với những gì trải qua hồi tháng 8-1963. Chính phủ
Kennedy đã ra dấu hiệu ủng hộ, Tướng Dương Văn
Minh và các tướng lãnh đồng liêu của ông có một kế
hoạch, và những cuộc thương thuyết đầy đe dọa của
Nhu với Hà Nội đã xóa bỏ mọi do dự của họ.

[Page 406] Lodge was correct in asserting that no American could have stopped the generals from launching a coup. Powerful forces impelled them into action, most notably the Kennedy administration's selective aid cut, Lodge's unmistakable support for the coup, and the certain deadly consequences for them of any deal made between Nhu and Hanoi.

Dinh later justified the coup in several ways, the most immediate being Nhu's recent contact with Vietcong General Van Tien Dung through the Polish representative on the International Control Commission. Nhu appeared to be close to an arrangement that would end the war, preserve the Diem regime, and culminate in death sentences for the coup conspirators. The crucial moment had arrived when the rebel generals perceived a greater mortal danger in holding back on a coup than in going ahead.[1]

BY THE END of October 1963, a coup had again seemed imminent. Lodge reported at least ten groups talking of a coup, but the main one, of course, was the ARVN's senior generals. This time was vastly different from the August experience. The Kennedy administration had signaled support, Big Minh and his fellow officers had a plan, and Nhu's threatened negotiations with Hanoi had removed their hesitation.

[1] Lodge to Rusk, no. 973, Nov. 8, 1963, NSF, Countries - Vietnam, boxes 202-3, JFKL; McGeorge Bundy to Lodge, Oct. 30, 1963, FRUS, 4: Vietnam August-December 1963, 500-501; Dinh's claim to secret negotiations between Nhu and Hanoi in Seth S. King, "Hanoi Problems Said to Increase, " New York Times, Nov. 10, 1963, p. 4.

Tòa Bạch Ốc vẫn duy trì chủ trương từ hồi tháng 8-1963, là sẽ ủng hộ các tướng nếu họ thành công và xem như chưa từng biết đến họ nếu thất bại. Nhưng tình hình quốc nội và quốc ngoại đã suy sụp quá tệ hại trong 2 tháng qua, cho đến nỗi một cuộc đảo chánh đã trở thành lối thoát duy nhất khả thi cho chính phủ Kennedy để cứu quân đội Mỹ ra khỏi Việt Nam. Chỉ với sự thay đổi chính phủ Nam Việt Nam, Hoa Kỳ mới có thể tuyên bố có tiến triển trong nỗ lực viện trợ để biện hộ cho việc quay lại mức duy trì cố vấn Mỹ cấp thấp và mức viện trợ như hồi đầu năm 1961.

Một lực lượng đặc nhiệm Hải quân và Không quân Hoa Kỳ đã tiến vào vị trí gần bờ biển Việt Nam để di tản người Mỹ [nếu cần]. Đại sứ Lodge được lệnh từ chối bất kỳ thỉnh cầu giúp đỡ nào từ cả hai phe khi diễn ra đảo chánh. Nhu có vẻ như đã sẵn sàng thương thuyết một giải pháp với Hà Nội. Đối với các tướng lãnh VNCH thì hoặc là bây giờ, hoặc sẽ không bao giờ nữa!

- Bà Nhu nhiều lần công khai chê ông Diệm yếu đuối, dựa vào bà để chống Cộng.

Như thế, qua hồ sơ số 68, chúng ta có thể thấy:

- Chức cố vấn của ông Nhu, chức Dân biểu của bà Nhu đã có quyền chỉ huy cả quân đội, cảnh sát, tự lập đơn vị mật vụ riêng, bất kể Hiến pháp và Quốc hội;
- Ông bà Nhu công khai xem Mỹ là kẻ thù, sử dụng biện pháp côn đồ là lập danh sách ám sát, cho dù chỉ là hù dọa cũng đã vi phạm công pháp quốc tế về quyền đặc miễn ngoại giao, và là tội chủ mưu sát nhân. Khi đã ngang ngược với người Mỹ như thế, có thể hiểu việc nhà Ngô ám sát các nhà đối lập VN là chuyện nhỏ - như đã ám sát các chức sắc Phật giáo Hòa Hảo,[1] hay ám sát các chức sắc Cao Đài;[2]
- Cách hành xử của bà Nhu đối với các bậc trưởng thượng trong chính gia đình bà, như chửi cha, mắng mẹ, chê anh... thì việc đối xử với những người dân bình thường như thế nào có thể hiểu được.

Bản Việt dịch của Cư sĩ Nguyên Giác được trình bày song song với nội dung nguyên bản Anh ngữ.

---

[1] Mời xem ở đây: http://hoangnamgiao.blogspot.com/2013/02/phat-giao-hoa-hao-bi-nha-ngo-ap-ra-sao.html

[2] Mời xem ở đây: http://hoangnamgiao.blogspot.com/2013/02/ao-cao-ai-bi-nha-ngo-ap-ra-sao-tran-van.html

68. BẢN GHI NHỚ TỪ GIÁM ĐỐC SỞ TÌNH BÁO VÀ NGHIÊN CỨU (THOMAS HUGHES) TRÌNH LÊN NGOẠI TRƯỞNG HOA KỲ[1]

Washington, ngày 6 tháng 9,1963

ĐỀ TÀI:

Trạng thái tâm thần của ông bà Nhu

Hai bản phúc trình tình báo nhận được hôm nay[2] cho thấy thái độ khinh miệt cao độ mà ông Ngô Đình Nhu, vợ ông và các thuộc hạ thân tín của gia đình họ Ngô đối với Hoa Kỳ, khởi sinh từ các diễn biến gần đây ở Nam Việt Nam.

1. Bản Phúc trình đầu tiên (TDCS DB-3/656, 446) liên hệ tới một cuộc phỏng vấn của Denis Warner, một phóng viên người Úc đáng tin cậy, với em trai bà Nhu, ông Trần Văn Khiêm, vào ngày 31-8-1963. Warner báo với một viên chức Mỹ rằng Khiêm có đưa cho ông ta xem một danh sách các nhân viên Hoa Kỳ trong Tòa Đại Sứ Mỹ, USIS (Sở Thông Tin Hoa Kỳ), USOM (Sở Công Tác Hoa Kỳ), và MACV (Trung Tâm Viện Trợ Quân Sự Tại VN) mà ông ta đang lên kế hoạch ám sát. Warner nói rằng, việc ám sát người Mỹ sẽ dẫn tới việc Thủy Quân Lục Chiến Mỹ đổ bộ ngay trong vòng

[1] Nguồn: Library of Congress, Harriman Papers, Vietnam-Policy. Mật; Hạn chế lưu hành; Không phát tán cho người nước ngoài / Không phát tán ngoài nước. Chỉ dùng cho mục đích tham khảo. Người soạn thảo: Allen S. Whiting, Giám đốc Sở Nghiên cứu và Phân tích Viễn Đông vụ, và Leo G. Sarris ở cùng cơ quan.

[2] Cả 2 báo cáo đều đề ngày 5 tháng 9-1963, và đều không có bản in. (Kennedy Library, National Security Files, Vietnam Country Series, CIA Cables)

68. MEMORANDUM FROM THE DIRECTOR OF THE BUREAU OF INTELLIGENCE AND RESEARCH (HUGHES) TO THE SECRETARY OF STATE[1]

Washington, September 6, 1963.

SUBJECT

State of Mind of the Nhus

Two intelligence reports received today[2] reflect the heightened contempt which Ngo Dinh Nhu, his wife, and other close confidants of the Ngo family hold for the United States as a result of recent developments in South Vietnam.

1. The first report (TDCS DB-3/656,446) relates to an interview of Madame Nhu's brother, Tran Van Khiem, on August 31 by Denis Warner, a reliable Australian correspondent. Warner informed an American official that Khiem showed him a list of United States Embassy, USIS, USOM, and MACV personnel he was planning to assassinate. Warner indicated that the assassination of Americans would result in the landing of United States Marines within hours to which Khiem replied that there

[1] Source: Library of Congress, Harriman Papers, Vietnam-Policy. Secret; Limit Distribution; No Foreign Dissem/No Dissem Abroad/Background Use Only. Drafted by Allen S. Whiting, Director of the Office of Research and Analysis for the Far East, and Leo G. Sarris of that office.

[2] Both dated September 5, neither printed. (Kennedy Library, National Security Files, Vietnam Country Series, CIA Cables)

vài giờ, và Khiêm trả lời rằng đang có 20.000 binh sĩ Việt Nam đóng ở Sài Gòn để đối phó chuyện đó. Tuy nhiên, Khiêm lộ vẻ ấn tượng khi Warner nêu thêm rằng một sư đoàn lính TQLC Mỹ sẽ nhanh chóng quét sạch bất kỳ lực lượng chống đối nào.

Chúng tôi không nghĩ rằng chính phủ VN lúc này muốn làm những chuyện như thế đối với các viên chức Hoa Kỳ. Tuy nhiên, chúng tôi có thể dự kiến rằng chiến dịch chống Mỹ hiện nay như đã thấy trên báo chí do Chính phủ kiểm soát và trong các bản tuyên bố chính thức sẽ vẫn tiếp diễn; những cuộc tụ họp hay biểu tình chống Mỹ cũng có thể xảy ra. Khiêm là em trai bà Nhu, và cha của anh ta là ông Trần Văn Chương, cựu Đại sứ Việt Nam tại Hoa Kỳ, đã chỉ trích anh ta là bất tài, tham nhũng và hèn nhát. Lần gần nhất chúng tôi nghe về Khiêm là ngày 11 tháng 8-1963, khi ông Thuần, Bộ Trưởng Phủ Tổng Thống, thông báo với Đại sứ Nolting rằng bà Nhu trước đó đã tổ chức một biệt đội cảnh sát mật riêng của bà, do Khiêm chỉ huy. Thuần tuyên bố rằng có thể chính ông Nhu có liên quan đến việc này. Đại sứ Nolting sau đó nêu việc này với ông Diệm, và ông Diệm phủ nhận hoàn toàn. Bản Phúc trình trên [Trang 123] cho thấy rằng Khiêm có thể thực sự có một số trách nhiệm "an ninh đặc biệt" và hoặc ông Diệm đã nói dối, hoặc ông ta bị che giấu nên không biết đến việc này.

2. Bản Phúc trình thứ nhì (TDCS DB-3/656, 445) liên quan đến bài báo ngày 2 tháng 9-1963 trên báo Times of Vietnam,[1] trong đó cáo buộc Mỹ, và đặc biệt

---

[1] Vào ngày 2 tháng 9, tờ Times of Vietnam đăng một bài ở trang nhất với tựa đề "CIA Financing Planned Coup D'Etat" (CIA Tài

are 20,000 Vietnamese troops in Saigon to meet this eventuality. However, Khiem seemed impressed with Warner's counter that a division of Marines would quickly wipe out any opposing forces.

We do not think that the Vietnamese Government would at this time sanction such acts against American officials. However, we can expect that the current anti-American campaign as reflected in the government-controlled press and in official statements will continue; anti-American rallies or demonstrations are also possible. Khiem is the brother of Madame Nhu, and his own father, the former Vietnamese Ambassador to Washington, Tran Van Chuong, has denounced him as incompetent, corrupted, and cowardly. The last we have heard of Khiem was on August 11 when Secretary of State for the Presidency Thuan informed Ambassador Nolting that Madame Nhu had organized her own secret police squad headed by Khiem. Thuan stated that Nhu himself was possibly also involved. Nolting subsequently raised this point with Diem-the latter denied it flatly. The above report [Page 123] would indicate that Khiem may actually have some "special security" responsibilities and that Diem was either lying or had been kept ignorant of the development.

2. The second report (TDCS DB-3/656,445) relates to the September 2 article in Times of Vietnam[1] which

[1] On September 2 the Times of Vietnam published a front-page story under a headline entitled "CIA Financing Planned Coup D'Etat," which had as its central premise that the CIA

là Sở Tình Báo Trung Ương CIA, là nỗ lực kích động một cuộc đảo chánh. Vào ngày 5 tháng 9-1963, Đệ Nhất Thư Ký của Tòa Đại Sứ Đức Quốc, với thông tin từ một phóng viên báo Der Spiegel, là người trước đó đã phỏng vấn bà Nhu, đã nói với một viên chức Mỹ rằng bà Nhu thừa nhận bà đã viết hầu hết, nếu không phải toàn bộ, bài báo đó. Cũng có báo cáo về việc bà Nhu đã tuyên bố rằng hầu hết các rắc rối của Nam Việt Nam là do những tường thuật sai lệch của báo chí Mỹ và do sự can thiệp của người Mỹ. Bà ta thậm chí còn cáo buộc Đại Sứ Lodge đang lên kế hoạch loại bỏ hoặc ám sát bà. Bà thêm rằng Diệm quá yếu đuối và lệ thuộc vào bà để có hỗ trợ và sức mạnh nhằm thực hiện cuộc chiến chống Cộng và các kẻ thù khác.

Chúng tôi nghi ngờ bài viết trên tờ Times of Vietnam là của bà Nhu, hay ít nhất cũng do ông bà Nhu gợi ý. Dĩ nhiên, bà Nhu thừa biết chúng ta muốn bà ra đi, và có lẽ cảm thấy rằng bà sẽ là mục tiêu chính của bất kỳ nỗ lực đảo chánh nào chống lại chế độ Diệm. Lời tuyên bố của bà về ông Diệm gợi nhớ đến một tuyên bố công khai tương tự của bà khoảng một tháng trước, và là lời đụng chạm ông Diệm ở điểm rất mực nhạy cảm.

Trợ Một Âm Mưu Đảo Chánh) trong đó có nội dung chính nói rằng CIA kết hợp với Việt cộng chi nhiều triệu đôla để tìm cách lật đổ chính phủ Diệm vào ngày 28-8-1963. Xem Mecklin, Mission in Torment, trang 201-203, về vai trò của báo Times of Vietnam và quyền Chủ Bút là Ann Gregory trong nền chính trị Việt Nam.

charged the United States, and specifically the Central Intelligence Agency, with an attempt to inspire a coup. On September 5, the First Secretary of the German Embassy, passing on information given to him by a Der Spiegel correspondent who had interviewed Madame Nhu, told an American official that Madame Nhu admitted she had written most, if not all, of the article. She is reported to have also stated that most of South Vietnam's troubles resulted from false reporting by the American press and from American interference. She even charged that Ambassador Lodge was planning to have her removed or murdered. She added that Diem was too weak and was dependent upon her for support and strength to carry out the struggle against the Viet Cong and other enemies.

We have suspected that the Times of Vietnam article was written, or at least inspired, by the Nhus. Of course, Madame Nhu is aware that we want her to leave, and she probably feels she would be a main target in any coup attempt against the regime. Her statement on Diem recalls a similar public statement of hers about a month ago and one which touched Diem on a very sensitive point.

---

in conjunction with the Viet Cong spent millions of dollars to try to overthrow the Diem government on August 28. See Mecklin, Mission in Torment, pp. 201-203, regarding the role of the Times of Vietnam and its acting editor, Ann Gregory, in Vietnamese politics

QUÂN ĐỘI VÀ NHÂN DÂN MIỀN NAM VIỆT NAM PHẪN NỘ, VNCH SẼ SỤP ĐỔ VÌ NHU

Cư sĩ Nguyên Giác dịch

LỜI NGƯỜI DỊCH

Hồ sơ tối mật này được Giám đốc Sở Tình báo và Nghiên cứu Mỹ (INR) trình lên Ngoại Trưởng Hoa Kỳ vào ngày 15-9-1963, hơn 3 tuần sau ngày ông Ngô Đình Nhu chỉ huy trận tổng tấn công các chùa, cho thấy tình hình sau:

- Tổng Thống Ngô Đình Diệm trở thành con rối của ông Nhu;
- Ông Nhu đã bêu xấu, đẩy các nhân sự tài năng và trung thành xa khỏi ông Diệm;
- Ông Nhu chỉ huy Mật vụ và Lực Lượng Đặc Biệt, gài hệ thống mật báo khắp nơi;
- Ông Nhu dựng chứng cớ ngụy tạo, chụp mũ Phật tử là Cộng sản;
- Ông Nhu căm thù Mỹ, tố cáo Mỹ cấu kết với thực dân, phong kiến để biến VN thành vệ tinh;
- Ông Nhu nói phải chống Mỹ, bắt tay với Hà Nội, làm quân đội Nam Việt Nam mất tinh thần;
- Chương trình ấp chiến lược trì trệ suốt 3 tháng liền;

- Tư Lệnh Lữ Đoàn Nhảy Dù VNCH, và Chánh văn phòng của ông Diệm nói Nhu phải đi;
- Ông Nhu hút thuốc phiện nhiều năm, và đã hoang tưởng tâm thần;
- Lòng dân Việt Nam căm thù Nhu, và Cộng sản sẽ chiến thắng nếu ông Nhu còn lãnh đạo miền Nam Việt Nam.

Bản Việt dịch do Cư sĩ Nguyên Giác thực hiện, được trình bày song song với nguyên bản Anh ngữ.

110. BẢN GHI NHỚ TỪ GIÁM ĐỐC SỞ TÌNH BÁO VÀ NGHIÊN CỨU (THOMAS HUGHES) TRÌNH LÊN NGOẠI TRƯỞNG MỸ[1]

Washington, ngày 15 tháng 9,1963

ĐỀ TÀI

Vấn đề ông Nhu

Ngô Đình Nhu đã đóng vai trò chủ yếu trong việc thực hiện cuộc chiến chống Việt Cộng. Ông là lực năng động phía sau chương trình ấp chiến lược. Ông đã ảnh hưởng lớn tới việc tái định hướng các khái niệm quân sự VN từ chiến tranh quy ước tới phản du kích chiến. Ông đã lập ra các đoàn thể để kích động thanh niên và các giới khác với ý thức chính trị.

Tuy nhiên, kể từ ngày 8 tháng 5-1963, ông Nhu đã trở thành yếu tố chính làm nghiêm trọng thêm xung đột với Phật giáo và là nguyên nhân của cuộc khủng hoảng công quyền tiềm ẩn cơ nguy bùng nổ. Vì các lý do nêu sau đây, Nhu là trở ngại lớn cho bất kỳ giải pháp đích thực nào đối với cuộc khủng hoảng này.

Nhu kiểm soát ông Diệm

[Trang 213] Ông Nhu áp đặt một ảnh hưởng tràn ngập và không thể thay đổi đối với ông Diệm. Ông Nhu đã bêu xấu, vô hiệu hóa, hoặc loại bỏ nhiều cố vấn tài giỏi và trung thành với Diệm. Nguyễn Đình Thuần, Bộ Trưởng Tổng Thống Phủ, nói Nhu là người

---

[1] Nguồn: Thư Viện Kennedy, Hồ sơ An ninh Quốc gia, Vietnam Country Series, Kế hoạch Hành động. Tối Mật; Dành riêng cho người nhận được. Cũng được công bố trong Hồ Sơ Giải Mật, 1982, 593 A.

110. MEMORANDUM FROM THE DIRECTOR OF THE BUREAU OF INTELLIGENCE AND RESEARCH (HUGHES) TO THE SECRETARY OF STATE[1]

Washington, September 15, 1963.

SUBJECT

The Problem of Nhu

Ngo Dinh Nhu has played a key role in prosecuting the war against the Viet Cong. He has been the dynamic force behind the strategic hamlet program. He has significantly influenced the reorientation of Vietnamese military concepts from conventional to counter-guerrilla warfare. He has developed mass organizations to infuse the youth and others with political consciousness.

Since May 8, however, Nhu has become the primary factor exacerbating the Buddhist controversy and is the cause of a potentially explosive governmental crisis. For the reasons listed below, he is the major obstacle to any genuine resolution of this crisis.

His Hold on Diem

[Page 213] Nhu exercises an overriding, immutable influence over Diem. He has discredited, neutralized, or caused the removal of many competent and loyal advisors to Diem. Nguyen Dinh Thuan, Secretary of

[1] Source: Kennedy Library, National Security Files, Vietnam Country Series, Action Plan. Top Secret; Eyes Only. Also published in Declassified Documents, 1982, 593 A.

duy nhất ông Diệm tin tưởng. Võ Văn Hải, Chánh văn phòng của Diệm và là người có thẩm quyền đáng tin cậy nhất trong giới làm việc ở Phủ Tổng Thống, đồng ý với ông Thuần rằng Nhu nói thay cho Diệm trong các buổi họp, viết thư trả lời báo chí thay cho Diệm, và hạ thấp ông Diệm chỉ còn như người lặp lại quan điểm riêng của Nhu.

Do vậy, Diệm tin lời cáo buộc của Nhu rằng vấn đề Phật giáo căn bản là do Việt cộng gây ra. Điều này làm Diệm mất uy tín trong mắt những người ủng hộ trung thành của Diệm. Vũ Văn Mẫu, cựu Bộ Trưởng Ngoại Giao VNCH, và Tướng Lê Văn Kim, quyền Phó Tham Mưu Trưởng quân lực VNCH, nói rằng Nhu bây giờ là sức mạnh khống chế ở Nam Việt Nam. Bản đánh giá tình hình do Ngoại giao đoàn của chúng ta thực hiện kết luận rằng trong các cấp lãnh đạo chính phủ cũng như lãnh đạo ở các cấp tỉnh, huyện, mọi người đều cho rằng quyền lực thực sự nằm trong tay Nhu chứ không phải Diệm. Thêm nữa, bản đánh giá chỉ ra một niềm tin lan rộng là Diệm không hề muốn sa thải Nhu về vườn, với một số nhóm ngờ rằng Diệm thậm chí không thể cai trị nếu không có Nhu.

Quyền Lực Riêng của Nhu: Mật Vụ và Lực Lượng Đặc Biệt

Nhu cũng có những nguồn quyền lực riêng, độc lập. Ông ta chỉ huy mật vụ và Cần Lao, một tổ chức kiểm soát chính trị bán công khai. Hệ thống mật báo viên tràn ngập trong công quyền, quân đội và các tổ chức quan trọng ngoài chính phủ. Hệ thống do thám của Nhu gây ra nỗi sợ hãi và căm ghét rộng khắp trong các nhóm này. Sức mạnh của Nhu trong việc

State for the Presidency, claims Nhu is the only person whom Diem trusts. Vo Van Hai, chief of Diem's private cabinet and the most reliable authority on the inner workings of the Presidency, agrees with Thuan that Nhu speaks for Diem at meetings, writes Diem's responses to press queries, and has reduced Diem to echoing his own views.

As a result Diem believes Nhu's charge that the Buddhist problem is basically Viet Cong created. This has degraded Diem in the eyes of his loyal supporters. Vu Van Mau, former Foreign Minister, and General Le Van Kim, deputy acting chief of the armed forces, claim Nhu is now the dominant power in South Vietnam. Our Country Team assessment concludes that at top echelons of government as well as among provincial and district officials, the consensus is that actual power rests with Nhu rather than Diem. Moreover the assessment points to the spreading conviction that Diem is unwilling to dismiss Nhu, with some groups doubting Diem is even able to rule any longer without him.

Nhu's Independent Power: Secret Police and Special Forces

Nhu also has independent sources of power. He directs the secret police and the Can Lao, the semi-covert political control organization. This apparatus of informants permeates bureaucratic, military, and key non-governmental groups. Nhu's surveillance system generates fear and hatred throughout these groups. His

bêu xấu đối thủ đã dẫn tới việc loại bỏ các nhân sự tận tâm và tài năng.

Nhu kiểm soát Lực Lượng Đặc Biệt của quân đội, đã cùng với mật vụ hành động theo lệnh Nhu trong chiến dịch tấn công các chùa, bắt giữ các nhà sư, các sinh viên, và những người đối lập, và trong việc ngụy tạo ra "chứng cứ" để "chứng minh" có một âm mưu của Cộng sản phía sau các nhóm bị Nhu chống phá. Chính các hành động như thế đã làm nghiêm trọng thêm những căng thẳng hiện có đến mức gần chạm ngưỡng nổi loạn.

Nhu căm thù Hoa Kỳ

Nhu đã tiến hành một chiến dịch cay độc chống Mỹ, cả công khai và bí mật. Nhu đã tố cáo Mỹ âm mưu với "bọn thực dân" và "bọn phong kiến" để biến Nam Việt Nam thành một vệ tinh [của Mỹ]. Nhu đã loan truyền các tin tức rằng một số viên chức Hoa Kỳ cụ thể đã nằm trong danh sách sẽ bị ám sát. Nhu đã thường xuyên nói rằng sự hiện diện của người Mỹ nhất thiết phải giảm bớt vì nó đe dọa nền độc lập của Nam VN. Nhu đã liên tục nói dối với Đại sứ Mỹ và Cơ quan CIA tại Sài Gòn về vai trò của Nhu trong các diễn biến kể từ ngày 8 tháng 5-1963.

Tình hình đó đã làm tổn thương vị trí của chúng ta tại Nam Việt Nam. Đại tá Lạc, [Trang 214] người chịu trách nhiệm thực hiện chương trình ấp chiến lược, nói rằng tiến trình này đã chậm lại trong ba tháng qua vì thái độ chống Mỹ của "một số phần tử" tại Sài Gòn. Cùng lúc đó, Nhu lại khoe khoang rằng ông ta nắm giữ các ủng hộ căn bản từ Hoa Kỳ để vừa kiềm chế các đối thủ vừa làm tăng thêm uy tín của ông ta bằng cách bêu xấu các viên chức cao cấp.

power to discredit opponents has led to the removal of competent and dedicated personnel.

Nhu controls the army's Special Forces which, together with the secret police, act as his agents in raids on pagodas, arrests of monks, students, and oppositionists, and the manufacture of "evidence" to "prove" the Communist conspiracy behind these disaffected groups. It is such actions which have exacerbated existing tensions to the point of near revolt.

His Hatred of the United States

Nhu has conducted a virulent public and private anti-American campaign. He has accused the United States of plotting with "colonialists" and "feudalists" to turn South Vietnam into a satellite. He has spread reports that specific United States officials are marked for assassination. He has frequently claimed that the American presence must be reduced because it threatens South Vietnam's independence. He has repeatedly lied to our Ambassador and the CAS station chief concerning his role in developments since May 8.

This has impaired our position in South Vietnam. Colonel Lac, [Page 214] responsible for implementing the strategic hamlet program, claims that progress has slowed in the last three months because of the anti-American attitude of "certain elements" in Saigon. At the same time, Nhu's boast that he commands the basic support of the United States both inhibits his opponents and expands his prestige by humiliating high officials.

Quan hệ của Nhu với Bắc VN

Nhu từng nói trong chỗ riêng tư rằng, nếu Mỹ cắt viện trợ, ông ta sẽ tìm sự giúp đỡ từ nơi khác. Và nếu điều đó thất bại, Nhu khẳng định là ông ta sẽ thương thuyết một thỏa hiệp với Hà Nội. Nhu đã thuyết phục các nhà quan sát ngoại quốc cũng như người Việt rằng viễn ảnh đó rất có thể xảy ra. Các Phúc trình về việc Nhu đã liên lạc với Hà Nội là rất đáng tin và lan truyền đến mức độ trong thực tế đã làm suy giảm tinh thần quân đội và giới công chức, bất kể là chúng có chính xác hay không.

Nhu có khả năng để tin rằng ông ta có thể lèo lái tình hình theo cách có lợi cho mình, dù là trong việc chống lại hay thương thuyết với Cộng sản. Trạng thái tâm thần hoang tưởng của Nhu đã hiển lộ trong lời tuyên bố rằng ông ta là người duy nhất có thể cứu Việt Nam. Cả Nguyễn Đình Thuần và Võ Văn Hải đều xác nhận rằng Nhu hút thuốc phiện trong hai năm qua, điều này ít nhất cũng giải thích được phần nào về trạng thái tự tin quá độ và hoang tưởng quyền lực của ông ta.

Người dân Việt muốn loại bỏ Nhu

Theo lời Tướng Paul Harkins (Tư Lệnh MACV), cảm xúc và thực trạng tại Nam Việt Nam chuyển hướng mạnh mẽ và đều chống lại ông bà Nhu. Tướng Harkins tin rằng Nam VN sẽ "tồn tại và thịnh vượng" nếu ông bà Nhu ra đi và ông Diệm vẫn giữ chức Tổng Thống. Chúng tôi đồng ý hoàn toàn với quan điểm của Tướng Harkins về ông bà Nhu.

His Relations With North Vietnam

Nhu has claimed privately that should United States aid be cut he would seek help elsewhere. Should that fail, Nhu asserts he would negotiate a settlement with Hanoi. Nhu has convinced both Vietnamese and foreign observers that such a prospect is likely. Reports that Nhu is already in contact with Hanoi are so credible and widespread as eventually to undermine morale in the army and bureaucracy, regardless of their current accuracy.

Nhu is capable of believing he could manipulate the situation to his advantage, whether through fighting or negotiating with the communists. His megalomania is manifest in his claim that only he can save Vietnam. Both Nguyen Dinh Thuan and Vo Van Hai testify to Nhu's opium smoking during the past two years, providing at least partial explanation for his excess of self-confidence and fantasies of power.

The Vietnamese Want Nhu Out

According to General Harkins, both sentiment and reality in South Vietnam have polarized strongly and properly against the Nhus. He believes that the country would "survive and flourish" with them gone and Diem still President. We concur fully in General Harkins' view of the Nhus.

Tướng Victor Krulak[i] báo cáo rằng việc Nhu ra đi sẽ được hoan hô bởi các sĩ quan quân đội. Tướng Krulak đã nghe Lữ Đoàn Trưởng Lữ Đoàn Nhảy Dù Việt Nam nói về sự căm ghét đối với Nhu. Đại tá Lạc nói rằng, Nhu sẽ không đứng nổi 24 giờ nếu Mỹ nói rõ rằng Mỹ không chấp nhận tình hình này. Trần Quốc Bửu, người đứng đầu tổ chức Công Đoàn lớn nhất ở Việt Nam, nói rằng các thành viên của ông tin rằng Nhu phải ra đi. Ông Bửu sợ rằng nếu Nhu chiến thắng được từ cuộc khủng hoảng hiện nay, những sai lầm tai hại ắt sẽ xảy ra, cho phép Cộng quân chiếm được toàn bộ Việt Nam. Võ Văn Hải tin rằng Diệm không thể tìm lại được niềm tin của dân chúng khi Nhu còn đứng trong chính phủ.

Chúng tôi đồng ý với bản đánh giá tình hình của Ngoại giao đoàn rằng (1) Nhu bị căm ghét, bị căm thù, bị sợ hãi, hoặc không được tin cậy ở mọi cấp trong chính quyền, trong quân đội cũng như trong giới trí thức thành thị, và (2) cảm xúc chống Nhu đã lan rộng, đã kéo dài, và hiện giờ đang dày đặc thêm và cô đọng [Trang 215] để trở thành những lời quy lỗi cho các biện pháp đàn áp của chế độ. Chúng tôi cũng đồng ý với bản lượng định của MACV rằng nhiều sĩ quan cao cấp dường như được thuyết phục rằng Nhu có thể thương lượng với Hà Nội và "đại đa số quân đội không thể chấp nhận Nhu như người lãnh đạo Nam Việt Nam trong bất kỳ tình huống nào."

[i] Phụ Tá Đặc Biệt về Chống Nổi Dậy, Bộ Tổng Tham Mưu Hoa Kỳ

General Krulak reports that Nhu's departure would be hailed by military officers. He was told by the Vietnamese Airborne Brigade Commander of strong dissatisfaction with Nhu. Colonel Lac indicated that Nhu would not last 24 hours if the United States made clear it would not tolerate this situation. Tran Quoc Buu, head of the largest labor organization in Vietnam, claims that his followers believe that Nhu must go. He fears that should Nhu emerge victorious from the present crisis, worse blunders will ensue, permitting an eventual Communist takeover. Vo Van Hai believes that Diem cannot regain the confidence of his people so long as Nhu remains.

We agree with the Country Team assessment that (1) Nhu is disliked, hated, feared, or distrusted at all levels in the bureaucracy, the military establishment and urban elite circles, and (2) long-standing and widespread anti-Nhu feelings have now intensified and crystallized [Page 215] into blame for the regime's repressive measures. We also agree with the MACV assessment that many top level military officers seem convinced that he could deal with Hanoi and the "great bulk of the military cannot accept Nhu as leader of South Vietnam under any conditions".

HỒ SƠ 118: CHA MẸ BÀ NHU ĐỀU KÊU GỌI LẬT ĐỔ NHÀ NGÔ

LỜI NGƯỜI DỊCH

Văn bản này được trích từ FRUS - Foreign Relations of the United States, 1961-1963 Volume IV, Vietnam, August-December 1963, hồ sơ số 118 (Document 118), đã được giới chức Hoa Kỳ chấp thuận giải mật và công bố. Đây là một Bản Ghi Nhớ được viết bởi Paul M. Kattenburg, Phó Giám Đốc Đông Nam Á Sự Vụ tại Bộ Ngoại Giao Hoa Kỳ, ghi lại nội dung cuộc nói chuyện diễn ra 3 tuần sau khi Luật sư Trần Văn Chương (thân phụ của bà Nhu) từ chức Đại sứ Việt Nam tại Hoa Kỳ và bà Trần Văn Chương (thân mẫu của bà Nhu) từ chức Quan sát viên VNCH tại Liên Hiệp Quốc.

Ghi nhận từ lời bà Chương nói với Kattenburg các điểm sau:

- Toàn dân Việt Nam đều căm ghét chế độ ông Diệm;
- Bà Chương đã tổ chức biểu tình chống nhà Ngô trước Tòa Bạch Ốc;

- Bà Chương kêu gọi cộng đồng người Việt khi thấy bà Nhu là lấy xe tông liền, nếu không thì cũng nên ném trứng và cà chua;
- Bà Chương gọi con gái mình là "đồ quỷ vật" (monster), gọi ông Nhu là "hung nô" (un barbare) và gọi ông Diệm là kẻ bất tài (incompetent);
- Ông Chương và nhiều nhà hoạt động đang bàn tính về một chính phủ lưu vong để lật đổ nhà Ngô.

Bản Việt dịch được thực hiện bởi Cư sĩ Nguyên Giác, trình bày song ngữ ở những trang sau đây.

118. BẢN GHI NHỚ VỀ CUỘC NÓI CHUYỆN GIỮA GIÁM ĐỐC NHÓM VIETNAM WORKING GROUP (PAUL KATTENBURG) VÀ BÀ TRẦN VĂN CHƯƠNG[1]

Washington, ngày 16-9-1963, lúc 8 giờ tối

Bà Chương gọi tôi nhiều lần trong ngày, và bảo tôi tới thăm ngôi nhà mới của bà để bàn một "vấn đề rất quan trọng" đối với bà. Khi tôi tới đó lúc 8 giờ tối, tôi thấy bà đang một mình. Tôi không thấy ông Đại sứ Trần Văn Chương, dù ông đã gọi tôi hồi sáng về một vấn đề liên hệ.

CHÍNH PHỦ BÍ MẬT

Bà Chương nói với tôi bằng giọng ẩn mật rằng "nhiều người Việt từ tất cả các phía" đã yêu cầu chồng bà hãy lãnh đạo một chính phủ đoàn kết quốc gia. Khi tôi hỏi cụ thể tên người, bà nhắc tới tên ông Nguyễn Tôn Hoàn (Đại Việt, Paris), Phạm Huy Cơ (lưu vong, [Trang 238] Paris), và sau đó còn có Bùi Văn Thinh (cựu Bộ Trưởng Nội Vụ và Đại sứ VN tại Nhật Bản). Bà nói rằng chồng bà không bao giờ muốn dính vào "chính trị lưu vong" nhưng bây giờ áp lực vào vợ chồng bà quá lớn từ quá nhiều người Việt muốn vợ chồng bà phải làm điều gì đó, đến nỗi bà đang cân nhắc ý kiến đó và muốn tôi đưa ra lời khuyên "như một người bạn".

---

[1] Nguồn: Bộ Ngoại Giao Mỹ, Hồ Sơ Trung Ương, POL 1 S VIET. Mật. Viết bởi Kattenburg vào ngày 17-9-1963. Trên một phó bản của bản ghi nhớ này gửi lên Tòa Bạch Ốc, Michael Forrestal (thành viên Hội Đồng An Ninh Quốc Gia) viết: "Đời sống gia đình tại VN", và viết kế bên lời bà Chương đe dọa lái xe cán lên con gái của bà: "Tình mẹ. " (Kennedy Library, National Security Files, Vietnam Country Series, Memos and Miscellaneous, Part II).

118. MEMORANDUM OF CONVERSATION BETWEEN THE DIRECTOR OF THE VIETNAM WORKING GROUP (KATTENBURG) AND MADAME TRAN VAN CHUONG[1]

Washington, September 16, 1963, 8 p.m.

Madame Chuong called me several times during the day and asked me to come to her new house to discuss a "vital matter" with her. When I got there at 8:00 p.m., I saw her alone. Ambassador Chuong was nowhere in sight, although he called me this morning on a related matter.

CLANDESTINE GOVERNMENT

Madame Chnong told me in conspiratorial tones that "many Vietnamese of all parties" had asked her husband to head up a government of national unity. When I asked for specific names, she mentioned Nguyen Ton Hoan (Dai Viet, Paris), Pham Huy Co (exile, [Page 238]Paris), and later also Bui Van Tinh (former Minister of Interior and Ambassador to Japan). She said that her husband had never wanted to get mixed up in "exile politics" but now the pressure on the Chuongs was so great from so many Vietnamese to do something that she was considering the idea and wanted my advice "as a friend".

---

[1] Source: Department of State, Central Files, POL 1 S VIET. Secret. Drafted by Kattenburg on September 17. On a copy of this memorandum sent to the White House, Forrestal wrote: "Family life in Vietnam", and next to Madame Chuong's threat to run over her daughter: "Mother love." (Kennedy Library, National Security Files, Vietnam Country Series, Memos and Miscellaneous, Part II).

Tôi nói, dĩ nhiên là tôi không có lời khuyên nào, ngay cả với tư cách cá nhân, nhưng tôi nghĩ là chúng tôi muốn được thông báo về các diễn tiến của sự kiện này. Tôi nói, tôi cho rằng bất kỳ "chính phủ [lưu vong] nào" được dựng lên thì cũng cần phải duy trì bí mật. Bà hỏi rằng liệu Mỹ có ủng hộ một chính phủ như thế không. Tôi không trả lời ngay điều đó, nhưng nói rằng một chính phủ công khai sẽ hầu như không thể có được bất kỳ sự thừa nhận nào khi chính phủ Ông Diệm vẫn đang nắm quyền ở Sài Gòn. Bà nói, bà đang nói về một chính phủ bí mật và sự hỗ trợ bí mật. Tôi không trả lời bà kể cả nhiều câu hỏi khác, chỉ nói rằng mong muốn được bà thông báo các diễn tiến.

BÀ NHU

Rồi Bà Chương nói rằng trước đó bà đã tuyên bố với cộng đồng người Việt ở New York và Washington (những người thường xuyên tới gặp bà để xin hướng dẫn và tư vấn) rằng khi "vợ ông Nhu" tới, họ nên "lái xe cán lên bà Nhu" (nguyên văn), và rằng nếu họ không thể làm thế thì nên ném trứng và cà chua vào bà Nhu bất cứ khi nào bà Nhu xuất hiện ở nơi công cộng. Bà Chương vừa mới trước đó đã tổ chức một cuộc biểu tình trước Tòa Bạch Ốc với nhiều người Việt tham dự, và bà có khả năng tổ chức việc chống lại "đồ quỷ vật" đó.

(Đại sứ Trần Văn Chương hôm nay trước hết đã gọi cho tôi để nhấn mạnh rằng các viên chức cao cấp Hoa Kỳ trong bất kỳ tình huống nào cũng không nên tiếp đón bà Nhu, đặc biệt là Tổng Thống Mỹ. Nếu lúc này biết rằng mình không được tiếp đón, bà Nhu sẽ rất ít khả năng tìm tới. Lý do bà Nhu tới chỉ là để

I said of course I had no advice, not even personal, to offer, but I thought we would like to be kept informed of the progress of this development. I said I assumed whatever "government" was created would remain clandestine. She asked whether the U.S. would support such a government. I did not respond to this but said I thought a surfaced government could hardly obtain any form of recognition while the Diem Government remained in power in Saigon. She said she was speaking of a clandestine government and clandestine support. I left her further queries unanswered other than to indicate again desire to be kept informed.

MADAME NHU

Madame Chuong then said that she had told the Vietnamese community in New York and Washington (who constantly came to her for guidance and advice) that when the "wife of Nhu" came they should "run her over with a car" (sic), and that if they could not do that they should throw eggs and tomatoes at her every time she appeared in public. She, Madame Chuong, had organized the White House picket demonstration of Vietnamese recently and she was quite capable of organizing against this "monster".

(Ambassador Chuong called me first thing today to stress that Madame Nhu should under no circumstances be received by high level U.S. officials, in particular the President. If she knew now that she would not be received, she would be much less likely to come. Her

nói chuyện với các viên chức cao cấp, còn báo chí và truyền hình chỉ là thứ yếu.)

Thêm một điểm nữa được bà Chương tiết lộ, tuy có vẻ như gián tiếp: Hoa Kỳ đang mất bạn nhanh chóng ở Việt Nam và đang phản ứng quá chậm để đối phó tình hình ở Việt Nam. Chỉ có một giải pháp duy nhất: loại bỏ cả Diệm và Nhu. Mỹ có trách nhiệm phải làm như thế vì chỉ duy nhất thông qua viện trợ của Mỹ mà chính phủ ông Diệm tồn tại. Tất cả người dân Việt đều ghét chính phủ đó. Nhu là "một thằng hung nô" và Diệm là một kẻ bất tài. Vậy Hoa Kỳ còn chờ đợi gì nữa?

Tôi tìm lời kềm chế bà khéo léo trong khi vẫn giữ được sự tin cậy của bà.

reason in coming is primarily to talk to top officials; the press and TV are only a secondary concern.)

One more point conveyed, though somewhat indirectly, by Madame Chuong: the U.S. is rapidly losing friends in Viet-Nam and is moving awfully slowly in coping with the situation. There is only one solution; get rid of both Diem and Nhu. The U.S. is responsible for doing it because it is only through U.S. support that the government holds together. All Vietnamese cordially hate it. Nhu is "un barbare" and Diem is an incompetent. What is the U.S. waiting for?

I tried to handle her as tactfully as possible while retaining her confidence.

BỘ TRƯỞNG McNAMARA VIẾT TỪ SÀI GÒN: DIỆM-NHU ĐÀN ÁP TOÀN DÂN

LỜI NGƯỜI DỊCH

Hồ sơ này được trích từ FRUS - Foreign Relations of the United States, 1961-1963 Volume IV, Vietnam, August-December 1963, hồ sơ số 150, ghi lại cuộc phỏng vấn ngày 26-9-1963 tại Sài Gòn, do Giáo sư Bromley Smith trả lời Bộ Trưởng Quốc Phòng Mỹ McNamara, lúc đó đang thăm Việt Nam. Hồ sơ Bộ Ngoại Giao Mỹ ghi rằng Giáo sư Smith là Executive Secretary of the National Security Council (Thư ký điều hành Hội Đồng An Ninh Quốc Gia). Ông là một nhà văn Hoa Kỳ đã ủng hộ ông Diệm nhiều năm, cho tới khi thất vọng vì các chính sách anh em ông Diệm-Nhu truy bức Phật giáo và các thành phần dân chúng.

Ghi nhận từ hồ sơ này:

- Không hề có chuyện xô xát giữa Thiên Chúa giáo và Phật giáo.
- Cả giáo dân Thiên Chúa giáo và Phật tử đều bất mãn chế độ ông Diệm.
- Chế độ không duy trì bằng lý tưởng tự do, mà chỉ bằng ban phát ân huệ và bắt bớ - nhà tù ở Nam Việt Nam đã chật.
- Đại học không dám mở cửa lại, vì tiên đoán sinh

viên sẽ xuống đường - cả Khoa Trưởng Đại Học Văn Khoa cũng sẽ biểu tình.

- Việt cộng chưa lợi dụng được thời kỳ bất ổn chính trị này, vì lãnh đạo chính trị của họ yếu kém.

Bản dịch thực hiện bởi Cư sĩ Nguyên Giác,trình bày song ngữ Anh Việt.

150. PHÚC TRÌNH CỦA BỘ TRƯỞNG QUỐC PHÒNG MCNAMARA[1]

Sài Gòn, ngày 26 tháng 9 năm 1963

Tường thuật buổi phỏng vấn ngày 26-9-1963 của Bộ Trưởng McNamara với Giáo sư Smith[2]

Smith, giáo sư tại một Đại học Hoa Kỳ hàng đầu, là một học giả về Đông Phương Học, nói được tiếng Việt lưu loát, có liên hệ rộng với nhiều lãnh đạo cả hai miền Nam Bắc Việt Nam và trong công việc hằng ngày thường đọc nhiều bản ghi nội dung các buổi phát thanh từ Bắc Việt, các thư cá nhân cũng như những hồ sơ khác được bí mật đưa ra khỏi Bắc Việt. Ông vừa hoàn tất một chuyến thăm Nam Việt Nam, và trước đó đã từng đến thăm vào các năm 1953 và 1960. Trong chuyến viếng thăm này, Giáo sư Smith không đi nhiều ra ngoài Sài Gòn. Trong một buổi phỏng vấn dài với Bộ Trưởng McNamara, Giáo sư Smith nói:

1. Khi tới Nam Việt Nam, ông ta tin là Hoa Kỳ có thể làm việc chung với Diệm được và sẽ nguy

---

[1] Nguồn: Trung tâm Văn khố Quốc gia Washington National Record Center, RG 330, Hồ sơ về McNamara: FRC 71-A-3470, Hồ sơ và Ghi chú lưu trữ 9/25/63 - Chuyến đi tới Nam Việt Nam. Mật.

[2] Theo lời William P. Bundy, người cùng đi với Bộ Trưởng McNamara tới Nam Việt Nam, Giáo sư Smith là tên giả. Bundy kể rằng "Smith", người lúc đó đang ở Sài Gòn, "là một sinh viên dài hạn và là nhà văn viết về Việt Nam, từ trước đã ủng hộ mạnh mẽ ông Diệm cho tới lúc đó." Bundy nghĩ rằng ý kiến của Smith có "sức nặng đặc biệt" vì trước đó Smith ủng hộ Diệm. Bundy nhớ rằng ông có ấn tượng lúc đó rằng lời khai của Smith có "sức nặng lớn đối với McNamara. " (Bộ Ngoại Giao Hoa Kỳ, Phòng Sử Gia, Các cuộc phỏng vấn về VN, William R Bundy, June 26, 1984).

150. REPORT BY THE SECRETARY OF DEFENSE (MCNAMARA)[1]

Saigon, September 26, 1963.

REPORT OF McNAMARA 26 SEPTEMBER 63 INTERVIEW WITH PROFESSOR SMITH[2]

Smith, a professor at a leading American University, speaks Vietnamese fluently, is an oriental scholar, possesses wide contact among the leaders of both North and South Vietnam, and in the course of his daily work has access to transcripts of NVN radio broadcasts and to personal letters and other documents smuggled out of NVN. He is just completing a visit to SVN, having last visited the country in 1960 and 1953. During this trip he did not travel extensively outside of Saigon. In a long interview with McNamara he stated:

1. He brought with him to SVN a belief that we could probably manage to get along with Diem and it would be

---

[1] Source: Washington National Record Center, RG 330, McNamara Files: FRC 71-A-3470, Back-up Documents and Notes, 9/25/63 - Trip to SVN. Secret

[2] According to William P. Bundy, who accompanied McNamara to Vietnam, Professor Smith is a pseudonym. Bundy recalls that "Smith," who was also in Saigon at the time, "was a long-standing student and writer on Vietnam who had been a totally strong supporter of Diem up to that point." Bundy thinks that "Smith's" opinions carried "special weight" because of his previous support for Diem. He remembers that it was his impression at the time that "Smith's" testimony had "considerable weight with McNamara." (Department of State, Office of the Historian, Vietnam Interviews, William R Bundy, June 26, 1984)

hiểm nếu thay đổi gì. Sau nhiều tuần lễ ở đây, ông ta đã phải đổi ý.

2. Ông Diệm đã già đi kinh khủng so với năm 1960. Đầu óc ông ta trở nên chậm lụt rồi.
3. Ông Nhu là người đang đến bước đường cùng; Nhu đã gieo rắc nỗi sợ bị bắt trong cả những người ngoài giới chính trị thuộc mọi thành phần ở Sài Gòn; Nhu đang hốt hoảng và đã tới giai đoạn tuyệt vọng.
4. Diệm sẽ không tồn tại quá 24 giờ nếu không có Nhu, người phụ trách các món hối lộ và vận dụng những quyền lực cơ bản cần thiết để tồn tại. Nhu sẽ không tồn tại quá 24 giờ nếu không có chiếc áo choàng uy tín của Diệm. Hai anh em đều biết là họ cần nhau.
5. Không thể làm cho chế độ này thay đổi bớt đi sự khắt khe. Ông Diệm không có khả năng thay đổi đó. Do vậy chúng ta phải chọn lựa, hoặc là chiến thắng [Cộng sản] cùng chế độ này với tình trạng như hiện nay, hoặc là phải ủng hộ một cuộc thay đổi sang chế độ khác.
6. Trong nhiều năm qua, công chúng cũng đã chỉ trích chế độ, nhưng họ chỉ làm thế một cách lén lút, kín đáo. Bây giờ thì dân chúng trên đường phố đã công khai chỉ trích với sự tham gia của cả các quân nhân và cảnh sát.
7. Cách hành xử đối với Phật tử đã đặc biệt gây uất nghẹn trong mọi tầng lớp xã hội Việt Nam. Người dân kinh hoàng vì chuyện dùng quân đội tấn công vào những chốn thiêng liêng. Việc đó có tác động sâu xa hơn bất cứ điều gì [Trang 294] mà chế độ đã làm và hành động đó gây kinh tởm cho cả giáo dân Thiên Chúa

dangerous to make a change. After several weeks here, he has changed his mind.

2. Diem has aged terribly since 1960. He is slow mentally.

3. Nhu is a person with his back to the wall; he has spread the fear of arrest in non-political figures throughout all segments of Saigon; he is in a panic and has reached a stage of desperation.

4. Diem would not last 24 hours without Nhu who handles the bribes and manipulates the power base necessary for his survival. Nhu would not last 24 hours without the cloak of Diem's prestige. Each knows his need for the other.

5. It is impossible to liberalize the regime. Diem is incapable of changing. Therefore we must choose between winning with the regime as it is or supporting a change to another.

6. For years the public has been criticizing the regime but has done so behind their hands. Now the criticism is open, by people in the streets, and participated in by soldiers and policemen.

7. The treatment of the Buddhists has particularly stuck in the gullets of all class of Vietnamese. They are shocked by the use of troops on sacred ground. It has struck deeper than anything else the [Page 294]

giáo cũng như Phật tử. Không có chuyện xô xát giữa Thiên Chúa giáo và Phật giáo. Trong quá khứ, Phật giáo chưa hề chính thức có sự tổ chức nào, đột nhiên dân chúng được tổ chức với các bản tin phát ra v.v... Trước giờ có sự chống đối ẩn tàng đối với chế độ và rồi bộc lộ rõ trong giới Phật tử sau sự kiện Huế. Đó hiển nhiên là một chuyển động chính trị, không phải tôn giáo.

8. Điểm đầu tiên phải nghiên cứu cẩn trọng là: Liệu chúng ta có thể chiến thắng [Cộng sản] với chế độ này không? Giáo sư Smith tin là không thể. Vì vậy chúng ta phải đối diện với câu hỏi là [lực lượng nào] sẽ thay thế chế độ này. Bất kỳ phong trào nào từ bên ngoài chế độ đều hết sức rủi ro. Vì sinh viên cũng như Phật tử đều không thể lật đổ chế độ này. Chỉ có một cuộc đảo chánh quân sự hay ám sát [từ bên trong] mới hiệu quả, và một trong hai chuyện này rất có thể sắp xảy ra. Trong trường hợp đó, chúng ta có 50% cơ hội đạt được điều gì đó tốt đẹp hơn.

9. Chính sách giữ im lặng của Đại sứ đã được chấp thuận khắp nơi, chỉ trừ trong Phủ Tổng Thống [Nam Việt Nam].

10. Tuần trước, tướng Thompson nói rằng chương trình ấp chiến lược cho thấy sẽ thành công. Đài phát thanh từ Bắc Việt đã chỉ trích nặng nề nhất là chương trình ấp chiến lược.

11. Xuyên qua các nguồn tin độc lập, Giáo sư Smith xác nhận đúng là Nhu có nói với nhà báo Joseph Alsop những gì mà ông này tường thuật lại[1] và rằng Bắc Việt đã tìm tới Nhu thông qua người Pháp, như Nhu đã nói.

[1] Xem ghi chú footnote 2, Document 151.

regime has done and the action disgusts Catholics and Buddhists alike. There is no Buddhist-Catholic clash. There has been no formal Buddhist organization in the past; suddenly people have been organized with press handouts, etc. There was latent opposition to the regime throughout the country which crystallized around the Buddhists after the Hue incident. It is clearly a political and not a religious movement.

8. The first point to study carefully is: Can we win with this regime. He believes we cannot. Then we must face the question of what is going to replace it. Any movement away from the regime is extremely risky. Neither the students nor the Buddhists can overthrow the government. Only a military coup or an assassination will be effective and one or the other is likely to occur soon. In such circumstances we have a 50% chance of getting something better.

9.The Ambassador's policy of silence has won approval everywhere except in the palace.

10.Thompson said last week the strategic hamlet program has proven it will work. The NVN broadcasts have attacked nothing as much as the hamlet program.

11.Through independent sources he has confirmed that Nhu told Alsop what Alsop reported Nhu said[1] and that the NVN have approached Nhu through the French as Nhu reported.

---

[1] See footnote 2, Document 151.

12. Một đại tá Quân đội là bạn của cả Nhu và Giáo sư Smith, mấy hôm trước báo cáo việc Nhu hỏi thăm dò rằng Quân đội sẽ phản ứng thế nào về những cuộc thương thuyết với Bắc Việt. Đại tá này bảo Nhu rằng ông ta sẽ không sống tới 24 giờ sau khi khởi sự thương thuyết như thế.
13. Nếu Cộng sản kiểm soát Nam Việt Nam, sẽ không còn lãnh tụ chính trị nào trên toàn vùng Châu Á đặt niềm tin vào thế giới Tây Phương nữa. Quả thật, việc mất niềm tin cũng sẽ không chỉ giới hạn ở các lãnh đạo Châu Á.
14. Chính phủ Mỹ không thể làm bất cứ gì khác hơn là, hoặc công khai ủng hộ Diệm hoặc giữ im lặng. Nếu chúng ta giữ chính sách im lặng, một cuộc đảo chánh rất có thể sẽ xảy ra trong vòng 4 tuần lễ. Việc ai sẽ nắm quyền sau chính phủ quân sự tạm thời hẳn là một canh bạc.
15. Các giáo sư tại Viện Đại Học Sài Gòn nói rằng đời sống bây giờ hệt như địa ngục; nếu Đại học mở cửa lại, các sinh viên sẽ lại xuống đường và sẽ có tham dự của Khoa Trưởng Đại Học Văn Khoa.
16. Nhu đang bắt giam thêm nhiều người, và căng thẳng ngày càng tăng. Và khi căng thẳng tăng thêm, tinh thần binh sĩ bị ảnh hưởng. Việc gỡ bỏ giới nghiêm và thiết quân luật đã đi kèm với gia tăng hiện tượng nửa đêm vào nhà bắt người. Các nhà tù chưa bao giờ chật đến như hiện nay.
17. Cuộc đảo chánh do Mỹ hỗ trợ sẽ làm hỏng mục tiêu của chính nó. Cuối cùng rồi chúng ta có thể gặp một chính phủ mang tiếng là con rối của Mỹ.

12. A colonel in the Army, a mutual friend of Nhu and the professor, reports that a few days ago Nhu inquired how the Army would react to negotiations with the NVN. The colonel told Nhu that he would not live 24 hours after the start of such negotiations.

13. If the Communists take over control of SVN, not another political leader in all of Asia will place any confidence in the world of the West. Indeed, the loss of confidence will not be limited to Asian leaders.

14. The American government cannot do anything other than to either publicly support Diem or keep our mouths shut. If we follow the latter policy, a coup will probably take place within four weeks. It will be a gamble as to who will take over power after an interim military government.

15. Professors at the University in Saigon report life has been hell; if the University is reopened the students will be out on the streets and the Dean of the Literary School will be with them.

16. Nhu is putting more and more people into jail and tension is continuing to rise. As tension rises it will eventually affect the morale of the troops. The elimination of the curfew and martial law have been accompanied by increasing arrests in the middle of the night. The jails have never been as full.

17. Coup plotting by the US would defeat its own end. We would end up with a government tarred with the reputation of an American puppet.

18. Việt cộng chưa lợi dụng được giai đoạn bất ổn chính trị này, vì lãnh đạo chính trị của họ yếu kém và vì Bắc Việt đang gặp nạn đói trầm trọng, muốn thương thuyết với Nam Việt Nam.
19. Sẽ là thiếu thực tế nếu tin rằng "dân chủ" sẽ hiệu quả trong hoàn cảnh hiện nay ở Nam Việt Nam. Nhiều biện pháp đàn áp của chế độ Diệm sẽ tiếp tục bởi chế độ tiếp nối. Nhưng dân chúng sẽ chấp nhận như thế một thời gian nếu chính phủ giải thích tại sao phải áp dụng như thế và khi nào sẽ có thể không áp dụng nữa. Nhiều người ở Nam Việt Nam hiện nay nói về sự lựa chọn giữa sự đàn áp thường xuyên của Diệm với sự đàn áp thường xuyên của Cộng sản.
20. Nhiều người tại Nam VN thấy khó hiểu về thái độ của Mỹ. Chính phủ [Mỹ] đã không bày tỏ một cách nhất quán. Nếu sau khi tôi về nước mà chính phủ Mỹ không nói gì để ủng hộ chế độ Diệm, thì một cuộc bùng nổ sẽ xảy ra trong vòng 2, 3, hay 4 tuần lễ nữa.

Ký tên: Robert S. McNamara[1]

[1] Được in từ một phó bản có chữ ký đánh máy này.

18. The VC have not taken advantage of the period of political instability because their political leadership is poor and NVN facing a disastrous food shortage wishes an accommodation with SVN.

19. It is soft-headed to believe that "democracy" will work under today's conditions in SVN. Many of the Diem regime's repressive measures would be continued by a successor regime. But the people will tolerate them for a time if the government will explain why they are imposed and when they may be lifted. Many in SVN today talk of a choice between perpetual repression under Diem or perpetual repression under Communists.

20. Many in SVN have been puzzled by the US attitude. The government has not spoken with one voice. If the US government, following my return, says nothing to support the Diem regime, an explosion will occur within 2, 3, or 4 weeks.

Robert S. McNamara[1]

[1] Printed from a copy that bears this typed signature.

"VUA LÊ" NGÔ ĐÌNH DIỆM VÀ "CHÚA TRỊNH" NGÔ ĐÌNH NHU

Trí Tánh

Trong điện văn mã số "POL 15S VIET" gửi từ Sài Gòn đến Bộ Ngoại Giao Hoa Kỳ lúc 7 giờ tối ngày 7/10/1963, Đại sứ Cabot Lodge đã chuyển về Washington một số thông tin để tìm cách giải thích thái độ chống Mỹ của ông Nhu. Trong một phần của điện văn đó, Đại sứ Lodge trích dẫn hai phát biểu của ông Nhu trả lời nhà báo Gambino trong cuộc phỏng vấn của Tuần báo L'Expresso tại Ý vào ngày 3/10/1963 (Bản dịch Anh ngữ của bài phỏng vấn này được kèm chung với Memo ngày 24/10 của chuyên gia Đông Nam Á Paul Kattenburg gửi cho ông Michael Forrestal, phụ tá của Cố vấn An ninh Quốc gia McGeorge Bundy). Nguyên văn tiếng Anh hai phát biểu đó là:

1. "If the Americans were to interrupt their help, it may not be a bad thing after all." ("Nếu người Mỹ ngưng hỗ trợ, thì đó chưa hẳn là một điều xấu.")
2. He said that if his father-in-law, former Ambassador Chuong, were to "come to Saigon, I will have his head cut off. I will hang him in the center of a square and to let him dangle there. My wife will make the knot on the rope because she is proud of being a Vietnamese and she is a good patriot" (Ông Nhu nói rằng nếu cha vợ ông ta, cựu Đại sứ [Trần Văn] Chương,

mà "về Sài Gòn, tôi sẽ cho cắt đầu ông ta. Tôi sẽ treo cổ ông ta giữa một quảng trường và để cho xác ông ta treo lủng lẳng ở đó. [Chính] vợ tôi sẽ buộc nút dây thòng lọng vì bà ấy tự hào là một người Việt Nam và là một người yêu nước tốt đẹp.")

Điện văn này được lưu trữ tại 2 trang 385 và 386 của Tập FRUS (Foreign Relations of the United States) của Bộ Ngoại Giao Mỹ, 1961-1963, Tập IV, dưới đề mục 186, tiểu mục 652. 2. b.

ĐAO PHỦ CHÍNH TRỊ

Trong phát biểu thứ nhất, ông Nhu gián tiếp nhắn nhe với người Mỹ và lãnh đạo miền Bắc về triển vọng một thế cờ mới nếu Mỹ rút khỏi miền Nam Việt Nam. Hà Nội và Washington mà nghe câu đánh giá hoang tưởng này của một kẻ mang bệnh cuồng vĩ chắc sẽ điên đầu... Chính ông Mieczylaw Maneli, vị đại diện Ba Lan từng làm trung gian cho Hà Nội và ông Nhu liên lạc với nhau, sau này khi hồi tưởng lại, cũng phải phê phán rằng: "Cấp lãnh đạo của chế độ Diệm-Nhu đã bị bệnh cận thị nặng nề đến mức tôi có thể so sánh với căn bệnh của giới lãnh đạo Cộng sản kiểu Xít-ta-lin." [The leaders of the Diem-Nhu regime suffered from definite myopia which I might compare with the myopia of the Stalinist-type Communist leaders (Mieczylaw Maneli, War of The Vanquished, Harper & Row, New York 1972, trang 150)].

Và trong phát biểu thứ nhì, ông trút nỗi căm thù của vợ chồng ông lên hành động của ông cha vợ là Trần Văn Chương, dám từ chức Đại sứ tại Mỹ (22-8-

1963) để "phản đối chính sách nhiều người cho là ưu đãi đạo Thiên Chúa giáo La Mã của Tổng thống Ngô Đình Diệm" (theo New York Times) và sau đó đã vận động chính giới Mỹ để loại trừ cặp vợ chồng Ngô Đình Nhu-Trần Lệ Xuân ra khỏi chính trường, hầu giúp ông Diệm vượt qua cuộc khủng hoảng tại miền Nam Việt Nam.

Ngoài ra, ông Nhu đã chứng tỏ rất tâm đầu ý hiệp với vợ mình khi đơn phương nói giùm cho bà Nhu rằng đến cha ruột mà bà còn sẽ giúp chồng buộc nút dây treo cổ, và lấy hành động đó để "tự hào là một người Việt Nam", thì chuyện bà thích thú vỗ tay và sẵn sàng "cung cấp thêm xăng" để nhìn các nhà sư bị "nướng sống" chẳng có gì là lạ cả. Vì đúng là "nồi nào úp vung nấy"! Chỉ lạ là cái niềm "tự hào" bệnh hoạn, vô đạo đức và phi nhân tính đó không biết ông bà Nhu đã tìm được ở đâu trong "người Việt Nam"? Hay là trong dân tộc Việt Nam, vào thời điểm đó tại miền Nam, đã có rồi một thiểu số bị "thổi hồn" để trở thành bệnh hoạn như thế?

Đúng là phong cách và ngôn ngữ của một tên đao phủ hiếu sát trên pháp trường chính trị, giết người không gớm tay! Với người thân nhưng nay đã trở thành đối lập chính trị mà ông Nhu còn công khai đòi "cắt đầu, treo cổ" như thế thì "dân chủ" ở đâu, "tự do" ở đâu trong cái gọi là nền Đệ Nhất Cộng hòa "Nhân vị Duy linh"? Cho nên ta không ngạc nhiên khi từ ngôi cao Cố vấn Chính trị trong dinh Tổng thống đầy quyền bính, kẻ "đao phủ chính trị" đó đã hoặc chủ mưu, hoặc ra lệnh, hoặc cho phép, hoặc đồng ý điều động một bầy thủ hạ mật vụ Cần Lao ác ôn như Lê Quang Tung, Dương Văn Hiếu, Nguyễn Văn Y,

Nguyễn Văn Hay, Khưu Văn Hai, Trần Bửu Liêm, xem mạng người như cỏ rác, xây những nhà tù biệt giam vô luật pháp như P42, thiết lập danh sách người Mỹ sẽ bị ám sát để hù dọa nạn nhân, ra lệnh cho Đại úy Phi công Huỳnh Minh Đường thả bom đánh chìm chiến hạm HQ 401 đang chở tù nhân quân sự và chính trị trên đường ra Côn Đảo, gài bẫy thành viên Phái đoàn Điều tra Liên Hiệp Quốc chơi gái điếm để chụp hình làm chantage, và xuống tay thủ tiêu (dao đâm, súng bắn, nhét vào bao bố thả trôi sông...) không biết bao nhiêu người yêu nước như Vũ Tam Anh, Tạ Chí Diệp, Hồ Hán Sơn, Ung Bảo Toàn, Trương Tử An, Nguyễn Tấn Quê...

Nhật báo El Paso Herald Post (El Paso, Texas) ra ngày 5 tháng 10 năm 1963, trang 6, tựa đề "Sixth Viet Nam Buddhist Burns", có đoạn đăng tin về Đại úy Phi công Huỳnh Minh Đường như sau:

"... Dissatisfaction with the regime of President Ngo Dinh Diem also appeared to be spreading to the armed forces. Vietnamese pilot Capt Huynh Minh Duong landed at Pochentong Airport at Phnom Peng, Cambodia, today and asked for political asylum to protest Diem's policies. Duong was the third Vietnamese pilot to ask for asylum recently..."

(... Tình trạng bất mãn với chế độ của Tổng thống Ngô Đình Diệm có vẻ như cũng lan tràn đến các lực lượng quân đội. Hôm nay Đại úy phi công Huỳnh Minh Đường đã hạ cánh xuống phi trường Pochengtong tại Phnom Pênh, Cam Bốt, và xin tị nạn chính trị để phản đối các chính sách của ông Diệm. Ông Đường là phi công Việt Nam thứ ba xin tị nạn gần đây...)

EL PASO HERALD-POST, Saturday, October 5, 1963

Sixth Viet Nam Buddhist Burns

$80,000 ... ery Nabbed

Jackie Plans First Stop In Istanbul

Trade Inventories Top 1962 Level

Africans to Decide

Ảnh chụp trang 6 nhật báo El Paso Herald Post số ra ngày 5-10-1963 (Nguồn: https://newspaperarchive.com/el-paso-herald-post-oct-05-1963-p-6/ - Nội dung trích dẫn nằm trong phần được khoanh tròn.)

Cần lưu ý rằng cuộc phỏng vấn với báo L'Expresso được đề cập trên đây đã diễn ra vào đầu tháng 10 năm 1963, khi miền Nam không còn phấn khởi và an ninh như từ năm 1955 đến 1959 nữa.

BA NĂM KHỦNG HOẢNG

◆ Thật vậy, từ đầu năm 1960, ngày 26-1, lực lượng vũ trang của Cộng sản đã chiếm đồn Trảng Sập và gây tổn thất nặng nề cho Sư đoàn 21. Tết Canh Tí năm đó, bìa báo Tự Do số Xuân in hình biếm họa vẽ 5 con chuột gậm nhấm trái dưa hấu miền Nam để "thú vật hóa" và chế giễu 5 anh em nhà Ngô, khiến Dinh Độc Lập tức điên lên, cho mật vụ đập phá tòa soạn và tịch thu những số báo còn lại. Rồi ngày 26-4, một tập hợp 18 vị nhân sĩ trí thức thuộc Khối Tự Do Tiến Bộ (còn gọi là nhóm Caravelle), tiêu biểu cho thành phần chính trị ưu tú của miền Nam, ra tuyên ngôn tố cáo chính quyền độc tài, bất lực và đòi cải tổ chính sách. Hệ quả của tuyên ngôn này là 4 lãnh đạo thân tín của ông Diệm ở cấp Bộ trưởng từ chức ra đi (Lâm Lễ Trinh, Bộ trưởng Nội Vụ, Trần Trung Dung, Phụ tá Bộ trưởng Quốc Phòng, Trần Chánh Thành, Bộ trưởng Thông Tin, và Nguyễn Văn Sĩ, Bộ trưởng Tư Pháp).

Hai tuần sau, ngày 11-11, lực lượng Nhảy Dù (Nguyễn Chánh Thi, Vương Văn Đông, Hoàng Cơ Thụy, Phan Quang Đán) tấn công và bao vây Dinh Độc lập đòi thay đổi lãnh đạo.

Vào cuối năm, ngày 20-12-1960, Mặt Trận Dân Tộc Giải Phóng Miền Nam ra đời tại Tây Ninh, thách thức tính chính danh của chính phủ Ngô Đình Diệm trên vũ đài chính trị trong và ngoài nước.

◆ Năm 1961 là năm tẻ nhạt về mặt chính trị nhưng lại cực kỳ tồi tệ về tình hình an ninh tại nhiều tỉnh. Ngày 28-4, toàn dân đi bầu Tổng thống nhiệm kỳ II với kết quả mà ai cũng biết trước: Liên danh Ngô Đình Diệm-Nguyễn Ngọc Thơ thắng 88% số phiếu cử tri (hai liên danh kia chiếm 7% và 4%). Khoảng giữa năm, ngày 2-7, Hội nghị "Đại Đoàn Kết Toàn Dân Chống Cộng" do ông Nhu thiết kế và chủ trì nhằm tóm thâu và khống chế các sinh hoạt chính trị tại Sài Gòn. Nhưng Hội Nghị đã bị tan vỡ ngay từ đầu vì ý đồ của ông Nhu bị phát hiện nên các đảng phái thì đứng ngoài và giới sinh hoạt chính trị thì không hợp tác.

Trong khi đó, Việt cộng tấn công và làm chủ nhiều quận huyện, thậm chí còn chiếm đóng trung tâm tỉnh lỵ Kiến Hòa (ngày 1-4). Đặc công Việt cộng đặt bom và ném lựu đạn ngay tại Sài Gòn, kích động 2.500 người dân biểu tình vào ngày 9 tháng 4 để phá rối cuộc bầu cử Tổng thống nhiệm kỳ II tại thủ đô. Cộng quân khống chế Công trường Đa Nhim nhiều ngày, bắt và hạ sát Quận trưởng Đơn Dương. Ngày 28-6, họ đánh bại quân đội tại Tô Hạp (Khánh Hòa), và ngày 16-7, Tiểu đoàn 502 Việt cộng đánh bại một Tiểu đoàn Dù tại Kiến Phong. Ngày 18-9, Việt cộng đốt phá tỉnh lỵ Phước Thành, hạ sát Thiếu tá Tỉnh trưởng Nguyễn Minh Mẫn, và ngày 1-10 bắt cóc rồi hạ sát Đại tá Nguyễn Thụy Nam, Trưởng Phái đoàn Việt Nam liên lạc Ủy Ban Kiểm Soát Đình chiến...

Trước tình hình nguy ngập này, ngày 10-10, ông Diệm ký Sắc lệnh 209-TTP ban bố "tình trạng khẩn cấp trên toàn lãnh thổ", yêu cầu Quốc Hội dành cho Tổng thống quyền được ban những sắc luật đặc biệt về an ninh, và ngày 7-12, ông Diệm gửi thư cầu cứu với Tổng thống Kennedy.

◆ Năm 1962 mở màn vào sáng 27-2 với một trái bom từ chiếc khu trục A-1H Skyrider của Trung úy Nguyễn Văn Cử, thả xuống cánh trái Dinh Độc Lập, nơi có phòng ốc sinh sống và làm việc của gia đình ông Nhu. Vụ này do một số thành viên của Việt Nam Quốc Dân Đảng và Việt Quốc tổ chức. Phi công của chiếc khu trục thứ nhì là Trung úy Phạm Phú Quốc bị bắt và được phát hiện thuộc dòng dõi danh gia của cụ

Phạm Phú Thứ ở Quảng Nam (nơi ông anh trưởng của Diệm là Ngô Đình Khôi từng là một Tổng Đốc tham nhũng), lại càng làm cho anh em nhà Ngô đau nhói. Đã thế, tình hình chiến sự thê thảm đến nỗi ngày 31-3 ông Diệm đã phải gửi thông điệp chính thức cho nguyên thủ của 92 quốc gia trên thế giới yêu cầu yểm trợ Việt Nam Cộng hòa chống lại cuộc xâm lăng của Cộng sản từ miền Bắc. Tình hình kinh tế cũng chẳng sáng sủa gì. Bernard Nalty (trong Rival Ideologies in Divided Nations) cho biết: "Kinh tế Việt Nam đều phụ thuộc vào viện trợ kinh tế và quân sự của Mỹ", và điều tra của Robert Scigliano (trong Vietnam, A Country At War) xác nhận: "Việt cộng đã chiếm được 80% nông thôn của Việt Nam Cộng hòa."

Gần cuối năm, Bác sĩ Phạm Huy Cơ, một chính khách tên tuổi, công khai đả kích chính sách độc tài gia đình trị, đã cùng một số chính trị gia thành lập Hội đồng Cách Mạng Quốc gia rồi thuyết phục Hoa Kỳ ngưng ủng hộ ông Diệm. Ông lập luận rằng nền độc tài gia đình trị của chế độ Diệm chỉ làm lợi cho Cộng Sản Hà Nội và Mặt trận Giải phóng. Dĩ nhiên, ông đã bị bắt giam ngay.

VUA LÊ CHÚA TRỊNH

Tình hình trầm trọng, dồn dập và phức tạp trong ba năm 1960, 1961 và 1962 này[1] đã càng ngày càng bộc lộ những khuyết điểm về khả năng lãnh đạo của ông quan Thượng thư Ngô Đình Diệm, nhưng cũng đồng thời làm dấy lên những tham vọng của ông siêu cố vấn Ngô Đình Nhu. Thật vậy, từ khi ông Diệm lên

[1] Thông tin từ "Những ngày chưa quên" của Đoàn Thêm.

làm Tổng thống một nước Cộng hòa hiện đại cho đến đầu thập niên 60, tâm chất và kỹ năng của ông Diệm như một ông quan đầu tỉnh triều Nguyễn hình như vẫn không khá hơn được chút nào. Chính vị Đổng Lý Văn Phòng gần gũi của ông Diệm mô tả rằng: "Trí não ông Diệm không quen lý hội sự gì trừu tượng và tổng quát. Ông chỉ ưa việc cụ thể mà ông hình dung được rõ mới chịu là cần thiết, ông xét định về từng trường hợp và từng công tác dễ hơn là về toàn diện vấn đề. Ông có thể chỉ làm được một tổng thanh tra tẩn mẩn, sục sạo như viên kỹ sư Bigorne thời Pháp thuộc: Giá ông làm tổng thanh tra như Bigorne, không chừng làm được việc hơn một Tổng thống..."[1] Cho nên choáng ngợp trước nhiều biến động phức tạp và dồn dập của 3 năm qua, "Vua Lê" nhu nhược và bất tài đang từ từ phải chia sẻ quyền lực và nương dựa nhiều hơn vào một "Chúa Trịnh" càng lúc càng tham quyền. Các sử gia nghiên cứu về giai đoạn 3 năm đầu của thập niên 60 cần chú ý đến hiện tượng chuyển quyền lý thú này để đánh giá cho đúng về hai ông Nhu, Diệm, xem tội ai nặng, tội ai nhẹ. Vì ông Nhu mới chính là kiến trúc sư và cũng là nhà thầu cố gắng chống đỡ nhưng cuối cùng lại phá nát ngôi nhà Đệ Nhất Cộng hòa đã tơi tả trong khoảng thời gian đầy giông bão này.

Qua đến năm 1963 thì tình trạng "Vua Lê Chúa Trịnh" càng rõ nét hơn, song song với những biến cố sôi động trong năm này:

◆ Ngày 2-1 đầu năm là thất bại thê thảm ở trận Ấp Bắc, tỉnh Định Tường (trong quá trình triển khai chiến

---

[1] Đoàn Thêm, Những Ngày Chưa Quên, nxb Đại Nam, Sài Gòn 1969, trang 200.

lược Trực thăng vận và Thiết xa vận do Mỹ viện trợ) khiến nhiều giới chức trong và ngoài chính quyền Mỹ đặt lại vấn đề hiệu quả của các chương trình quân viện.

◆ Tháng 2, nhằm Tết Quý Mão, là lúc những mâu thuẫn quyền lực và quyền lợi nổ lớn giữa anh em nhà Ngô Đình: Hai ông Diệm-Nhu một bên, hai ông Thục-Cẩn một bên, với bà Nhu nhảy nhót tung tăng đổ dầu vào lửa... Tháng 5 cho đến tháng 8 là phong trào đấu tranh đòi bình đẳng tôn giáo của Phật tử với vụ nổ súng giết người ở Huế, cuộc tự thiêu của Hòa thượng Thích Quảng Đức ở Sài Gòn, và cuộc tấn công "Nước Lũ" của Lực lượng Đặc biệt vào các chùa toàn quốc, bắt giam hơn 1.400 Tăng Ni và Cư sĩ.

◆ Ngày 23/8, trong khi sinh viên học sinh thay thế Tăng Ni Phật tử (đã bị bắt giam) xuống đường rầm rộ thì Chánh Văn phòng Phủ Tổng thống Võ Văn Hải và Bộ trưởng Phủ Tổng Thống Nguyễn Đình Thuần đòi loại bỏ ông Nhu ra khỏi chính quyền. Một loạt các viên chức cao cấp khác như Ngoại trưởng Vũ Văn Mẫu, Đại sứ Trần Văn Chương cũng từ chức hoặc bị đuổi, như Giám đốc Sở Nghiên cứu Chính trị Bác sĩ Trần Kim Tuyến, Chủ tịch Quân ủy Đảng Cần Lao Trung tá Nguyễn Văn Châu.

Randall B. Woods viết trong tác phẩm Shadow Warrior rằng: "...Từ lúc đó trở đi, những phản kháng của Phật tử tăng trưởng thành một phong trào lớn mạnh và có gốc rễ với sự yểm trợ rộng rãi trong giới sinh viên, trí thức, và ngay cả vài người trong cộng đồng Công giáo. Biết rằng tình trạng bất ổn đã lan tràn đến giới quân sự và vài sĩ quan đang lên kế hoạch đảo chánh, ông Nhu đã ngấm ngầm dự định một kế hoạch cực kỳ rắc rối để nghiền nát phong trào Phật tử, đổ lỗi cho quân đội và chiếm đoạt quyền kiểm soát chính phủ của ông Diệm. *Ông ta đã đi đến kết luận rằng anh mình [ông Diệm] quá mềm yếu nên không cai trị được nữa.* Ông Nhu đã kêu ầm lên với [Trưởng] văn phòng CIA [tại Sài Gòn là] John Richardson vào tháng 6 rằng: *'Tôi chẳng thèm coi ông [Diệm] anh tôi ra gì nữa.* Nếu một chính phủ không đủ sức áp dụng luật lệ được nữa, chính phủ đó sẽ đổ.' Ông Nhu còn nói thêm rằng chế độ này *'quan lại và phong kiến'* đến mức vô phương cứu chữa."

[From that point, the Buddhist protests grew a powerful deeply rooted movement with broad support among students, intellectuals, and even some among Catholic community. Aware that unrest had spread to the military and certain officers were planning a coup, Nhu hatched a byzantine plan to crush the Buddhist movement, blame the military and seize the control of the government from Diem. He had concluded that his brother become too weak to rule. "I don't give a damn about my brother, " Nhu exclaimed to CIA station John Richardson in June, "If a government is incapable to apply the law, it should fall. " The regime, he said, was incurably "mandarin and feudal".][1]

Về thái độ ông Nhu xem thường ông Diệm "không ra gì", cho đến gần 20 năm sau, trong một cuộc phỏng vấn vào năm 1982, khi so sánh tương quan giữa Tổng thống Diệm và ông Nhu, bà Nhu cũng đã xác nhận rằng: "Vì ông ta biết rất rõ rằng chồng tôi có thể cai trị

[1] Randall B. Woods, Shadow Warrior, William Egan Colby and The CIA, nxb Basic Books, New York 2013, trang 219).

[đất nước] mà không cần ông ta, nhưng ông ta không thể cai trị nếu không có chồng tôi." [Because he knew very well that my husband can do without him but he could not do without my husband.][1]

Cho nên, để hoàn tất một trong những mắt xích của chiến lược chống Mỹ - phế Diệm của mình, ngày 25/8, sau nhiều vận động của Pháp và Ấn Độ, lần đầu tiên, trong một buổi tiệc tại Bộ Ngoại giao, ông Nhu gặp đại diện của Bắc Việt là Trưởng đoàn Ba Lan Mieczyslaw Maneli thuộc ICC. Lần gặp thứ nhì vào ngày 2/9, Quốc Khánh của VNDCCH, ông Nhu mời ông Maneli vào Dinh Gia Long... Đó là chưa kể những trao đổi bí mật khác qua hai "đại sứ đặc biệt" Phạm Hùng và Trần Văn Dĩnh. Những biến cố dồn dập, phức tạp và trầm trọng đó, tích lũy từ 3 năm trước và lên đến cao điểm vào cuối mùa hè năm 1963, đã vượt khỏi khả năng cai trị và ý chí lãnh đạo của con người thơ lại khăn đóng áo dài Ngô Đình Diệm. Ông chỉ còn biết quay về với chuyện ông giỏi nhất và thích nhất: cầu nguyện với Chúa và hút thuốc lá liên miên. Vả lại, ông bà Nhu cũng đã thay ông điều hành việc nước từ lâu rồi. Những ngày đầu tháng 10 năm 1963, không cần những kế hoạch đảo chánh giả "Bravo1/ Bravo2" cực kỳ rắc rối để cướp quyền ông Diệm, không cần cho nhân viên thay chân dung to lớn của ông Diệm tại Tòa Đô sảnh bằng chân dung của mình, ông Nhu trên thực tế cũng đã là Tổng thống Việt Nam Cộng hòa rồi, bất chấp Hiến Pháp. Và ông ta là một Tổng thống với tâm địa của tên "đao phủ chính trị".

Và tiếp theo là sự chuyển mình của lịch sử...

[1] Chương trình "Vietnam: A Television History", đài truyền hình PBS, phát hình năm 1983.

Ông Nguyễn Đình Thuần, Phụ tá Bộ trưởng Quốc Phòng rồi Bộ trưởng Phủ Tổng Thống của Đệ Nhất Cộng hòa, người ra vào Dinh Gia Long hầu như hằng ngày, đã kể lại rằng: "...Vào giai đoạn đó, Nhu sa vào vòng nghiện ngập và điều đó đã đẩy ông ta đến những trạng thái cực đoan... Người ta bắt đầu thấy những dấu hiệu điên loạn trên mặt ông ta, nhìn bất động như kẻ mộng du, với một nụ cười lạnh lùng cố hữu..."[1]

THẾ CỜ BÍ OAN NGHIỆT

Khi cùng ông Nhu trốn khỏi Dinh Gia Long ngày 2-11-1963, ông Diệm nghĩ rằng cùng đi với nhau, ông Nhu sẽ an toàn hơn. Ông Diệm đã nghĩ đúng một nửa vì trước đó, bạn cũng như thù, cộng tác viên cũng như đối lập, đều chỉ đòi hỏi ông bà Nhu rời khỏi nước và giữ ông Diệm làm Quốc trưởng. Nhưng một nửa khác mà ông Diệm không nghĩ tới là theo đà cuộc khủng hoảng kéo dài từ năm 1960, chứ không phải từ vụ Phật giáo (5/1963), Chúa Trịnh Ngô Đình Nhu độc ác đã "tiếm quyền" Vua Lê Ngô Đình Diệm nhu nhược, thì tình cảm của quân dân miền Nam đã trở nên căm thù và uất hận ông Nhu đến như thế nào? Ngày 2-11 năm đó là ngày mà cả người sống lẫn người chết đều muốn đòi lại món nợ máu của 7 năm bạo trị!

Giá mà tại nhà ông ba Tàu làm kinh tài cho đảng Cần Lao tên Mã Tuyên ở Chợ Lớn, khi toàn bộ những công cụ bạo lực của gia đình ông đều tự tê liệt hoặc tan rã như bọt sóng, ông Diệm để ông Nhu "nhảy núi" một mình, theo đường giao liên vào mật khu của Mặt trận Giải phóng Miền Nam rồi ra Hà Nội, còn ông về nhà

[1] Theo Rogers Hillman, To Move A Nation, Doubleday Inc. and Co. , New York 1967, trang 480.

thờ cha Tam để liên lạc với các Tướng lãnh, thì có lẽ cơ may để cả hai ông được sống sót có thể sẽ lớn hơn.

Nhưng lịch sử không làm bằng những sự *"giá mà"*, và số phận đã làm cho *"Diệm không Nhu, Diệm héo; Nhu không Diệm, Nhu tàn"*, nên họ đã không bỏ được nhau. Bộ óc "mưu lược bá đạo" của Ngô Đình Nhu đã không nghĩ ra được cách giải thế cờ bí oan nghiệt của chính anh em mình bày ra. Vì nhân quả là quy luật hằng hữu của kiếp nhân sinh, nên chính anh em dòng họ Ngô Đình đã tự hại nhau mà không biết!

Và lịch sử đã sang trang trong tiếng reo mừng thoát nạn của toàn dân thủ đô Sài Gòn vào buổi trưa ngày 2-11-1963.

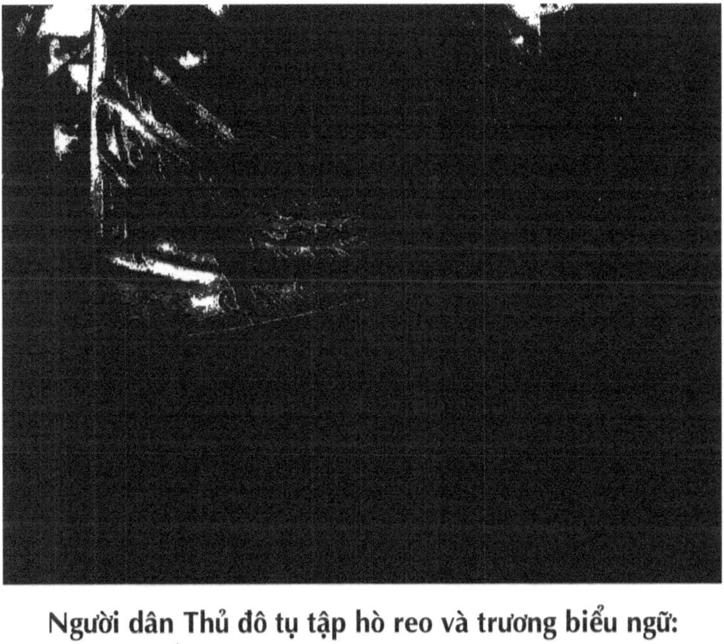

Người dân Thủ đô tụ tập hò reo và trương biểu ngữ: "... nhiệt liệt ủng hộ cuộc Cách mạng của Quân đội" (Ảnh lấy từ Tạp chí LIFE Magazine)

MỸ ĐÃ THẤY MẤT NAM VIỆT NAM TỪ CUỐI NĂM 1961: LỖI LỚN LÀ DO CHẾ ĐỘ ÔNG DIỆM[1]

Cư Sĩ Nguyên Giác dịch

LỜI NGƯỜI DỊCH

Một số người Việt trong cộng đồng hải ngoại đã nêu lý luận rằng: Tổng thống Hoa Kỳ John F. Kennedy trong năm 1963 đã yêu cầu đưa quân Mỹ vào Việt Nam nhưng bị Tổng Thống Diệm phản đối, nên Hoa Kỳ mới thúc đẩy các cuộc biểu tình của Phật giáo để lật đổ ông Diệm hầu dễ đưa quân đội Mỹ vào miền Nam Việt Nam. Từ đó, để "rửa tội" cho ông Diệm, họ tiếp tục phóng to thành kịch bản "ông Diệm bảo vệ quyền tự quyết" nên bị Mỹ xúi giục các tướng lãnh đảo chánh!

Lý luận trên hoàn toàn không đúng. Các hồ sơ giải mật gần đây cho biết Tổng thống Kennedy đã thấy thua từ cuối 1961, nên thu xếp từ mùa xuân 1962 để giảm mức tham gia quân sự của Hoa Kỳ tại Việt Nam trở về chỉ tương đương với đầu năm 1961. Và vào ngày 11-10-1963, Tổng thống Kennedy đã ra một lệnh bí mật lập kế hoạch rút 1.000 cố vấn (trên tổng số gần 17.000) từ Việt Nam về Mỹ vào cuối năm 1963. Hồ sơ mật này có ký hiệu NSAM 263. Như vậy, Tổng thống Kennedy không những đã không muốn

---

[1] Dịch từ Bản Ghi nhớ NSAM 263 của Hội Đồng An Ninh Quốc Gia về quyết định rút 1.000 quân Mỹ vào cuối năm 1963.

đem quân vào Việt Nam, mà ngược lại còn quyết định bắt đầu rút quân khỏi miền Nam.

Ngoài ra, Phật giáo đã không tham dự gì với các diễn biến chính trị quân sự quan trọng trong quan hệ Mỹ-Việt đó, vì trận tổng tấn công các chùa do ông Nhu thực hiện đêm 20 rạng ngày 21-8-1963 đã bắt giam hầu hết các vị sư lãnh đạo Phật giáo.

Sau đây là bản Việt dịch Việt dịch hồ sơ NSAM 263 và 5 trang trong cuốn biên khảo "Death of A Generation" của Giáo sư Howard Jones, NXB Oxford University Press, 2003. Cuốn biên khảo này được viết trong 15 năm, duyệt và góp ý bởi nhiều học giả, chọn lọc thông tin từ nhiều hồ sơ giải mật và các cuộc phỏng vấn riêng, cùng với các bản khai có tuyên thệ chưa được phổ biến từ ba thư viện Tổng Thống và Trung Tâm Văn Khố Quốc Gia.

Sách viết công phu và cẩn trọng vì tham khảo nhiều nguồn. Thí dụ, độc giả có thể xem cuối bản dịch này, trong chú thích số 9, khi nói về chiến lược Rostow trình lên Tổng thống Kennedy, đã dẫn đến 7 nguồn khác nhau. Tất cả các chú thích chỉ mang nội dung tham chiếu sẽ không dịch ra Việt ngữ và được đưa về cuối bản dịch, vì chỉ dành riêng cho người nghiên cứu để dễ dàng tìm ra tài liệu gốc bằng Anh ngữ.

Qua các tài liệu và phân tích trong 5 trang này, ta có thể nhận ra các sự kiện sau:

- Năm 1960, John F. Kennedy nhậm chức Tổng Thống Mỹ. Tháng 4 năm 1961, ông chấp thuận đưa du kích quân người Cuba (Lữ Đoàn 2506, do CIA huấn luyện) vào Vịnh Con Heo để lật đổ Fidel Castro nhưng hoàn toàn thất bại. Sau thảm bại này, Tổng thống Kennedy không hoàn toàn tin vào các nhận định của các tướng Hoa Kỳ và CIA nữa.

- Năm 1962, Tổng thống Kenney bắt đầu sắp xếp để rút bớt quân Mỹ tại Việt Nam (xem trang 8). Kennedy tin rằng cải cách chính trị ở Việt Nam quan trọng hơn là chiến thắng ở chiến trường. Nhưng Việt Nam tất phải thua vì chính sách của Tổng thống Ngô Đình Diệm làm mất lòng dân (xem chú thích 16).
- Bản văn NSAM 263 đề ngày 11-10-1963, do Cố vấn An ninh Quốc gia (NSC) McGeorge Bundy chỉ thị sẽ rút quân Mỹ kể từ tháng 12-1963.
- Tổng thống Kennedy ủng hộ cuộc đảo chánh của các tướng lãnh VNCH nhưng muốn đưa ông Diệm ra lưu vong.
- Dòng họ Ngô Đình Diệm kiêu kỳ và khó chịu đến nỗi Tòa Đại Sứ Mỹ chỉ thị cho tất cả nhân viên sứ quán không được uống bất cứ thứ gì trong 3 giờ đồng hồ trước khi vào Dinh Tổng Thống, để khỏi phải dùng nhà vệ sinh (xem trang 9).
- Thất bại trong cuộc chiến Việt Nam là do Tổng Thống Diệm và gia tộc họ Ngô (xem trang 9).
- Kennedy đã thấy Mỹ và chính phủ ông Diệm tất phải thua cuộc chiến chống Cộng từ cuối năm 1961 (xem trang 11).
- Kennedy sắp xếp việc rút quân bằng cách dự tính gỡ chức Ngoại Trưởng của Rusk (xem trang 11) và giữ thể diện cho Đảng Dân Chủ khi thua cuộc ở Nam Việt Nam bằng cách đưa Lodge (người của đảng Cộng Hòa) vào chức Đại Sứ Mỹ ở VN (xem trang 12).

THE WHITE HOUSE
WASHINGTON

[redacted]- EYES ONLY October 11, 1963

NATIONAL SECURITY ACTION MEMORANDUM NO. 263

TO: Secretary of State
Secretary of Defense
Chairman of the Joint Chiefs of Staff

SUBJECT: South Vietnam

At a meeting on October 5, 1963, the President considered the recommendations contained in the report of Secretary McNamara and General Taylor on their mission to South Vietnam.

The President approved the military recommendations contained in Section I B (1-3) of the report, but directed that no formal announcement be made of the implementation of plans to withdraw 1,000 U.S. military personnel by the end of 1963.

After discussion of the remaining recommendations of the report, the President approved an instruction to Ambassador Lodge which is set forth in State Department telegram No. 534 to Saigon.

McGeorge Bundy

Copy furnished:
Director of Central Intelligence
Administrator, Agency for International Development

cc:
Mr. Bundy
Mr. Forrestal
Mr. Johnson
[redacted] NSC Files

DECLASSIFIED
Committee Print of Pentagon Papers

PHÓNG ẢNH HỒ SƠ NSAM 263

(NATIONAL SECURITY ACTION MEMORANDOM)

TÒA BẠCH ỐC

Washington

(Tối mật - Dành riêng cho người có trách nhiệm)

Ngày 11 tháng 10 1963

BẢN GHI NHỚ HÀNH ĐỘNG AN NINH QUỐC GIA SỐ 263

GỬI TỚI: Bộ Trưởng Ngoại Giao, Bộ Trưởng Quốc Phòng, Tham Mưu Trưởng Liên Quân

CHỦ ĐỀ: Nam Việt Nam

Trong buổi họp ngày 5-10-1963, Tổng Thống [Kennedy] đã xem xét các khuyến nghị trong bản Phúc trình của Bộ Trưởng McNamara và Tướng Taylor qua chuyến đi khảo sát của họ ở Nam Việt Nam.

Tổng Thống chấp thuận khuyến nghị quân sự trong Phần I B (1-3) của bản Phúc trình, nhưng ra lệnh không đưa ra loan báo chính thức nào về việc thực hiện kế hoạch rút 1.000 quân nhân Mỹ về vào cuối năm 1963.

Sau khi thảo luận về các khuyến nghị còn lại trong bản Phúc trình, Tổng thống chấp thuận bản chỉ thị cho Đại sứ Lodge như đã ghi trong Điện văn số 534 do Bộ Ngoại Giao Mỹ gửi đi.[1]

Ký tên

McGeorge Bundy[2]

Phó bản gửi để thực hiện:

Giám đốc Sở Tình Báo Trung Ương CIA

Giám đốc Sở Phát Triển Quốc Tế AID

---

[1] Điện văn 534 đề ngày 5 tháng 10 năm 1963.

[2] Cố vấn An ninh Quốc gia

Phó bản gửi để biết:
Ông Bundy, Ông Forrestal, Ông Johnson,
Hồ sơ lưu Hội đồng An ninh Quốc gia NSC.

Tối mật, chỉ dành riêng cho người có trách nhiệm. Được giải mật ngày 15 tháng 7 năm 1977, bản sao của Ủy ban Ấn hành Hồ sơ Ngũ Giác Đài.

Sách Death of a Generation của Howard Jones
ISBN-13: 978-0195176056 (ảnh minh họa)

CÁI CHẾT CỦA MỘT THẾ HỆ

(Trích dịch từ trang 8 đến trang 12)

[Trang 8] ... Chủ nghĩa Cộng sản vồ lấy các quốc gia đang phát triển bằng cách trà trộn, nổi loạn, và mở ra cuộc chiến du kích. Để đối phó "căn bệnh" này, Rostow[i] đưa ra chiến lược phản kích đa tầng, tập trung vào việc tăng tính di động nhanh hơn để đánh các trận hạn chế, và một chương trình kinh tế được thiết kế để ngăn cản phiến quân Cộng sản thông qua các chương trình xây dựng đất nước. Phương pháp rộng lớn ấy đòi các biện pháp cả quân sự và dân sự để cung cấp cho số lượng nhiều nông dân tại Lào và Việt Nam *"một chỗ đứng trong hệ thống, một cảm thức về vai trò của họ trong đó, và một quyết tâm để hệ thống này tồn tại"*. Một phương pháp linh động và tự chế như thế có thể hoàn tất lời hứa nêu lên trong bài diễn văn đăng quang của Tổng Thống Kennedy để giúp *"những người sống trong các túp lều và các ngôi làng của một nửa địa cầu đang gian nan trong việc phá vỡ các tai ách nghèo khó tập thể."* Chỉ khi làm được như thế, Hoa Kỳ mới tránh được việc tham chiến trực tiếp.

Nhưng sự lạc quan trong giây phút đăng quang đã nhạt dần đi. Vào thời điểm Tổng Thống Kennedy bị ám sát, ông đã sắp hoàn tất một tiến trình để rút hầu hết lính Mỹ ra khỏi Việt Nam theo kế hoạch có tên "Kế Hoạch Toàn Diện cho Nam Việt Nam". Quả thật, 1.000 quân nhân Mỹ đầu tiên sẽ khởi sự theo lịch trình rút khỏi VN vào đầu tháng 12-1963. Nên biết rằng, cách tiếp cận của TT Kennedy đối với Nam VN đã dẫn đến việc đưa gần 17.000 lính Mỹ vào Nam

[i] Phụ tá Cố vấn An ninh Quốc gia của Tổng thống Kennedy.

DEATH OF A GENERATION

(Page 8 - 12)

[Page 8]... ...Communism preyed on underdeveloped countries by infiltration, subversion, and guerrilla warfare. To counter this "disease," Rostow advocated a multilayered response that focused on developing a greater mobility for fighting limited battles and an economic program designed to deter Communist insurgencies through nation-building programs. Such a broad approach called for both military and civil measures to provide the vast number of peasants in Laos and Vietnam with "a stake in the system, a sense of identification with it, and a commitment to its survival." Such a flexible and restrained approach could fulfill the promise highlighted in President Kennedy's inaugural address to help "those people in the huts and villages of half the globe struggling to break the bonds of mass misery." Only in this fashion could the United States avoid direct combat involvement.[9]

But the optimism of this inaugural moment eventually faded. By the time of the president's assassination, he had come close to finalizing a pro-cess for withdrawing most of America's soldiers in accordance with the "Comprehensive Plan for South Vietnam." Indeed, the first thousand troops would begin their scheduled pull-out in early December.[10] To be sure, Kennedy's initial approach to South Vietnam had led to the assignment

VN, nhưng không quân nhân nào được quyền tác chiến trừ phi bị tấn công. Mục tiêu chính thức của họ vẫn là cố vấn, hỗ trợ, và hiện diện biểu tượng, ngay cả khi sự có mặt như thế của họ đã dẫn tới một số lính Mỹ rơi vào trường hợp tác chiến, cho dù là với tư cách cố vấn quân sự, chuyên gia về tổ chức, phi công, hay chỉ đơn giản là nhân viên trong căn cứ. Tòa Bạch Ốc đã cố gắng che giấu cuộc chiến bí mật tại VN nhằm ngăn cản bất ổn trong nội bộ Hoa Kỳ và để duy trì các giới hạn trong cuộc chiến thực sự giữa những người Cộng sản và Thế Giới Tự Do. Nếu Quân lực VNCH đẩy lùi được Việt cộng, và nếu Kennedy thắng cử lần nữa vào năm 1964, ông dự định sẽ tiếp tục chương trình rút quân Mỹ về theo từng giai đoạn, nhằm đưa hầu hết lính Mỹ trở về trong năm 1965. Những lính Mỹ còn lại dự kiến sẽ chỉ còn 1.500 người, gồm toàn là cố vấn và như thế sẽ rất gần với con số ấn định trong Hiệp Định Geneva.

Nhưng khi tình hình Nam VN quá xấu đi vào mùa thu 1961, Tổng thống Kennedy tin rằng, ít nhất là trong một thời gian ông cần phải nhấn mạnh giải pháp quân sự có sẵn trong lý thuyết chống nổi loạn. Ông cố gắng duy trì ranh giới mong manh giữa các nhiệm vụ hỗ trợ và tác chiến trực diện với Việt cộng. Nhưng ranh giới này mờ dần đi khi quân nhân Mỹ tại Nam VN tăng thêm số lượng và gặp nguy hiểm hằng ngày. Làm sao một chỉ huy quân sự Mỹ có thể kềm chế lính của mình khi bị tấn công? Có thể nào việc tự vệ lại không dẫn đến một cuộc tấn công để rồi Mỹ hóa cuộc chiến tranh này? Cho đến mùa xuân 1962, Tổng Thống Kennedy đã tìm cách giảm mức tham dự quân sự của Mỹ trở về ngang mức của đầu năm 1961. Nỗ lực rút quân Mỹ về

of nearly 17,000 U.S. troops, but none had the authority to engage in combat unless under attack. Their official purpose remained advisory, supportive, and symbolic, even though their very presence drew more than a few of them into combat, whether as military advisers, logistics specialists, airplane pilots, or simply ground personnel. The White House tried to conceal this secret war in Vietnam in an effort to avert domestic unrest and to maintain limitations on the real war between the Communists and the Free World. If the ARVN pushed back the Vietcong, and if Kennedy won reelection in 1964, he intended to continue the phased withdrawal program aimed at having the great bulk of U.S. soldiers home in 1965. Those remaining behind would total 1,500, all advisers and considerably closer in number to the strictures of the Geneva Accords.

But as the situation in South Vietnam dramatically worsened during the fall of 1961, President Kennedy became convinced that, at least for a time, he must emphasize the military correctives contained in counterinsurgency doctrine. The president tried to maintain the thin line between support duties and direct combat with the Vietcong. Yet that line blurred as uniformed Americans in South Vietnam grew in number and were put at risk on a daily basis. How could a U.S. military commander restrain his men under attack? Could not self-defense graduate into an offensive that Americanized the war? By the spring of 1962, the president sought to pare back the U.S. military involvement to the level of early 1961. This withdrawal

như thế đã khựng lại từ sau những cuộc biểu tình của Phật tử vào tháng 5-1963, và rồi ngưng hẳn sau khi TT Kennedy bị ám sát 6 tháng sau đó.

[Trang 9] Phần lớn thất bại tại Việt Nam có thể quy lỗi cho Tổng thống Diệm và gia đình ông ta. Là một giáo dân Thiên Chúa Giáo La Mã trong một đất nước đa số là Phật tử, ông Diệm khó mà biện hộ trước các cáo buộc về việc truy bức tôn giáo. Với kiểu cách lạnh lùng, kiêu kỳ và thiên vị, Diệm không bao giờ lộ ra bất kỳ khuynh hướng nào cho dân chủ, và chỉ muốn giữ quyền lực trong tay riêng ông và gia đình ông. Thực sự, ông Diệm thuộc loại quá khó đối thoại, đến nỗi để tránh việc phải sử dụng nhà vệ sinh, Tòa Đại Sứ Mỹ đã chỉ thị các viên chức không được uống nước trong 3 giờ đồng hồ trước khi gặp ông Diệm. Niềm tin của ông Diệm vào "chủ nghĩa nhân vị" phản ảnh cái nền tảng quý phái, quan liêu của ông và sự nghi ngờ sâu xa đối với những người ngoài gia tộc nhà Ngô - kể cả người Mỹ. Chẳng phải là người trong gia đình ông vẫn giữ lòng trung thành khi các sĩ quan bất mãn tổ chức đảo chánh hụt cuối năm 1960 đó sao? Chẳng phải là đã quá rõ (ít nhất là với ông Diệm) việc Tòa Đại Sứ Mỹ và CIA trước đó đã chấp nhận [việc đảo chánh] miễn đừng sát hại ông Diệm? Do vậy, ông Diệm (một người không lập gia đình) chỉ tìm lời khuyên duy nhất từ người em là Ngô Đình Nhu, cũng lạnh lùng xa cách và vô cảm như ông, vốn không giữ chức vụ hành pháp nào trong chính phủ, và cô em dâu là bà Ngô Đình Nhu, người đã trở thành "Đệ Nhất Phu Nhân" của ông Diệm. Bà Nhu là người nhanh nhảu chỉ trích cay độc các nỗ lực cải cách của Mỹ tại Nam Việt Nam (được báo chí biếm họa là "Bà Rồng"

effort stalled in the wake of the Buddhist uprising of May 1963 and ultimately came to a halt in the aftermath of Kennedy's own death some six months later.

[Page 9] Much of the failure in Vietnam was attributable to President Diem and his family. A Catholic in an overwhelmingly Buddhist country, Diem found it difficult to refute charges of religious persecution. Cold, aloof, and nepotistic, he never revealed any propensity for democracy and preferred to keep power in the hands of himself and his family. Indeed, he was so averse to carrying on a dialogue that, to avoid having to use the toilet, the U.S. embassy had instructed its officials not to drink any liquids for three hours before calling on the premier. Diem's belief in "personalism" reflected his elitist, mandarin background and his profound distrust of people outside the Ngo family—including Americans. Had not his family remained loyal in late 1960, when disgruntled military officials launched their narrowly abortive coup attempt? Was it not certain (at least to him) that the U.S. embassy and the CIA had accepted if not promoted his demise? Consequently, Diem (who was not married) sought advice almost exclusively from his equally distant and seemingly emotionless brother, Ngo Dinh Nhu, who held no executive position in the government, and his sister-in-law, Madame Nhu, who had become Diem's "First Lady." A vivacious and acid-tongued critic of U.S. reform efforts in South Vietnam (caricatured by news correspondents as the "Dragon Lady" after the comic book character), Madame Nhu was

dựa theo nhân vật truyện tranh). Bà Nhu trước đây là Phật tử, cải đạo sang Thiên Chúa giáo La Mã, và ưa chuộng một xã hội khép kín dựa vào tiêu chuẩn đạo đức nghiêm khắc của riêng bà ấn định. Bà Nhu từng nhận xét: "Không chỉ có ánh sáng mặt trời [khi mở cửa], mà cả nhiều thứ tệ hại cũng bay vào." Khi Kennedy lên làm Tổng Thống, Diệm trước đó đã trải qua nhiều cuộc khủng hoảng từ khi nắm quyền lãnh đạo Nam VN năm 1954, khi Hoa Kỳ đỡ đầu chế độ của Diệm với viện trợ kinh tế và quân sự lớn lao, vừa sau khi quân Pháp thảm bại ở trận Điện Biên Phủ.

Trong một động thái sai mục tiêu bi thảm, chính phủ Kennedy vào năm 1963 đã hỗ trợ cuộc đảo chánh của các tướng lãnh chống ông Diệm, nghĩ rằng thay đổi chính phủ sẽ cải tiến nỗ lực chiến tranh và từ đó sẽ dọn đường để Mỹ rút khỏi Việt Nam. Khi các tướng lãnh Quân lực VNCH sửa soạn đảo chánh đầu tháng 11-1963, họ biết rất rõ là được Hoa Kỳ tán thành, dù không có hợp tác và tham dự trực tiếp. Dù vậy, Tòa Bạch Ốc vẫn mang trách nhiệm lớn. Tổng Thống Kennedy đã trở thành đồng lõa trong cuộc đảo chánh bằng cách tỏ dấu hiệu cho các tướng lãnh này thấy rằng ông Diệm sẽ không được Mỹ giúp đỡ. Những tiếp cận trước đó từ các tướng lãnh VNCH với Hoa Kỳ xuyên qua CIA đã không được bảo đảm như thế, làm cho họ khựng lại kế hoạch hồi tháng 8-1963. Nhưng rồi các thông tin lộ ra cho thấy Nhu đã bí mật liên lạc với Bắc VN về việc kết thúc chiến tranh mà không tham khảo các quốc gia siêu cường nào hết. Số mệnh các tướng lãnh sẽ ra sao, khi họ đã lộ liễu bất mãn với nhà Ngô như thế? Bàn tay tàn bạo của ông Diệm khi đàn áp Phật tử cuối cùng kết hợp với tình hình quân

a former Buddhist who had converted to Catholicism and preferred a closed society based on puritanical moral standards that she alone defined. "Not only sunlight," she pointedly observed, "but many bad things fly in."[11] By the time Kennedy became president, Diem had survived numerous palace crises since entering office in 1954, when the United States underwrote his regime with large-scale mili-tary and economic assistance shortly after France's defeat at the legendary battle of Dienbienphu.

In a tragically misguided move, the Kennedy administration in 1963 promoted the generals' coup against Diem, thinking that a change of government would improve the war effort and thereby facilitate the U.S. withdrawal from Vietnam. When the ARVN generals staged their coup in early November, they did so with full knowledge of American approval, albeit without direct collaboration and participation. The White House nonetheless bore heavy responsibility. The president had become an accomplice in the coup by signaling the conspirators that Diem would receive no U.S. assistance. Earlier overtures by the generals to the United States through the CIA had brought no such assurance, making them pause the previous August. But stories had spread that Nhu had privately contacted North Vietnam about ending the war without consulting outside powers. What would be the generals' fate, given their known dissatisfaction with the Saigon regime? Diem's crude handling of the Buddhist crisis finally

đội VNCH dao động trong nỗ lực chiến tranh [chống Cộng], cùng với việc chính phủ Kennedy công khai chỉ trích chế độ Sài Gòn và các tin đồn liên tục [Trang 10] về những cuộc thương thuyết bí mật của Nhu với Hà Nội đã thúc đẩy các tướng lãnh phải đảo chánh, và đã dẫn tới cái chết của cả hai ông Diệm, Nhu.

Những lễ hội tưng bừng đón mừng các tướng lãnh ở Sài Gòn khi dân chúng bày tỏ lòng biết ơn và ca ngợi họ lật đổ được nhà Ngô đáng ghét. Sự ổn định nội bộ dường như đã trở lại với Nam VN. Cuộc dàn quân đảo chánh của các tướng lãnh đã cho thấy hiệu quả, cho thấy niềm tin rộng rãi rằng họ sẽ dễ dàng đánh bại Việt cộng. Nhưng niềm vui này chỉ kéo dài khoảnh khắc. Quyết định của các tướng lãnh trong việc giết Diệm và Nhu đã làm chính nội bộ họ chia rẽ sâu xa, rồi dẫn đến sự hỗn loạn cay đắng ở Sài Gòn. Và rồi ba tuần lễ sau đó, chính Tổng thống Kennedy cũng bị giết, và chết theo ông là Kế Hoạch Toàn Diện cho Nam VN.

Các viên chức thân cận của Tổng thống Kennedy xác nhận ý định của ông muốn giảm sự tham dự của Mỹ tại VN. John Kenneth Galbraith, Đại sứ Mỹ tại Ấn Độ, là bạn lâu năm và là người thân tín của Tổng thống Kennedy, nói rằng Kennedy đã quyết định đưa lực lượng quân sự đặc biệt của Mỹ ra khỏi VN. Hilsman[i] và McNamara[ii] cũng nói thế, và điều đó càng làm tăng mức bi kịch cho vụ ám sát Kennedy.

Đặc biệt đáng chú ý là khẳng định của Galbraith rằng, để xúc tiến việc rút quân Mỹ ra khỏi VN,

[i] Thứ Trưởng Ngoại Giao Hoa Kỳ đặc trách Viễn Đông Vụ.

[ii] Bộ Trưởng Quốc Phòng Hoa Kỳ.

combined with the ARVN's bumbling war effort, the Kennedy administration's open criticisms of the Saigon regime, and the persistent rumors [Page 10] of Nhu's secret negotiations with Hanoi to drive the generals into a coup that culminated in the deaths of both Diem and Nhu.

Wild celebrations engulfed the generals in Saigon as a grateful populace praised them for sweeping out the hated Ngo family. Domestic stability had seemingly returned to South Vietnam. The efficiency with which the generals dispatched the regime left the popular perception that they would easily defeat the Vietcong. But this euphoria lasted only momentarily. The generals' decision to kill Diem and Nhu opened a visceral division among them and led to bitter turmoil in Saigon. Then, in three weeks, President Kennedy himself lay dead—and with him the Comprehensive Plan for South Vietnam.

President Kennedy's close associates have confirmed his intention to reduce the American involvement in Vietnam. John Kenneth Galbraith, the U.S. ambassador to India and long-time friend and confidant of the president, stated that Kennedy had decided to disengage America's special military forces from Vietnam. Hilsman and McNamara agreed, magnifying even more the tragedy of Kennedy's assassination.[12]

Particularly striking was Galbraith's assertion that, to promote a withdrawal, President Kennedy had planned

Kennedy đã lên kế hoạch đưa McNamara thay Rusk trong chức vụ Ngoại Trưởng Mỹ, sau cuộc bầu cử Tổng Thống Mỹ vào năm 1964. Galbraith tin rằng Kennedy có ý định "Việt Nam hóa" cuộc chiến sau khi tái đắc cử như dự kiến của ông - để giảm sự tham dự của Mỹ trở về mức cố vấn như thời ông mới vào Tòa Bạch Ốc. Trở ngại lớn nhất của Tổng thống Kennedy là giới quân sự. Kennedy bị 'phỏng' vì các viên chức Bộ Quốc Phòng (và CIA) trong thảm bại ở Vịnh Con Heo và sau đó đã ngần ngại không tin vào họ nữa. Đến cuối năm 1962, Tổng thống Kennedy đã tìm kiếm một phương cách để duy trì được sự kiểm soát quân sự trong khi giảm dần viện trợ quân sự đặc biệt của Mỹ tại Việt Nam. Một trong các phương thức để làm được điều đó, theo lời Galbraith, là thay đổi lãnh đạo ở Bộ Ngoại Giao Mỹ. Kennedy đã xem Rusk như là "một chiến sĩ lạnh lùng, quyết tâm và nghiêng hẳn về một giải pháp quân sự, hay nói chính xác hơn là không có giải pháp nào cả, như khi ở Việt Nam." Thực sự, quan điểm của Rusk về sự xâm lấn của Cộng sản xuất phát từ kinh nghiệm của Tây Phương ở Munich vào năm 1938. Rusk viết trong hồi ký: "Khi ta nhìn lại các sự kiện buồn trong thập niên 1930's tại Châu Âu, tôi nghĩ rằng Hoa Kỳ và các nước dân chủ Tây Phương, với chủ nghĩa chủ hòa và chủ nghĩa tự cô lập của chúng ta, và với sự lạnh nhạt đối với sự xâm lấn [của Cộng sản], đều là có tội 'dắt cướp vào nhà'." Do dự duy nhất của Kennedy về việc chuyển McNamara [sang thay Rusk] là khi Bộ Quốc Phòng không có McNamara, giới quân sự có thể sẽ lèo lái cuộc chiến. Galbraith nói rằng, Kennedy xem McNamara là người duy nhất có khả năng lèo lái Bộ Tham Mưu Trưởng Hoa Kỳ và Ngũ Giác Đài.

to replace Rusk with McNamara as secretary of state after the presidential election of 1964. Galbraith is convinced that Kennedy intended to "Vietnamize" the war after his expected reelection—to reduce the U.S. commitment to the advisory level it occupied when he first took office. The president's greatest obstacle was the military. He had been burned by Pentagon officials (and the CIA) during the Bay of Pigs fiasco and hesitated to trust them afterward. By late 1962, the president searched for a way to maintain control over the military while phasing out the nation's special military aid to Vietnam. One means for doing so, according to Galbraith, was to change the leadership in the state department. Kennedy had come to regard Rusk "as a committed cold warrior and given, as in Vietnam, to a military solution or, more precisely, non-solution." Indeed, Rusk's perspective on Communist aggression derived from the West's experiences at Munich in 1938. "When one views the sad events of the 1930's in Europe," he wrote in his memoirs, "I think that the United States and Western democracies, with our pacifism, isolationism, and indifference to aggression, were guilty of 'tempting thieves.'" The president's only hesitation about the McNamara shift was that without him heading the defense department, the military might take charge of the war. Kennedy, Galbraith declared, considered McNamara the only person capable of standing up to the Joint Chiefs of Staff and the Pentagon.[13]

Các nhận định đó của Galbraith có giá trị. Hilsman cũng thế, nói rằng Kennedy "rõ ràng sắp rút khỏi Việt Nam", và rằng Kennedy dự định bình thường hóa quan hệ với Nam Việt Nam. Hilsman nói, một phương cách để làm điều đó là phải [Trang 11] loại Rusk [ra khỏi chức Ngoại Trưởng]. Mặc dù Rostow đã ra khỏi Tòa Bạch Ốc vào cuối năm 1961, ông cũng đã biết về một kế hoạch rút quân sau đó. Thực sự, McNamara trước đó đã tin rằng đến mùa thu năm 1963, Mỹ sẽ rút về nhiều ngàn "cố vấn". Quả thật, theo lời Galbraith, sự thật quan trọng không nói ra trong nội bộ chính phủ Kennedy là Hoa Kỳ không thể thắng trong cuộc chiến [chống Cộng] và nên thu hồi toàn bộ các trợ giúp đặc biệt đã đưa vào Việt Nam kể từ tháng 1-1961. Khi được hỏi về lời khẳng định của Galbraith rằng Tổng thống Kennedy đã quyết định thay Ngoại trưởng, cựu Bộ trưởng Quốc Phòng [McNamara] trả lời rằng Tổng thống không yêu cầu ông điều đó nhưng "Robert Kennedy thì có."[i]

Tiết lộ của Galbraith đã đưa McNamara vào sâu thêm vào bóng mờ của Việt Nam. Mặc dù Bộ Trưởng Quốc Phòng McNamara đã kêu gọi rút quân Mỹ về trong năm 1963, ông không nêu ý kiến đó khi Tổng Thống Johnson leo thang cuộc chiến sau đó vào cuối năm đó. McNamara giải thích với tôi rằng vì Việt cộng tăng tốc hoạt động và vì chỉ có hành động quân sự mới có thể giải quyết tình hình nguy cấp đó. Tuy nhiên, Hilsman nói rằng McNamara mang tâm thức "bất định" và "lẫn lộn" và không bao giờ có ý định rút lui.

---

[i] Robert Kennedy là em ruột của Tổng Thống Kennedy, giữ chức Bộ Trưởng Tư Pháp Mỹ từ 1961-1964, đồng thời là Cố vấn Bạch Ốc cho TT Kennedy từ 1961-1963.

Galbraith's claim has merit. Hilsman likewise insists that Kennedy "was clearly going to pull out" and that he intended to normalize relations with South Vietnam. One means for doing this, Hilsman declared, was to [Page 11] remove Rusk. Although Rostow had left the White House in late 1961, he was aware of a withdrawal plan sometime afterward. McNamara had indeed become convinced by the fall of 1963 that the United States should withdraw its thousands of "advisers." Indeed, according to Galbraith, the great unspoken truth within the administration's innermost circle was that the United States could not win the war and should recall all special assistance put in place since January 1961. When asked about Galbraith's claim that the president had decided to change secretaries of state, the former defense secretary responded that the president had not asked him to make the switch but that "Robert Kennedy did."[14]

Galbraith's assertion places McNamara even more under the shadow of Vietnam. Although the defense secretary called for withdrawal in 1963, he expressed no such idea when President Johnson escalated the war later that year. McNamara explained to me that the Vietcong's activities had heated up and that only military action could resolve the dire situation. Hilsman insists, however, that McNamara was "inconsistent" and "mixed up" and never intended to pull out.[15]

Vào tháng 12-1963, Tổng thống Johnson thực hiện đúng những gì mà người tiền nhiệm đã hết sức khéo léo tránh né: Ông gắn bó sát hơn với quan điểm của Bộ Tổng Tham Mưu Quân Lực Mỹ về vấn đề Việt Nam. Khi còn là Phó Tổng Thống, Johnson không có mặt trong các buổi họp bí mật của Tòa Bạch Ốc về diễn tiến cuộc đảo chánh ở Nam Việt Nam, và khi biết về liên hệ bí mật của chính phủ Kennedy, Johnson đã mạnh mẽ lên án quyết định đó. Khi lên giữ chức Tổng Thống, Johnson muốn giải quyết xong khó khăn của cuộc chiến tranh [Việt Nam] để rảnh tay thực hiện chương trình cải cách của ông trong nước Mỹ.

Sự thật hiển nhiên là các sử gia luôn ngần ngại trong việc suy đoán về những gì có thể xảy ra tại Việt Nam nếu Tổng thống Kennedy còn sống. Và rồi đặt câu hỏi tại sao phải khảo sát vấn đề này? Những người hoài nghi cho rằng vì Kennedy đã chết ở Dallas nên thật vô nghĩa khi tranh luận về việc Kennedy có thể có chính sách gì khác tại Việt Nam để có thể tránh được cái chết cho nhiều triệu người.

Tuy nhiên, việc khảo sát những chính sách của Tổng thống Kennedy về Việt Nam, trong nỗ lực xác định việc một mô hình rút quân Mỹ có đang được phác thảo hay không, không phải là suy đoán. Là người giữ vai trò chính yếu trong kịch bản này, Kennedy biện luận rằng việc chiến thắng (hay thất bại) trong cuộc chiến này là việc của riêng người dân Nam Việt Nam. Ông đã nhiều lần lặp lại định nghĩa về thành công [ở Việt Nam] là giảm được sự quấy rối của Việt cộng đến mức độ chính phủ Sài Gòn có thể tự kiểm soát được an ninh.

Các hồ sơ củng cố cho cuộc nghiên cứu này cho thấy rằng TT Kennedy đã có ý định rút bớt sự tham

In December 1963, Johnson did what his predecessor had so skillfully avoided: He adhered more closely to the views of the Joint Chiefs of Staff regarding Vietnam. While vice president, Johnson had not been privy to the secret White House proceedings relating to the coup and, when learning of the Kennedy administration's clandestine involvement, strongly denounced that decision. As president, Johnson wanted to get the nettlesome war out of the way so that he could implement his domestic reform program.

For good reason, historians are reluctant to speculate on what might have happened in Vietnam had President Kennedy lived. Then why examine this issue? Kennedy died in Dallas, cynics declare, rendering it meaningless to debate whether he might have adopted an alternative policy in Vietnam that could have averted the deaths of millions.

It is not speculation, however, to examine President Kennedy's policies toward Vietnam in an effort to discern whether or not a pattern of withdrawal was in the making. As the pivotal figure in this drama, he argued that only the South Vietnamese could win (or lose) the war. Repeatedly he defined success as reducing the Vietcong insurgency to a level that the Saigon government could police on its own.

The materials undergirding this study demonstrate that President Kennedy intended to reverse the

dự quân sự đặc biệt của Mỹ tại Nam VN về còn mức tương đương đầu năm 1961 thôi. Sau khi liên tục nhận các báo cáo lẫn lộn về diễn tiến cuộc chiến, Tổng thống Kennedy đã quay sang chọn giải pháp rút bớt quân Mỹ, dự kiến khởi sự từ cuối 1963 và, sau khi tái đắc cử theo dự tính vào mùa thu 1964, sẽ tiếp tục giảm số quân Mỹ để đến cuối năm 1965 chỉ còn tương đương với năm 1961, ở cấp độ chỉ duy trì cố vấn. Việc Kennedy bổ nhiệm Henry Cabot Lodge làm Đại sứ tại Nam Việt Nam vào mùa thu 1963 là sự kiện nói lên được sự thật. Là một [Trang 11] nhân vật hàng đầu của Đảng Cộng Hòa, Lodge và Đảng Cộng Hòa sẽ chia sẻ trách nhiệm chính trị nếu có thất bại tại Việt Nam. Thực sự, Lodge trở thành người ủng hộ mạnh mẽ cho cuộc đảo chánh [tại Sài Gòn], liên lạc trực tiếp với Tổng thống và làm cho sự việc về bản chất trở thành của cả hai đảng [Dân Chủ và Cộng Hòa]. Do hoài nghi về khả năng chiến thắng [Cộng sản] của Nam Việt Nam và phản đối việc quân Mỹ phải tham chiến, Tổng thống Kennedy đã tìm cách ngưng việc Mỹ hóa cuộc chiến tranh trong một tiến trình mà Tổng thống Richard M. Nixon công bố như là "Việt Nam hóa" chiến tranh.

Không phải ai cũng chấp nhận các khám phá trong cuộc nghiên cứu này. Vấn đề nêu ra qua những trang sách này vẫn chưa được đồng thuận và khó mà bác bỏ. Thoạt tiên Tổng thống đã tán thành một số người khác theo chiến lược gây tranh cãi là rút lui thông qua việc leo thang chiến tranh, nhưng rồi ông sớm nhận ra chỉ có việc giảm dần can thiệp quân sự là con đường khả thi duy nhất để ra khỏi tình trạng sa lầy. Do đó, Tổng thống Kennedy ủng hộ cuộc đảo

nation's special military commitment to the South Vietnamese made in early 1961.[16] After receiving continued mixed reports on the war's progress, he turned toward a phased military reduction that would begin in late 1963 and, after his presumed reelection in autumn 1964, succeed by the end of 1965 in returning America's military status to its 1961 advisory level. His appointment of Henry Cabot Lodge as ambassador to South Vietnam in the fall of 1963 was a telling event. A [Page 11] leading Republican, Lodge and his party would share the political blame in the event of failure in Vietnam. Indeed, Lodge became a strong proponent of the coup, communicating directly with the president and making that business bipartisan in nature. Doubting South Vietnam's capacity to win the war and staunchly opposed to U.S. combat troops, President Kennedy sought to halt the move toward Americanizing the war in a process that President Richard M. Nixon would make known as "Vietnamization."

Not everyone will accept the findings of this study. The story that emerges in these pages is unsettling and difficult to refute. The president at first joined others in the incongruous strategy of withdrawal through escalation but soon realized that military disengagement offered the only feasible avenue out of the morass. The

chánh trong một nỗ lực tính toán sai lầm vì muốn thúc đẩy kế hoạch rút quân Mỹ, một kế hoạch mà vì các lý do chính trị nên [dự trù] sẽ thực hiện trong nhiệm kỳ Tổng Thống thứ hai của ông.

Tổng thống Kennedy không đơn độc chịu trách nhiệm về các sự kiện này. Sự can thiệp của Mỹ vào Việt Nam trong những năm trước khi ông làm Tổng thống vốn đã đẩy sâu Hoa Kỳ vào các vấn đề đối nội và đối ngoại của Nam Việt Nam. Emmet John Hughes, cựu cố vấn chính trị và là người viết diễn văn cho Tổng thống Eisenhower, ghi nhận rằng Hoa Kỳ với tư cách quốc gia can thiệp đã không thể "cứu vãn nền tự do đích thực của một quốc gia khác mà không trở nên liên hệ một cách thiết yếu với toàn bộ hành vi và số phận của quốc gia đó." Không có cách nào tách rời giữa các mối liên hệ với những vấn đề đối ngoại và đối nội. "Vấn đề ở đây là việc sắp xếp từ xa đời sống chính trị nội bộ của một nước đồng minh chính là 'can thiệp'. Đó là sự can thiệp trong mặc nhiên đồng thuận." Sự can thiệp của Hoa Kỳ [với Việt Nam] đã quá sâu đến mức Mỹ không thể thoái thác trách nhiệm về một cuộc đảo chánh, bất kể là vì những gì họ đã làm hoặc không làm.

Dù vậy, Tổng thống Kennedy không hoàn tất được con đường đã chọn để phù hợp với hình tượng Camelot lý tưởng.[i] Kennedy đã khuyến khích một cuộc đảo chánh ra ngoài vòng kiểm soát và dẫn tới cái chết của ông Diệm thay vì đẩy ông ta ra hải ngoại. Một số sử gia đương đại nghi ngờ sự liên hệ của Kennedy với

[i] Dựa theo một bài phỏng vấn ca ngợi Tổng thống Kennedy (sau khi ông bị ám sát) bằng cách so sánh với huyền thoại Camelot, trong đó có câu: "There'll be great Presidents again, but there'll never be another Camelot again..." (Rồi sẽ có những Tổng thống vĩ đại, nhưng sẽ không bao giờ có lại một Camelot khác...)

president then promoted the coup in a miscalculated effort to advance a withdrawal that, for political reasons, would take place during his second term in office.

President Kennedy was not solely to blame for these events. U.S. intervention in Vietnam in the years preceding his presidency had thrust the United States into South Vietnam's domestic and foreign affairs. Emmet John Hughes, former political adviser and speechwriter for President Eisenhower, noted that the United States as an interventionist nation could not "save the very freedom of another nation without becoming critically involved in its whole conduct and destiny." There was no way to separate involvement in foreign and domestic matters. "The point is that to be fastidiously aloof from the internal political life of an ally is to 'interfere.' It is the interference of acquiescence." So deep was the American involvement that it could not have escaped blame for a coup, regardless of what it did or did not do.[17]

Still, the president does not belong on the high road that befitted the idealistic image of Camelot. Kennedy encouraged a coup that ran out of control and led to Diem's death rather than his expected exile. Some contemporaries suspected the president's involvement

cuộc đảo chánh, nhưng họ đã không đẩy xa vấn đề vì chẳng bao lâu sau đó chính Tổng thống Kennedy đã bị ám sát.

Giá như Kennedy còn sống để tái đắc cử, sẽ không có lý do nào để tin rằng ông sẽ thay đổi quan điểm về việc muốn rút ra khỏi một cuộc chiến vốn đã trở thành một thảm bại tất yếu. Có công bằng không, khi chỉ trích Tổng thống Kennedy đã hoãn một cuộc rút quân vì lý do chính trị? Phải chăng Kennedy có lý khi cho rằng một cuộc rút quân trước bầu cử sẽ chắc chắn giúp Đảng Cộng Hòa thắng cử dựa trên cáo buộc rằng Đảng Dân Chủ đã để mất Việt Nam cũng như trước đó họ để mất Trung Quốc?

Trong vở bi kịch Murder in the Cathedral (Ám sát trong thánh đường) của T. S. Eliot, Tổng Giám Mục Anh giáo ở Tổng Giáo Phận Canterbury là Thomas Becket tuyên bố: "Cám dỗ cuối cùng là phản bội lớn nhất; Để làm điều đúng đắn vì lý do sai lầm." Nhưng động cơ có gì quan trọng nếu kết quả lẽ ra đã cứu được một thế hệ [thanh niên Mỹ]?

CƯỚC CHÚ THAM CHIẾU ANH NGỮ:

9. Rostow to Rusk, Jan. 6, 1961, pp. 2-3, 8-9, President's Office File (hereafter referred to as POF), Staff Memoranda Nov. 1960-Feb. 1961 - Rostow, box 64a, JFKL; Walt W. Rostow, The Stages of Economic Growth, A Non-Communist Manifesto (Cambridge, Engl. : Cambridge University Press, 1960); William J. Rust, Kennedy in Vietnam: American Vietnam Policy, 1960-1963 (New York: Charles Scribner's Sons, 1985), 31; JFK's Inaugural Address, Jan. 20, 1961, Public Papers

in the coup, but they did not push the issue because of his own assassination so soon afterward.

Had Kennedy lived to win reelection, there is no reason to believe that he would have changed his views about wanting to get out of a war that had become a lost cause. Is it fair to criticize him for postponing a withdrawal on political grounds? Was he justified in asserting that a withdrawal before the election would ensure a Republican victory based on the charge that the Democrats had lost Vietnam as they had lost China?

In T. S. Eliot's dramatic play, Murder in the Cathedral, the English Archbishop of Canterbury, Thomas Becket, declared, "The last temptation is the greatest treason; To do the right deed for the wrong reason."[18] But what do the motives matter if the outcome might have spared a generation?

---

of the Presidents of the United States: John F. Kennedy, 1961 (Washington, D. C. : Government Printing Office, 1962), 1; David Halberstam, The Making of a Quagmire: America and Vietnam during the Kennedy Era (New York: Alfred A. Knopf, 1964; revised ed. , New York: Alfred A. Knopf, 1988); David Halberstam, The Best and the Brightest (New York: Random House, 1969); Neil Sheehan, A Bright Shining Lie: John Paul Vann and America in Vietnam (New York: Random House, 1988).

10. Hedrick Smith, "220 G. I. 's Leave South Vietnam as Troop Reduction Gets Under Way, " New York Times, Dec. 4, 1963, p. 1; "South Vietnam: The Break-Even Point, " Newsweek, Dec. 2, 1963, p. 57; Hilsman, "McNamara's War, " 161.

11. Hilsman, "McNamara's War, " 158; Mme. Nhu quoted in Schlesinger, Thousand Days, 451. For background of Diem and family, see Denis Warner, The Last Confucian: Vietnam, Southeast Asia, and the West (New York: Macmillan, 1963), chap. 5, and Robert Scigliano, South Vietnam: Nation under Stress (Boston: Houghton Mifflin, 1964), 13-24.

12. Author's interview with Galbraith, March 28, 2001; author's interview with Hilsman, Sept. 17, 2001; author's interview with McNamara, March 5, April 17, 2001.

13. Author's interview with Galbraith, March 28, 2001; Galbraith to author, Oct. 10, 2001 (letter in author's possession); Rusk, As I Saw It, 83; author's interview with Hilsman, Sept. 17, 2001.

14. Author's interview with Hilsman, Sept. 17, 2001; author's interview with Rostow, Feb. 20, 2001; author's interview with Galbraith, March 28, 2001; author's interview with McNamara, April 17, 2001. Hilsman thought that President Kennedy might replace Rusk with McGeorge Bundy.

15. Author's interview with McNamara, April 17, 2001; author's interview with Hilsman, Sept. 17, 2001.

16. Other historians have made this argument before me, daring to speculate about what might have resulted in Vietnam had the bullets missed Kennedy. The three most deeply researched works on Kennedy and Vietnam are: John M. Newman, JFK and Vietnam:

Deception, Intrigue, and the Struggle for Power (New York: Warner Books, 1992); Fredrik Logevall, Choosing War: The Lost Chance for Peace and the Escalation of War in Vietnam (Berkeley: University of California Press, 1999); and David Kaiser, American Tragedy: Kennedy, Johnson, and the Origins of the Vietnam War (Cambridge, Mass.: Harvard University Press, 2000). Logevall most directly speculates about what might have been, but he bases his thoughts on sound reasoning. President Kennedy, Logevall maintains, had always been ambivalent about the war, never wavering from his desire to win but recognizing the danger of enlarging U. S. intervention without allied support and understanding the domestic political costs involved in taking over the war. Despite Kennedy's setbacks in foreign policy, he had earned sufficient credibility to permit him to change Vietnam policy after his presumed reelection in 1964. He knew that political reforms in Vietnam were more important than battlefield victories; he had no Great Society program to implement; and, having faced a number of crises while in office for three years, he had less need than Johnson to prove himself. The dire situation in Vietnam by late 1964 would doubtless have encouraged Kennedy to reduce the U. S. commitment. See Logevall, Choosing War, 395-400, and his essay, "Vietnam and the Question of What Might Have Been, " in Mark J. White, ed. , Kennedy: The New Frontier Revisited (New York: New York University Press, 1998), 43-48.

17. Emmet John Hughes, "A Lesson from Vietnam, " Newsweek, Sept. 9, 1963, p. 17.

18. T. S. Eliot, Murder in the Cathedral (New York: Harcourt, Brace, 1935), 44.

TƯỚNG LÃNH TIẾN HÀNH ĐÁNH DINH GIA LONG DÙ ÁP LỰC GIỜ CHÓT CỦA MỸ ĐÒI HỦY BỎ CUỘC LẬT ĐỔ NHÀ NGÔ

Phúc Trình Thượng Viện Hoa Kỳ Số 94-465

LỜI NGƯỜI DỊCH

Nhìn lại các chuyển biến trong thời điểm 24 giờ trước cuộc cách mạng 1-11-1963, chúng ta thấy lịch sử có thể chuyển biến theo nhiều hướng khác nhau, khi có nhiều áp lực từ MACV và từ Cố vấn An Ninh Quốc gia Hoa Kỳ đòi hủy bỏ cuộc đảo chánh. Một bản Phúc trình của Ủy Ban Đặc Tuyển Thượng Viện Hoa Kỳ dày 351 trang về *"những âm mưu ám sát các lãnh tụ nước ngoài mà phía Hoa Kỳ có liên hệ"*, trong đó các trang 216-223 kể về trường hợp các tướng lãnh VNCH lật đổ ông Ngô Đình Diệm.

Sau đây là bản dịch trang 222, từ kho lưu trữ hồ sơ của Ủy Ban Đặc Tuyển Thượng Viện Hoa Kỳ. Bản Phúc trình có tựa đề *"Alleged Assassination Plots Involving Foreign Leaders - An Interim Report of the Select Committee to Study Governmental Operations, November 1975"* (Những Âm Mưu Ám Sát Liên Hệ Các Lãnh Tụ Ngoại Quốc - Bản Phúc Trình Lâm Thời của Ủy Ban Đặc Tuyển để Nghiên Cứu Hoạt Động Chính Phủ, Tháng 11-1975).

Một vài ghi nhận từ bản Phúc trình này:

- Tướng Stillwell ngày 17-10-1963 yêu cầu chính phủ ông Diệm đổi cách làm việc, áp lực cụ thể là sẽ ngưng viện trợ cho các đơn vị Lực Lượng Đặc Biệt cho tới khi các đơn vị này chuyển về trực thuộc Tổng Tham Mưu Trưởng và được dùng ngoài chiến trường thay vì dùng để đàn áp Phật giáo.
- Đại sứ Lodge ngày 27-10-1963 đã trực tiếp truyền đạt yêu cầu của Mỹ đến ông Diệm, nhưng ông Diệm không cam kết gì.
- Tướng Trần Văn Đôn hứa sẽ tiết lộ kế hoạch đảo chánh cho Đại sứ Lodge biết 4 giờ đồng hồ trước khi đảo chánh khởi động. Tuy nhiên, vào ngày 1-11-1963, Tòa Đại sứ Mỹ chỉ được báo trước 4 phút mà thôi.
- Đại sứ Lodge gửi điện văn về Mỹ ngày 30-10-1963 nói rằng chuyện đảo chánh hoàn toàn nằm trong tay người Việt, Mỹ không cản ngăn gì được.
- Tướng Tư Lệnh MACV là Harkins lập tức cùng ngày 30-10-1963 từ Sài Gòn gửi điện văn về Mỹ phản đối tất cả những âm mưu đảo chánh ông Diệm.
- Hai điện văn cùng ngày 30-10-1963 từ Cố vấn An ninh Quốc gia Mỹ khuyến cáo Đại sứ Lodge, bày tỏ quan ngại và nói Lodge có thể nên khuyến cáo hủy bỏ đảo chánh.
- Khoản tiền 42, 000 Mỹ Kim đã do CIA trao trước đó để dùng mua thực phẩm cho chiến binh VNCH và dùng làm tiền tử tuất cho gia đình tử sĩ trong cuộc đảo chánh.

- Tướng Dương Văn Minh hai lần điện thoại tới ông Diệm, đề nghị hai anh em Diệm-Nhu đầu hàng sẽ được an toàn xuất ngoại. Ông Diệm hai lần từ chối.

Ngoài ra, trong phần Tổng Kết Những Phát hiện và Kết luận Về Những Âm Mưu (Summary of Findings and Conclusions On The Plots) tại 5 nước là Cuba (Fidel Castro), Congo (Patrice Lummumba), Dominica Republic (Rafael Trujillo), Chile (Rene Schneider), và South Vietnam (Ngô Đình Diệm), kết luận về trường hợp Ngô Đình Diệm ở trang 5 là như sau:

> *Ngo Dinh Diem (South Viettiam).* Diem and his brother, Nhu, were killed on November 2, 1963, in the course of a South Vietnamese Generals' coup. Although the United States Government supported the coup, there is no evidence that American officials favored the assassination. Indeed, it appears that the assassination of Diem was not part of the Generals pre-coup planning but was instead a spontaneous act which occurred during the coup and was carried out without United States involvement or support.

(Ngô Đình Diệm (Nam Việt Nam) - Diệm và em ông ta, Nhu, bị giết vào ngày 2 tháng 11 năm 1963, trong quá trình diễn biến cuộc đảo chánh của các Tướng lãnh Nam Việt Nam. Mặc dù Chính phủ Mỹ ủng hộ cuộc đảo chánh, [Ủy ban chúng tôi] đã không tìm thấy chứng cớ nào cho thấy quan chức Mỹ đồng ý với cuộc ám sát. Thật vậy, có vẻ như việc ám sát Diệm đã không nằm trong kế hoạch trước khi đảo chánh của các Tướng lãnh, nhưng lại là một hành động tự phát xảy ra trong cuộc đảo chánh và đã tiến hành không có sự can dự và ủng hộ của Hoa Kỳ.)

Phần cuối trang 223 của tài liệu này cũng xác định việc Hoa Kỳ không có thông tin chính xác nào về cái chết của hai ông Diệm và Nhu:

> The details of Diem's and Nhu's deaths are not known. There is no available evidence to give any indication of direct or indirect involvement of the United States.

(Chi tiết về cái chết của ông Diệm và ông Nhu không được biết. Không có chứng cứ nào cho thấy dù là trực tiếp hay gián tiếp về sự liên quan của Hoa Kỳ [đến những cái chết này].)

Sau đây là bản dịch trang 222 do Cư sĩ Nguyên Giác thực hiện, được trình bày song ngữ Anh Việt.

NHỮNG ÂM MƯU ÁM SÁT LIÊN HỆ CÁC LÃNH TỤ NGOẠI QUỐC - BẢN PHÚC TRÌNH LÂM THỜI CỦA ỦY BAN ĐẶC TUYỂN ĐỂ NGHIÊN CỨU HOẠT ĐỘNG CHÍNH PHỦ, THÁNG 11-1975

Hoa Kỳ đã tăng áp lực lên Tổng Thống Ngô Đình Diệm để điều chỉnh phương cách làm việc của ông ta. Vào ngày 17-10, Tướng Richard Stillwell (Chỉ huy trưởng về hoạt động của MACV)[i] thông báo cho Bộ Trưởng Nguyễn Đình Thuần rằng Hoa Kỳ sẽ ngưng viện trợ cho các đơn vị Lực Lượng Đặc Biệt đã tấn công các ngôi chùa, cho tới khi nào các đơn vị này chuyển ra chiến trường và đặt dưới quyền của Tổng Tham Mưu Trưởng. (Theo Pentagon Papers, trang 217) Vào ngày 27-10, Đại sứ Lodge cùng với ông Diệm tới thăm Đà Lạt, nhưng không nhận được cam kết nào từ ông Diệm để thực hiện theo yêu cầu của Mỹ. (Pentagon Papers, trang 219) Vào ngày 28-10, Conein gặp Tướng Trần Văn Đôn; Tướng này trước đó đã nhận được bảo đảm từ Đại sứ Lodge rằng Conein sẽ nói nhân danh Hoa Kỳ. Tướng Đôn nói rằng ông sẽ tiết lộ kế hoạch đảo chánh cho Đại sứ Lodge biết bốn giờ đồng hồ trước khi xảy ra, và đề nghị rằng Đại sứ Lodge đừng đổi kế hoạch bay sang Mỹ dự kiến vào ngày 31-10. (Bản Phúc trình I. G. Report, phần C, trang 37; Pentagon Papers, trang 219)

Vào ngày 30-10, Đại sứ Lodge báo cáo về Washington rằng ông không có quyền lực ngăn cản cuộc đảo chánh, và chuyện này hoàn toàn nằm trong tay người Việt rồi. Tướng Harkins không đồng ý, và

[i] Cơ quan điều hợp viện trợ quân sự Hoa Kỳ tại Việt Nam, viết tắt của "Military Assistance Command, Vietnam".

ALLEGED ASSASSINATION PLOTS INVOLVING FOREIGN LEADERS - AN INTERIM REPORT OF THE SELECT COMMITTEE TO STUDY GOVERNMENTAL OPERATIONS, NOVEMBER 1975

The United States increased pressure on Diem to mend his ways. On October 17, General Richard Stillwell (MACV operations chief) informed Secretary Thuan that the United States was suspending aid to the Special Forces units responsible for the pagoda raids until they were transferred to the field and placed under Joint General Staff (JGS) command. (Pentagon Papers, p. 217) On October 27, Lodge traveled to Dalat with Diem, but did not receive any commitment from Diem to comply with American requests. (Pentagon Papers, p. 219) On October 28, Conein met with General Don, who had received assurance from Lodge that Conein spoke for the United States. Don said that he would make the plans for the coup available to the Am¬bassador four hours before it took place, and suggested that Lodge not change his plans to go to the United States on October 31. (I.G. Report, C, p. 37; Pentagon Papers, p. 219)

On October 30, Lodge reported to Washington that he was powerless to stop the coup, and that the matter was entirely in Vietnamese hands. General Harkins disagreed

gửi điện văn bày tỏ lập trường chống đảo chánh của ông lên Tướng Maxwell Taylor (Pentagon Papers, trang 220) Một điện văn từ Bundy gửi cho Đại sứ Lodge đề ngày 30-10 bày tỏ quan ngại của Tòa Bạch Ốc và chỉ thị rằng: "Chúng ta không thể chấp nhận kết luận rằng chúng ta không có sức mạnh để trì hoãn hay khuyến cáo hủy bỏ cuộc đảo chánh." (Điện văn, Bundy gửi Lodge, 30/10/63) Một điện văn kế tiếp trong cùng ngày từ Washington gửi cho Đại sứ Lodge ra lệnh Lodge vận động các tướng lãnh hủy bỏ cuộc đảo chánh nếu Lodge không tin là cuộc đảo chánh sẽ thành công. Chỉ thị này yêu cầu Lodge "tuyệt đối không liên hệ gì [tới đảo chánh] và giữ thái độ trung lập một cách nào đó." (Pentagon Papers, trang 220)

Gần trưa ngày 1-11, các đơn vị đầu tiên tham gia đảo chánh bắt đầu được bố trí quanh Sài Gòn. Tòa Đại Sứ Mỹ chỉ được thông báo có 4 phút đồng hồ trước khi cuộc đảo chánh khởi sự. (Điện văn, MACV gửi Tổng Tham Mưu Trưởng Quân Lực Hoa Kỳ, ngày 1/11/63) Một phụ tá của Tướng Đôn nói với Conein là hãy mang tiền có sẵn tới Bộ Tổng Tham Mưu. Conein mang 3 triệu đồng Việt Nam (tương đương khoảng 42.000 Mỹ kim) tới Bộ Tổng Tham Mưu, trao cho Tướng Đôn để mua thực phẩm cho chiến binh và để trả tiền tử tuất cho các chiến binh hy sinh trong cuộc đảo chánh. (Conein, ngày 20/6/75, trang 72)[1]

---

[1] Việc chuyển số tiền này cho các lãnh đạo cuộc đảo chánh đã được đề cập đến từ trước đó. Vào ngày 29-10, Đại Sứ Lodge gửi điện văn nói rằng nên tính trước khoản tiền trợ giúp. (Điện văn, Đại sứ Lodge gửi Bộ Ngoại Giao Mỹ, ngày 29/10/1963 và ngày 30/10/1963) Conein đã nhận tiền này vào ngày 24-10-1963 và giữ trong tủ sắt tại nhà riêng của ông.

and cabled his opposition to the coup to General Taylor. (Pentagon Papers, p. 220) A cable from Bundy to Lodge dated October 30 expressed White House concern and stated that "[w]e cannot accept conclusion that we have no power to delay or discourage a coup' (Cable, Bundy to Lodge, 10/30/63) A subsequent cable on that same day from Washington instructed Lodge to intercede with the Generals to call off the coup if he did not believe it would succeed. The instructions prescribed "strict noninvolvement and somewhat less strict neutrality.' (Pentagon Papers, p. 220)

Late in the morning of November 1, the first units involved in the coup began to deploy around Saigon. The Embassy was given only four minutes warning before the coup began. (Cable, MACV to Joint Chiefs of Staff, 11/1/63) An aide to Don told Conein to bring all available money to the Joint General Staff headquarters. Conein brought 3 million piasters (approximately $42,000) to the headquarters, which was given to Don to procure food for his troops and to pay death benefits to those killed in the coup. (Conein, 6/20/75, p. 72)[1]

---

[1] Passing money to the coup leaders was considered sometime prior to the coup. On October 29. Lodge cabled that a request for funds should be anticipated. (Cables, Lodge to State, 10/29/63, and 10/30/63) Conein received the money on October 24, and kept it in a safe in his house.

Conein có mặt ở doanh trại của Bộ Tổng Tham Mưu trong hầu hết thời gian đảo chánh. (Bản Phúc trình I. G. Report, C, trang 41-42) Vào lúc 1 giờ 40 chiều ngày 1-11, các tướng lãnh đề nghị rằng ông Diệm hãy từ chức tức khắc, và hứa sẽ bảo đảm cho hai ông Diệm và Nhu an toàn ra đi. (Conein, bản Phúc trình Conein After-Action, trang 15) Dinh Tổng Thống bị bao vây liền sau đó, và vào khoảng 4 giờ 30 chiều, các tướng tuyên bố đảo chánh trên đài phát thanh và yêu cầu hai ông Diệm và Nhu từ chức. Ông Diệm điện thoại cho Đại sứ Lodge và hỏi về lập trường của Hoa Kỳ. Đại sứ Lodge trả lời rằng Mỹ không có quan điểm nào, và bày tỏ quan ngại về sự an toàn của ông Diệm. (Pentagon Papers, trang 221)

Theo bản Phúc trình của Conein, Tướng Dương Văn Minh nói với ông Ngô Đình Nhu rằng nếu ông Diệm và Nhu không từ chức trong vòng 5 phút đồng hồ, Dinh Tổng Thống sẽ bị dội bom. Rồi Tướng Minh điện thoại cho ông Diệm. Ông Diệm từ chối nói chuyện với Tướng Minh, và tướng này ra lệnh dội bom vào Dinh. Quân đội tiến vào Dinh, nhưng ông Diệm vẫn từ chối điều đình. Nửa giờ sau đó, Tướng Minh đề nghị cho ông Diệm cơ hội thứ hai để đầu hàng... [i]

---

[i] Một số nhân vật và tên tổ chức được nhắc đến trong văn bản này: MACV, viết tắt của Military Assistance Command, Vietnam; Conein: sĩ quan tình báo của CIA hoạt động tại Sài Gòn; Tướng Harkins: Tư lệnh MACV; Tướng Maxwell Taylor: Tổng Tham Mưu Trưởng Quân Lực Hoa Kỳ; Bundy: Cố vấn An ninh Quốc gia Hoa Kỳ;

Conein was at the Joint General Staff headquarters during most of the coup. (I.G. Report, C, pp. 41-M2) At 1:40 p.m., the Generals proposed that Diem resign immediately, and guaranteed him and Nhu safe departure. (Conein After-Action Report, p. 15) The palace was surrounded shortly afterwards, and at 4:30 p.m. the Generals announced the coup on the radio and demanded the resignation of Diem and Nhu. Diem called Lodge and inquired about the United States' position. Lodge responded that the United States did not yet have a view, and expressed concern for Diem's safety. (Pentagon Papers, p. 221)

According to Conein's report, Minh told Nhu that if he and Diem did not resign within five minutes, the palace would be bombed. Minh then phoned Diem. Diem refused to talk with him and Minh ordered the bombing of the palace. Troops moved in on the palace, but Diem still refused to capitulate. Minh offered Diem a second chance to surrender half an hour later...

www.ingramcontent.com/pod-product-compliance
Lightning Source LLC
La Vergne TN
LVHW060313051026
849517LV00004B/1096
* 9 7 9 8 2 1 5 6 6 5 1 6 9 *